മരണത്തിന്റെ വിഷപ്പല്ലുകൾ

കേരളത്തിൽ നടന്ന പാമ്പ് കടിപ്പിച്ചുള്ള കൊലപാതകത്തിന്റെ യഥാർത്ഥ കഥ

മാനസ് ലാൽ

അലോക് ലാൽ

വിവർത്തനം : ഹരിത സി കെ

MANJUL

മഞ്ജുൾ പബ്ലിഷിങ് ഹൗസ്

First published in India by

MANJUL

Manjul Publishing House
Corporate and Editorial Office
•2nd Floor, Usha Preet Complex, 42 Malviya Nagar, Bhopal 462 003 – India
Sales and Marketing Office
•C-16, Sector 3, Noida, Uttar Pradesh 201301 – India
Website: www.manjulindia.com
Distribution Centres
Ahmedabad, Bengaluru, Chennai, Kochi, Kolkata,
Hyderabad, Mumbai, New Delhi, Pune

Malayalam translation of
Fangs Of Death: The True Story Of The Kerala Snake Bite Murder
by Maanas Lal and Aloke Lal

Malayalam edition first published in 2025

ISBN 978-93-5543-554-5

Translated by: Haritha C K

Cover design: Bhavi Mehta

Printed and bound in India by Thomson Press (India) Ltd.

സമർപ്പിക്കുന്നു,

കുറ്റകൃത്യം തെളിയിക്കുവാൻ, നിശബ്ദവും
ശക്തവുമായ സംഭാവനകൾ നൽകുന്ന
ഫോറൻസിക് വിദഗ്ധർക്ക്

സെഷൻസ് കോടതിയുടെ വിധി, പോലീസ് സ്റ്റേഷൻ രേഖകൾ, അന്വേഷണ ഉദ്യോഗസ്ഥരുമായുള്ള സംഭാഷണങ്ങൾ എന്നിവയെ അടിസ്ഥാനമാക്കിയാണ് ഈ പുസ്തകം തയ്യാറാക്കിയിരിക്കുന്നത്. കഥയിലെ ചില ഘടകങ്ങൾ വായനക്കാരുടെ സന്തോഷത്തിനായി നാടകീയമാക്കിയിട്ടുണ്ട്. ഈ പുസ്തകം ഉന്നത കോടതിയിൽ നടന്നുകൊണ്ടിരിക്കുന്ന നിയമ പ്രക്രിയയെ ഒരു തരത്തിലും സ്വാധീനിക്കാൻ ഉദ്ദേശിച്ചുള്ളതല്ല.

മരണത്തിന്റെ വിഷപ്പല്ലുകൾ

പുസ്തകത്തിന് ലഭിച്ച മുൻകൂർ പ്രശംസകൾ

'ആവേശം ഒട്ടും ചോർന്നുപോകാതെ തന്നെ, പോലീസ് നടപടി ക്രമങ്ങളെക്കുറിച്ച് ഗഹനമായി എഴുതിയതിന്റെ ശ്രദ്ധേയമായ ദൃഷ്ടാന്തം. ഈ അച്ഛൻ-മകൻ ജോഡി തങ്ങളുടെ ഹൃദയഹാരിയായ അണിയിലേയ്ക്ക് മറ്റൊരു ക്രൈം സാഹിത്യം കൂടി ചേർത്തിരിക്കുന്നു.'

—എസ്. ഹുസൈൻ സെയ്ദി,
ബ്ലാക്ക് ഫ്രൈഡേ-യുടെ രചയിതാവ്

'ഉഗ്രൻ ക്രൈം എഴുത്തുജോഡികൾ ആയ അലോകും മാനസ് ലാലും ചേർന്ന്, ഏറ്റവും രസകരമായ ഒരു കേസ് പുസ്തകരൂപത്തിൽ ആക്കിയിരിക്കുന്നു. പൊയ്റോട്ട്, ഹോംസ് എന്നിവരെഴുതിയ ക്ലാസിക് കുറ്റാന്വേഷണ കഥകളുടെ അതേ വായനാസുഖമാണ് ഇത് നൽകുന്നത്—ഇതൊരു യഥാർത്ഥ സംഭവമാണ് എന്നതൊഴിച്ചാൽ. യാഥാർത്ഥ്യം, സങ്കൽപ്പകഥകളേക്കാൾ വിചിത്രമാണ്.'

—അനിർബൻ ഭട്ടാചാര്യ, *ദ ഡെഡ്‌ലി ഡസൻ*-ന്റെ രചയിതാവ്,
സാവധാൻ ഇന്ത്യ-യുടെ ക്രിയേറ്റർ-പ്രൊഡ്യൂസർ

'സംസ്ഥാനത്തെ ഡിജിപി എന്ന നിലയിൽ അന്വേഷണത്തിന്റെ മേൽനോട്ടം വഹിക്കാൻ എനിക്ക് അവസരമുണ്ടായി... സാധാരണക്കാർക്കും നിയമപാലകർക്കും ഈ പുസ്തകം പെട്ടെന്ന് പ്രിയപ്പെട്ടതാകുമെന്ന് തീർച്ചയാണ്.'

—ലോക്നാഥ് ബെഹ്റ,
മുൻ ഡിജിപി, കേരളം

ഉള്ളടക്കം

ആമുഖം

2000-ലാണ് *സ്നേക്ക് റാംഗ്ലേഴ്സ്* എന്ന ടെലിവിഷൻ സീരിയൽ നാഷണൽ ജിയോഗ്രാഫിക്ക് സംപ്രേഷണം ചെയ്തത്. ഈ പുസ്തകത്തിന്റെ രചയിതാക്കളിൽ ഒരാളായ മാനസ് ലാലിന് അന്ന് പത്ത് വയസ്സായിരുന്നു. അരമണിക്കൂർ വീതമുള്ള പതിമൂന്ന് എപ്പിസോഡുകളിൽ സ്ക്രീനിൽ ഇഴഞ്ഞു നീങ്ങുന്ന സർപ്പങ്ങളേക്കാൾ കൗതുകകരമായി അദ്ദേഹത്തിന് തോന്നിയത് അവ കൈകാര്യം ചെയ്ത പാമ്പുപിടുത്തക്കാരായിരുന്നു. പാമ്പുകളെക്കുറിച്ചും അവയുടെ ആവാസ വ്യവസ്ഥകളെക്കുറിച്ചും അവയുടെ പ്രിയപ്പെട്ട ഇരകളെക്കുറിച്ചും ഉള്ള വിവരങ്ങൾ നിറഞ്ഞ ഒരു സ്ക്രാപ്പ്ബുക്ക് അദ്ദേഹം തയ്യാറാക്കി. വർഷങ്ങൾ കടന്നുപോകുംതോറും ഉരഗങ്ങളോടുള്ള ഈ സ്നേഹം വളർന്നുകൊണ്ടിരുന്നു. ഞങ്ങളുടെ വീട്ടുലൈബ്രറിയുടെ ഭാഗമായി ഒരു ചെറിയ ഹെർപ്പെറ്റോളജി വിഭാഗം തന്നെയുണ്ടായി. ഈ പുസ്തകം എഴുതാനുള്ള ബീജം യഥാർത്ഥത്തിൽ ജനിച്ചത് അവിടെ നിന്നാണ്—ഈ കുറ്റകൃത്യം നടക്കുന്നതിന് ഏതാനും വർഷങ്ങൾക്ക് മുമ്പ്, ഭയം കൊണ്ടല്ല, മറിച്ച് പാമ്പുകളോടുള്ള കലർപ്പില്ലാത്ത സ്നേഹത്തിൽ നിന്ന്.

ഷോയിൽ പ്രത്യക്ഷപ്പെട്ടവരിൽ വേറിട്ടുനിന്ന ഒരു പേര് ഹെർപ്പെറ്റോളജിസ്റ്റ് ഗെറി മാർട്ടിന്റേതായിരുന്നു. നാഷണൽ ജിയോഗ്രാഫിക്കിന്റെ ആദ്യ ഇന്ത്യൻ സാഹസികനായിരുന്നു അദ്ദേഹം. അദ്ദേഹം അവതരിപ്പിച്ച എപ്പിസോഡിന്, വ്യംഗ്യാത്മകമായി 'ഫാങ്സ് ടു ഫോർച്യൂൺ' എന്നാണ് പേരിട്ടിരുന്നത്. ആ എപ്പിസോഡിൽ, പാമ്പുകളുടെ വിഷപ്പല്ലുകൾ നീക്കം ചെയ്യുന്ന രീതി ഉപേക്ഷിക്കാൻ പ്രാദേശിക പാമ്പാട്ടികളെ ബോധ്യപ്പെടുത്താനുള്ള ശ്രമത്തിന്റെ ഭാഗമായി അദ്ദേഹം ഒഡീഷയിലെ ഭുവനേശ്വറിലെ പാട്യ എന്ന വിദൂര ഗ്രാമത്തിലേക്ക്

യാത്രചെയ്തു. പാമ്പിന്റെ വിഷം കറന്നെടുക്കുന്ന വിദ്യയും, ആന്റി-വെനം ഉൽപ്പാദനത്തിനായി അതിനെ വിപണനം ചെയ്യുന്നതുമൊക്കെ അദ്ദേഹം അവരെ പഠിപ്പിക്കുന്നുണ്ട്.

കെട്ടുകഥകളിലെ ആ ഭീകരജീവികളെ മൃദുലമായി ഗെറി കൈകാര്യം ചെയ്യുന്ന രീതി മാനസിനെ വളരെയധികം സ്വാധീനിച്ചു. തന്റെ ആർട്ട് ക്ലാസ്സിൽ ഹംസങ്ങൾക്ക് പകരം, മാനസ്, പാമ്പുകളെ വരയ്ക്കാൻ തുടങ്ങി! കുറച്ച് വർഷങ്ങൾക്ക് ശേഷം, ഇൻഫോസിസിൽ ജോലി ചെയ്യുന്നതിനിടയിൽ, കർണാടകയിലെ ഹുൻസൂർ ആസ്ഥാനമായുള്ള ദി ഗെറി മാർട്ടിൻ പ്രോജക്റ്റ് (ടിജിഎംപി) മാനസ് കാണുവാനിടയായി. സമാന ചിന്താഗതിക്കാരായ ആളുകളുടെ ഒരു ടീമിനെ കോർത്തിണക്കി, ഗെറിയുടെ എല്ലാ സംരക്ഷണ, വിദ്യാഭ്യാസ പ്രവർത്തനങ്ങളും ഒരു കുടക്കീഴിൽ കൊണ്ടുവരിക എന്നതായിരുന്നു ടിജിഎംപി-യുടെ പിന്നിലെ ആശയം. 'മനുഷ്യരും പാമ്പുകളും തമ്മിലുള്ള പാരസ്പര്യവും, മനുഷ്യവാസം കൂടുതലുള്ള മേഖലകളിലെ പാമ്പിന്റെ പാരിസ്ഥിതികതയിലേക്കും വെളിച്ചം വീശാൻ' വേണ്ടി റേഡിയോ ടെലിമെട്രി ഉപയോഗിച്ച് റസ്സൽസ് അണലിയെ കുറിച്ച് പഠിക്കുന്നതിലായിരുന്നു അന്നത്തെ പദ്ധതിയുടെ ശ്രദ്ധ.[1] മാനസ് നിരവധി തവണ സന്നദ്ധപ്രവർത്തകനായി പദ്ധതിയിൽ ചേരുന്നത് ആലോചിച്ചിരുന്നുവെങ്കിലും, കോർപ്പറേറ്റ് ജീവിതത്തിന്റെ തിരക്കുകൾ മൂലം അദ്ദേഹത്തിന് അത് സാധിച്ചില്ല.

ഞങ്ങൾ രണ്ടുപേരും അംഗങ്ങളായ ഒരു വാട്ട്സ്ആപ്പ് ഗ്രൂപ്പിൽ, ഉത്ര കൊലക്കേസിനെക്കുറിച്ചുള്ള ഒരു ലേഖനം വന്നപ്പോൾ, അത് പെട്ടെന്നുതന്നെ മാനസിന്റെ ശ്രദ്ധയിൽപ്പെട്ടു. ഭിന്നശേഷിയുള്ള ഒരു സ്ത്രീയുടെ കഷ്ടപ്പാടുകളെക്കുറിച്ച് എഴുതുക മാത്രമല്ല, കുറ്റകൃത്യത്തിൽ ഏർപ്പെട്ടിരിക്കുന്ന പാമ്പുകളുടെ നിരപരാധിത്വത്തിലേക്ക് വെളിച്ചം വീശാനുള്ള അവസരം കൂടിയായിരുന്നു അത്. ഈ പുസ്തകത്തിന്റെ രചനയിൽ, പാമ്പുകളെ മനുഷ്യന്റെ അത്യാഗ്രഹത്തിന്റെയും അധഃപതനത്തിന്റെയും തുല്യ ഇരകളായി ചിത്രീകരിക്കാൻ വളരെയധികം ശ്രദ്ധിച്ചിട്ടുണ്ട്. ഗെറി മാർട്ടിനെപ്പോലുള്ള പരിസ്ഥിതി സംരക്ഷകർക്കുള്ള ആദരം കൂടിയാണിത്.

---

1 പൂർവ്വാ വാരിയർ, 'ദി സ്നേക്ക് ആൻഡ് ഐ : ഡികോഡിങ് ദി വർക്ക് ഓഫ് ഗെറി മാർട്ടിൻ,' 15 June 2022, https://roundglasssustain.com/heroes/gerrymartin-snakes-wildlife-india

സഖ്യം ചേർക്കൽ

നിന്ദ്യരായ ഏതാണ്ട് എല്ലാ കുറ്റവാളികൾക്കും പിന്നിൽ ഒരു സഖ്യമുണ്ടാവും.

പലരും വിശ്വസിക്കാൻ ആഗ്രഹിക്കാത്ത ഒരു സത്യമാണ് മേൽപറഞ്ഞത്. ക്രിമിനൽ ഇംഗിതത്തിൽ നിന്നും, ക്രിമിനൽ പ്രവർത്തനത്തിലേയ്ക്കുള്ള കൂടുമാറ്റത്തിന് പലപ്പോഴും ഒരു ചാലക ശക്തി വേണ്ടിവരും. മിക്കപ്പോഴും ഈ ചാലകശക്തി പിന്നീട് ഒരു സഹ-ഗൂഢാലോചനക്കാരനാകാൻ സാധ്യതയുണ്ടുതാനും. ഷെർലക് ഹോംസിന് ജെയിംസ് വാട്സൺ എന്ന പോലെ, കരോൾ ബണ്ടി ഇല്ലാതെ ഡഗ്ലസ് ക്ലാർക്ക് ഒരിക്കലും സൺസെറ്റ് സ്ട്രിപ്പ് കില്ലർസിൽ[1] ഒരു ഭാഗം ആകുമായിരുന്നില്ല. സാമ്പത്തിക സംതൃപ്തിയുടെയോ നികൃഷ്ടമായ തകർച്ചയുടെയോ കാരണങ്ങളാൽ മാറി ചിന്തിക്കാനുള്ള മനുഷ്യന്റെ പ്രവണത വളരെ ഗൗരവതരമായ ഒരു കാര്യമാണ്.

ഒരു ക്രിമിനൽ പ്രവൃത്തിയിൽ അറിഞ്ഞുകൊണ്ട് പങ്കു ചേരുന്നഏതൊരുവ്യക്തിയുംശിക്ഷാർഹനാണെങ്കിലും,അന്വേഷ കർ ചിലപ്പോൾ ഒന്നോ അതിലധികമോ ഗൂഢാലോചനക്കാരെ മാപ്പുസാക്ഷികളാക്കി മാറ്റാനുള്ള തന്ത്രം അവലംബിക്കുന്നു.[2]

---

1 1980-ലെ വേനൽക്കാലത്ത്, കാലിഫോർണിയയിലെ വെസ്റ്റ് ഹോളിവുഡിൽ ഒരു വിചിത്ര ദമ്പതികൾ നടത്തിയ കൊലപാതക ക്രൂരതകൾ അവരെ സൺസെറ്റ് സ്ട്രിപ്പ് കില്ലേഴ്സ് എന്ന കുപ്രസിദ്ധിയിലേക്ക് നയിച്ചു.

2 'മാപ്പുസാക്ഷി' എന്ന പദം ക്രിമിനൽ പ്രൊസീജ്യർ കോഡിൽ (CrPC) നിർവ്വചിക്കുകയോ ഉപയോഗിക്കുകയോ ചെയ്തിട്ടില്ല. എന്നാൽ സാധാരണ യായി ഒരു കുറ്റകൃത്യവുമായി നേരിട്ടോ അല്ലാതെയോ ബന്ധപ്പെട്ടവരാണെന്ന് കരുതുന്ന ഒരു വ്യക്തിക്ക് ബാധകമാണ്. അവർക്ക് CrPC-യുടെ 337 (പുതിയ കോഡിന്റെ സെക്ഷൻ 306) വകുപ്പ് പ്രകാരം കുറ്റകൃത്യത്തിൽ കുറ്റക്കാരായ മറ്റ് വ്യക്തികൾക്കെതിരെ പ്രസ്തുത കക്ഷിയുടെ സാക്ഷ്യം

ഒരുപക്ഷേ നിയമം പോലും, അതിന്റെ എല്ലാ അന്തർലീനമായ യുക്തികളുമപ്പുറം, ഈ കുറ്റവാളികൾ മരണാനന്തര ജീവിതത്തിൽ ശിക്ഷിക്കപ്പെടട്ടെ എന്ന ചിന്തയ്ക്ക് വിടുന്നു.

\\\\\\\\\\\\\\\\\\\\\\

ജൂലൈ 2020

ചാവരുകാവ് സുരേഷ് കേരളത്തിലെ ഒരു കൊച്ചു തരംഗമായിരുന്നു. അദ്ദേഹത്തിന്റെ പാമ്പുപിടുത്ത വീഡിയോകൾ യൂട്യൂബിൽ വൈറലായിരുന്നു. അദ്ദേഹത്തിന്റെ ചാനലായ എസ്.കെ. മീഡിയ 2255, ദൈവത്തിന്റെ സ്വന്തം നാട്ടിലെ പലയിടങ്ങളിലും ചർച്ചാവിഷയമായിരുന്നു, പ്രത്യേകിച്ച് വിഷപ്പാമ്പുകളെ സ്ഥിരമായി കാണപ്പെട്ട സ്ഥലങ്ങളിൽ. കേരളത്തിൽ പാമ്പുകളുടെ എണ്ണം വളരെ കൂടുതലായതിനാൽ, ചാനലും അതിന്റെ വരിക്കാരുടെ എണ്ണവും പെട്ടെന്ന് വളർന്നു. എന്നാൽ സമീപകാലത്ത് സുരേഷിന്റെ വരിക്കാരുടെ എണ്ണത്തിൽ വളരെ വലിയൊരു കുതിച്ചുചാട്ടം ആണ് ഉണ്ടായിരിക്കുന്നത്. കോളിളക്കമുണ്ടാക്കിയ ഒരു കൊലപാതക കേസിലെ സഹ-ഗൂഢാലോചനക്കാരനായി അദ്ദേഹം പത്രങ്ങളുടെ തലക്കെട്ടുകളിൽ ഇടം നേടിയതായിരുന്നു അതിന് കാരണം.

അപകടസാധ്യതകൾ നിറഞ്ഞതായിരുന്നു സുരേഷിന്റെ തൊഴിൽമേഖല. തന്റെ പ്രശസ്തിക്ക് അദ്ദേഹം നൽകേണ്ടി വന്ന വില വലുതായിരുന്നു—വലതു കൈയിലെ നടുവിരലിന് അംഗഭംഗം വന്നിരുന്നു. ചേനത്തണ്ടന്റെ (റസ്സൽസ് വൈപ്പർ) കടിയേറ്റപ്പോൾ സംഭവിച്ചതായിരുന്നു അത്. എന്തായാലും ഒരു കാര്യം ഉറപ്പായിരുന്നു : സുരേഷ് കണ്ണിൽച്ചോരയില്ലാത്ത ഒരു കുറ്റവാളിയൊന്നുമായിരുന്നില്ല. എന്നിട്ടും, മൂന്ന് മാസത്തിനിടെ എത്രയോതവണ ഒരുകുടുസ്സുമുറിയിലെചോദ്യംചെയ്യൽമേശയുടെ കുറ്റവാളികൾക്കുള്ള വശത്ത് അദ്ദേഹത്തിന് ഇരിക്കേണ്ടി വന്നു. ഏതാണ്ട് ഒരു മണിക്കൂറോളം, ചോദ്യം ചെയ്യൽ മുറിയുടെ

ഉറപ്പാക്കുക എന്ന ലക്ഷ്യത്തോടെ മാപ്പ് നൽകപ്പെടുന്നു. കുറ്റവാളികളെ നിയമത്തിന് മുന്നിൽ കൊണ്ടുവരാൻ സ്വതന്ത്രമായ തെളിവുകളൊന്നും ലഭ്യമല്ലാത്ത കൊള്ളസംഘം പോലുള്ള സംഘടിത കുറ്റകൃത്യങ്ങളിൽ സെക്ഷൻ337-ൽ (പുതിയ കോഡിന്റെ സെക്ഷൻ306) പറഞ്ഞിരിക്കുന്ന നടപടിക്രമം ഈ സംസ്ഥാനത്ത് പലപ്പോഴും അവലംബിക്കാറുണ്ട്.

പായൽ മൂടിയ ചുവരുകളിൽ കണ്ണ് നട്ട് അയാളിരുന്നു. അതിന്റെ വ്യത്യസ്ത നിറങ്ങളും അമൂർത്തമായ രൂപങ്ങളും, അയാളിൽ ഒരു ഹിപ്നോട്ടിക് പ്രഭാവം ചെലുത്തി. ചോദ്യം ചെയ്യുന്നയാൾ കടന്നു ചെല്ലുന്നതിന് മുമ്പുതന്നെ അയാളുടെ മനസ്സ് ചരട് പൊട്ടിയ പട്ടം കണക്കെ ആടിയുലഞ്ഞിരുന്നു.

മുറിയുടെ ഒരു മൂലയിൽ ഒരു ലാത്തി ഉണ്ടായിരുന്നു. ആ മുറിയിൽ ഒരല്പമെങ്കിലും പുതുമയും തിളക്കവുമുണ്ടായിരുന്ന ഒരേയൊരു വസ്തുവായിരുന്നു അത്. അതിലെ കേരള പോലീസ് എന്ന എംബ്ലത്തിന്റെ തിളക്കം അവിടുത്തെ മുഷിഞ്ഞ പശ്ചാത്തലത്തിൽ വേറിട്ടു നിന്നു. എന്നാൽ സുരേഷിന് ആ കാഴ്ച ഒരു ദുശ്ശകുനം പോലെയാണ് തോന്നിയത്. അയാൾ പരിഭ്രമത്തോടെ തന്റെകാൽമുട്ടുകളുംകണങ്കാലുകളുംതൊട്ടുനോക്കിക്കൊണ്ടിരുന്നു. ഒരാൾ വന്ന് ആ ലാത്തി കൈയിലെടുക്കുന്നതിന് മുൻപ് തന്നെ, അത് തന്റെ ദേഹത്ത് പതിക്കുമ്പോൾ ഉണ്ടായേക്കാവുന്ന വേദന അയാളുടെ കറുത്ത കൃഷ്ണമണികളിൽ ഉരുണ്ടുകൂടിയിരുന്നു.

കൊല്ലം റൂറൽ ജില്ലാ ക്രൈംബ്രാഞ്ച് ഡെപ്യൂട്ടി പോലീസ് സൂപ്രണ്ട് (ഡിവൈഎസ്പി) എ. അശോകൻ അനുഭവ പരിജ്ഞാനമുള്ള ഒരാളുടെ ഉദാസീനതയോടെ ചോദ്യം ചെയ്യൽ മുറിയിലേക്ക് കടന്നുവന്നു. ഈ മേഖലയിൽ അദ്ദേഹത്തിന് നല്ല പരിചയമുണ്ടായിരുന്നു. സത്യം വെളിപ്പെടുത്താൻ കൂടുതൽ പ്രേരണ ആവശ്യമില്ലെന്ന് അദ്ദേഹത്തിന് അറിയാമായിരുന്നു. സുരേഷിന്റെ നിലവിലുള്ള മാനസികാവസ്ഥ മനസ്സിലാക്കിയെടുക്കാൻ അയാളെ ഒന്ന് ഇരുത്തിനോക്കുക മാത്രമേ അശോകൻ ചെയ്യേണ്ടതുണ്ടായിരുന്നുള്ളൂ.

‘എന്തിനാ അങ്ങനെ ചെയ്തത്?’ മേശയുടെ എതിർവശത്തുള്ള കസേര വലിച്ചിട്ടുകൊണ്ട് അശോകൻ സുരേഷിനോട് ചോദിച്ചു.

‘സർ... അത്...’ അശോകൻ ഇരുന്നപ്പോൾ സുരേഷിന്റെ പേടിച്ചരണ്ട ശബ്ദം കസേരയുടെ ഞരക്കത്തിൽ മുങ്ങിപ്പോയി.

അശോകന്റെ മുഖത്ത് നിർവ്വികാരതയായിരുന്നു. ചോദ്യം ചെയ്യൽ നടത്തേണ്ട ഒരാളെന്ന നിലയിൽ ഈ മുഖഭാവം അദ്ദേഹത്തിന് വലിയ സഹായമായിരുന്നു. ദൈവം അറിഞ്ഞു നൽകിയ ഒരു ദാനം പോലെ. പോലീസുകാരന്റെ മുഖത്തെ പരിചിതമായ ശൂന്യതയിലേക്ക് നോക്കിയിരിക്കവേ എന്തൊക്കെയോ സുരേഷ് ചിന്തിച്ചുകൂട്ടി; അവയിൽ മിക്കതും അശുഭസൂചകങ്ങളായിരുന്നു.

'ഉം... എന്തിനാ അങ്ങനെ ചെയ്തത്?' അശോകൻ ചോദിച്ചു.

മറുപടിയായി അതിശയം കലർന്ന ഒരു ചോദ്യഭാവം മുഖത്ത് കൊണ്ടുവരാൻ സുരേഷ് ശ്രമിച്ചു.

'നോക്ക് സുരേഷേ, നിനക്ക് എന്നെ വിശ്വസിക്കാം,' അശോകൻ ആശ്വസിപ്പിക്കുന്ന സ്വരത്തിൽ പറഞ്ഞു, 'ഉള്ളത് പറഞ്ഞാൽ, എന്നെ വിശ്വസിക്കുകയല്ലാതെ നിനക്ക് വേറെ മാർഗ്ഗമില്ല!' വാചകത്തിന്റെ രണ്ടാം ഭാഗം ഉറച്ചതായിരുന്നു.

'സർ, എന്നോട് ക്ഷമിക്കണം. കാര്യങ്ങൾ ഇങ്ങനെയൊക്കെ ആയിത്തീരുമെന്ന് എനിക്കറിയില്ലായിരുന്നു,' സുരേഷ് പറഞ്ഞു.

അശോകൻ ദീർഘമായി സുരേഷിനെ ഒന്ന് നോക്കിയ ശേഷം, സംസാരം തുടർന്ന് കൊള്ളാൻ അനുവാദം നൽകുന്ന മട്ടിൽ പുരികമൊന്ന് ചലിപ്പിച്ചു.

'എനിക്ക് അവനെ പരിചയമൊന്നുമില്ല സർ. അവൻ ഇങ്ങനെയൊക്കെ ചെയ്യുമെന്ന് ഞാൻ തീരെ കരുതിയില്ല. ഞാൻ ആണയിട്ടു പറയുന്നു സർ!'

'ഞാൻ വിരമിക്കാറായി സുരേഷേ. എന്റെ മുടിയിലെ നരയുടെ അഭാവം സൂചിപ്പിക്കുന്നതിനേക്കാൾ കൂടുതൽ കാലം ഞാൻ ഈ കാക്കി ധരിച്ചിട്ടുണ്ട്. ഞാൻ എത്ര ചോദ്യം ചെയ്യലുകൾ നടത്തിയിട്ടുണ്ടെന്ന് എനിക്ക് തന്നെ ഓർമ്മയില്ല. ഏതായാലും, ഇതിനകം നിനക്ക് എന്നെ നന്നായി മനസ്സിലായിക്കാണുമല്ലോ. എന്നെ പറ്റിക്കാമെന്നാണോ നീ കരുതുന്നത്? നീ ഇത്ര നിഷ്കളങ്കനാണെങ്കിൽ ഇത്രയും നാളും ഏത് മാളത്തിൽ പോയി ഒളിച്ചിരിക്കുകയായിരുന്നു?' അശോകന്റെ ശബ്ദം വല്ലാതെ ഉയർന്നു. 'നീ നൽകിയ ആയുധം കൊണ്ടാണ് ഉത്രയെ നിഷ്കരുണം കൊലപ്പെടുത്തിയിരിക്കുന്നത്! നീ നൽകിയ മൊഴി ഞങ്ങളുടെ പക്കലുണ്ട്. കഴിഞ്ഞ മൂന്ന് മാസത്തിനുള്ളിൽ ഞങ്ങൾ ധാരാളം തെളിവുകൾ ശേഖരിച്ചിട്ടുമുണ്ട്. ഒരു കോടതിയ്ക്ക് മുന്നിൽ ഇതൊക്കെ കാണിച്ചാൽ, അത് എന്തിലേക്കാവും വിരൽ ചൂണ്ടുന്നത് എന്ന് നിനക്ക് അറിയാമോ?' അശോകൻ ചോദിച്ചു. ശേഷം അയാൾ മുറിയിലെ ലാത്തിയിലേക്ക് ഒന്ന് നോക്കി.

അശോകന്റെ പെരുമാറ്റത്തിലെ മാറ്റം സുരേഷിനെ ഉലച്ചു. പരിചയസമ്പന്നനായ ആ പോലീസുകാരൻ ലക്ഷ്യം വയ്ക്കുന്നത് എന്താണെന്ന് അയാൾക്ക് മനസ്സിലായി. ലാത്തിയിൽ തന്നെ ഉറ്റുനോക്കിയിരിക്കുകയായിരുന്ന സുരേഷിന്റെ കണ്ണുകളിൽ ഭയം വ്യക്തമായി നിഴലിച്ചു നിന്നു. കടന്നുപോയ ഒരു മണിക്കൂറ

കൊണ്ടുതന്നെ തനിക്ക് ജരാനര ബാധിച്ചത് പോലെ അയാൾക്ക് തോന്നി. ഉപജീവനത്തിനായി പിടിച്ച ഇഴജന്തുക്കൾപോലും ഇത്രയും വലിയ അരക്ഷിതാവസ്ഥ അയാളിൽ ഉണ്ടാക്കിയിട്ടില്ലായിരുന്നു.

സുരേഷിന്റെ ഭാവങ്ങളിലെ മാറ്റം അശോകൻ ശ്രദ്ധിച്ചു. സംഭാഷണത്തിൽ ന്യായമായ പെരുമാറ്റമാണെന്ന് ധരിപ്പിക്കാൻ എന്ന പോലെ, അയാൾ കൈയ്യിൽ കരുതിയിരുന്ന ചെറിയ കുപ്പി വെള്ളം സുരേഷിന്റെ അരികിലേക്ക് നീക്കിവച്ചു. സുരേഷിന്റെ കണ്ണുകൾ കുപ്പിയുടെ ചലനത്തെ സൂക്ഷ്മമായി പിന്തുടർന്നു. കുപ്പി എടുത്തുകൊള്ളാൻ അശോകൻ സൂചിപ്പിച്ചപ്പോൾ സുരേഷ് അതെടുത്ത് ഒരിറക്ക് വെള്ളം കുടിച്ചു. തൊണ്ടയിൽ അടഞ്ഞുകിടന്നിരുന്ന എന്തോ ഒന്ന് ആ വെള്ളത്തിനൊപ്പം ഇറങ്ങിപ്പോകുന്നത് അയാൾ അറിഞ്ഞു.

അശോകൻ സുരേഷിന്റെ കണ്ണുകളിലേക്ക് തന്നെ സൂക്ഷിച്ചു നോക്കി. 'വെള്ളം അതിന്റെ പാത്രത്തിന്റെ ആകൃതിയെടുക്കുന്നു,' അയാൾ പറഞ്ഞു. 'ഒരു ക്രൂരമായ കുറ്റകൃത്യത്തിലെ ഗൂഢാലോചനക്കാരനും കുറ്റവാളിയുടെ അതേ ഇരുണ്ട രൂപരേഖ തന്നെയാണ്. എന്നാൽ നിങ്ങളെയും കുടുംബത്തെയും രക്ഷിക്കാൻ നിങ്ങൾക്ക് ഇനിയും അവസരമുണ്ട്, സുരേഷ്. സൂരജിന്റെ നിഴൽ നിങ്ങളുടെയും നിങ്ങളുടെ മകളുടെയും ഭാവി ഇരുട്ടാക്കാൻ അനുവദിക്കരുത്.'

അശോകൻ എഴുന്നേറ്റ് സുരേഷിന്റെ അടുത്തേക്ക് നടന്നു. തോളിൽ കൈവച്ച് ആശ്വസിപ്പിച്ചു കൊണ്ട് അയാൾ പറഞ്ഞു, 'നിങ്ങൾ എപ്പോഴും കരയുന്നു എന്നാണല്ലോ നിങ്ങളുടെ ജയിലിലെ സുഹൃത്തുക്കൾ എന്നോട് പറഞ്ഞത്. താങ്കളും സൂരജും ജയിലിൽ ആയിട്ട് ഏകദേശം രണ്ട് മാസം കഴിഞ്ഞു. നിങ്ങളുടെ രണ്ടുപേരുടെയും ശരീരഭാഷകൾ തീർത്തും വ്യത്യസ്തങ്ങളാണ്. അവൻ അധികം അങ്ങനെ ആരോടും ഇടപഴകുന്നില്ല. മാത്രവുമല്ല, പരോക്ഷമായി തന്റെ ദൂഷണങ്ങളെക്കുറിച്ച് വീമ്പിളക്കുകയും ചെയ്യുന്നുണ്ട്. എന്നാൽ മറുവശത്ത്, പെട്ടുപോയ, നിസ്സഹായമായ അവസ്ഥയിലാണ് നിങ്ങൾ സംസാരിക്കുന്നത്. കൊലപാതകത്തിന് ഉപയോഗിച്ച ആയുധം അഥവാ ആയുധങ്ങളെക്കുറിച്ച് പ്രമാദമായ പല വിവരങ്ങളും നിങ്ങൾ ഞങ്ങൾക്ക് നൽകിയിട്ടുണ്ട്. ഞങ്ങളുടെ കേസിൽ ഞങ്ങൾക്ക് പോരായ്മകളോ പഴുതുകളോ ഇല്ല.

പക്ഷേ നിങ്ങൾ കുറച്ച് ദയ അർഹിക്കുന്നുണ്ടെന്ന് എസ്ഐടി[3] കരുതുന്നു.' അശോകൻ ശ്രമം തുടർന്നു, 'സത്യം തുറന്നു പറയൂ സുരേഷ്. ഈ തുറന്നു പറച്ചിലാണ് നിങ്ങളുടെ കൈവശമുള്ള ഒരേയൊരു ലൈഫ്‌ലൈൻ. അത് ഉപയോഗിച്ചുകൂടെ?'

'സർ, എവിടെ തുടങ്ങണമെന്ന് എനിക്കറിയില്ല. സ്വയം കുടുങ്ങാൻ എനിക്ക് വയ്യ. സൂരജ് എന്നെ ഭീഷണിപ്പെടുത്തിയതിനാലാണ് ഞാൻ ഇതുവരെ ഒഴിഞ്ഞുമാറി നടന്നത്. എനിക്കെതിരെയും കൊലക്കുറ്റം ചുമത്തുമെന്ന് വരെ അയാൾ പറഞ്ഞു. ഒരുപാട് ആലോചിച്ചതിന് ശേഷമാണ് എല്ലാം തുറന്നു പറയാൻ ഞാൻ തീരുമാനിച്ചത്. ഞാൻ സത്യസന്ധമായി സംസാരിച്ചാൽ പോലീസുകാർ എന്നെ സഹായിക്കുമെന്ന് എന്റെ മോൾ വിശ്വസിക്കുന്നുണ്ട്,' സുരേഷ് കരച്ചിലിന്റെ വക്കിലെത്തി.

'നിങ്ങളെ അതിന് ഞാൻ സഹായിക്കാം. തുറന്നു പറയാൻ നിങ്ങൾ വിഷമിക്കേണ്ട. നമുക്കിരുവർക്കും തർക്കമില്ലാത്ത, ഒരുപോലെ അറിയാവുന്ന കാര്യങ്ങളിൽ നിന്ന് തുടങ്ങാം. ഫെബ്രുവരി 12-നാണ് സൂരജ് ആദ്യമായി നിങ്ങളെ സമീപിച്ചത്. ഇപ്പോൾ ഞങ്ങളുടെ പക്കലുള്ള തെളിവുകളിൽ ഉൾപ്പെടുത്തിയിരിക്കുന്ന ഒരു ഫോണിൽ നിന്നാണ് അയാൾ നിങ്ങളെ വിളിച്ചതെന്ന് ഞങ്ങളുടെ സൈബർ വിദഗ്ധൻ സ്ഥിരീകരിച്ചിട്ടുണ്ട്. എന്തായിരുന്നു ആ ആദ്യ വിളിയുടെ ഉദ്ദേശ്യം?' അശോകൻ ചോദിച്ചു. സുരേഷിന് ഒരു ദിശമാറ്റം ആവശ്യമാണെന്ന് അയാൾ മനസ്സിലാക്കിയിരുന്നു.

'സർ, താൻ ഒരു ആരാധകനാണെന്ന് പറഞ്ഞു കൊണ്ടാണ് അയാളെന്നെ അന്ന് വിളിച്ചത്. പാമ്പുപിടുത്തത്തിലെ ഏറ്റവും ബുദ്ധിമുട്ടേറിയ വീഡിയോകൾ എല്ലാം അയച്ചുകൊടുക്കണമെന്ന് അയാൾ പറഞ്ഞിരുന്നു. പാമ്പുപിടുത്തക്കാരെ വലിയ ബഹുമാനമാണെന്നും അയാൾ പറഞ്ഞു. എച്ച്ഡിഎഫ്സി ബാങ്കിലെ ഉദ്യോഗസ്ഥനാണെന്നും അയാളന്ന് പറഞ്ഞു.'

'ഉം... അയാൾ ആദ്യം തന്നെ നിങ്ങളെ കൈയിലെടുത്തു,' അശോകൻ ഊഹിച്ചു.

'ഇതിനെ എങ്ങനെ വിവരിക്കണമെന്ന് എനിക്കറിയില്ല സർ. പൊതുവെ അത്ര നന്ദിയൊന്നും ലഭിക്കാത്ത ഈ ജോലിയ്ക്ക് ഒരു അംഗീകാരം കിട്ടുന്നതിൽ എനിക്ക് വലിയ സന്തോഷം

3 സ്പെഷൽ ഇൻവെസ്റ്റിഗേഷൻ ടീം (SIT)

തോന്നി. ഓരോ തവണ വിഷപ്പാമ്പുകളെ രക്ഷിക്കുമ്പോഴും ഒരു ചെറിയ ആൾക്കൂട്ടം തടിച്ചുകൂടാറുണ്ട്. എന്നാൽ ഈ ഇഴജന്തുക്കളോട് ആളുകൾക്കുള്ള ഭയഭക്തികൾക്ക് നടുവിൽ രക്ഷാപ്രവർത്തകന്റെ ധീരമായ പ്രവർത്തി പലപ്പോഴും ശ്രദ്ധിക്കപ്പെടാറില്ല. പാമ്പിനെ പിടിച്ചു കഴിഞ്ഞാൽ, തടിച്ചുകൂടിയതിനേക്കാൾ വേഗത്തിലാണ് ആൾക്കൂട്ടം പിരിഞ്ഞു പോകുന്നത്. പലപ്പോഴും ഒരു ചെറിയ നന്ദിവാക്കുപോലും ആരും പറയാറില്ല.' സുരേഷ് മുറിയിൽ ആകെയുണ്ടായിരുന്ന ജനാലയിലൂടെ പുറത്തേക്ക് നോക്കി. 'അയാൾ എന്നെ ഒരു വീരനായി അംഗീകരിക്കുന്നതിൽ എനിക്ക് സന്തോഷം തോന്നി. ഒരിക്കലെങ്കിലും, ഞാൻ ചെയ്യുന്നതിന് ഒരു വിലയും നിലയും ഉണ്ടായത് പോലെ തോന്നി.'

'എനിക്ക് മനസ്സിലാകും. പോലീസുപോലും പലപ്പോഴും നിങ്ങളെപ്പോലുള്ളവരിൽ നിന്നും സഹായം സ്വീകരിക്കാറുണ്ട്. പക്ഷേ വിജയകരമായ ഒരു രക്ഷാപ്രവർത്തനത്തിന്റെ ക്രെഡിറ്റ് അവർ വളരെ വിരളമായേ പങ്കിടാറുള്ളൂ. രക്ഷാപ്രവർത്തകരുടെ പേരുകൾ അപൂർവ്വമായി മാത്രമേ പത്രക്കുറിപ്പുകളിൽ പരാമർശിക്കപ്പെടുന്നുള്ളൂ. അംഗീകാരത്തിന്റെ ഒരു തരി പോലും പങ്കുവെക്കപ്പെടാറില്ല. നിങ്ങളെടുക്കുന്ന സാഹസത്തിന് അനുസൃതമായ ഒരു പ്രതിഫലം നിങ്ങൾക്ക് കിട്ടാറില്ല. പെട്ടെന്നുള്ള പ്രതികരണത്തിൽ നേരിയ വ്യത്യാസം ഉണ്ടായാൽപ്പോലും കൈകാലുകളോ ജീവനോ പോലും നഷ്ടപ്പെടാൻ ഇടയാകും. അത്തരം അപകടസാധ്യതകൾ വളരെ കൂടുതലാണ്.' അശോകന്റെ വാക്കുകളിൽ സഹാനുഭൂതി നിറഞ്ഞിരുന്നു. കാരണം ഉയർന്ന അപകടസാധ്യതയുള്ള ജോലിയിലെ ആവശ്യങ്ങളെക്കുറിച്ച് അയാൾക്ക് കൃത്യമായി അറിയാമായിരുന്നു. 'പിന്നെ എന്തുണ്ടായി?'

'അന്ന് ആദ്യം ഫോണിൽ സംസാരിച്ചു കഴിഞ്ഞ്, ഞാൻ സൂരജിന് ചില വീഡിയോകൾ അയച്ചുകൊടുത്തു. അതിനുശേഷം അയാൾ നിരന്തരം സമ്പർക്കം പുലർത്താൻ തുടങ്ങി. അയാൾക്ക് പാമ്പുകളെക്കുറിച്ച് അറിയാൻ വലിയ ഇഷ്ടമായിരുന്നു. അവയെക്കുറിച്ച് ഇടയ്ക്കിടെ ഞങ്ങൾ ചാറ്റ് ചെയ്യാറുണ്ടായിരുന്നു. അവയുടെ ശൽക്കങ്ങൾ എങ്ങനെയിരിക്കും, അവ എന്ത് ഭക്ഷണമാണ് കഴിക്കുക, അവയുടെ വിഷം സ്രവിക്കുന്ന ഗ്രന്ഥികൾ എവിടെയാണ്, അങ്ങനെ പലതും. പാമ്പുകളെ പിടിക്കുന്നതിനെക്കുറിച്ചും,

പുനരധിവസിപ്പിക്കുന്നതിനെക്കുറിച്ചും പഠിക്കാൻ അദ്ദേഹത്തിന് പ്രത്യേക താൽപ്പര്യമുണ്ടായിരുന്നു. അദ്ദേഹത്തിന് ഈ ജീവിയോട് ആത്മാർത്ഥമായ സ്നേഹമുണ്ടെന്നാണ് എനിക്കന്ന് തോന്നിയത്.'

'സുരേഷേ, നീ കാര്യങ്ങളൊക്കെ ഒരുവിധം മനസ്സിലാക്കുന്ന ആളാണെന്നാണ് എനിക്ക് തോന്നുന്നത്. പിന്നെ എങ്ങനെയാണ് സൂരജിന്റെ വലയിൽ നീ കുടുങ്ങിയത്?' വികാരങ്ങളെ നിലനിർത്തി അശോകൻ ചോദിച്ചു.

'സർ, ഞങ്ങളുടെ ആദ്യത്തെ കുറച്ച് സംഭാഷണങ്ങൾക്ക് ശേഷം, ഒരു ബോധവൽക്കരണ പരിശീലന ക്ലാസ്സ് നടത്താൻ സൂരജ് എന്നെ ക്ഷണിച്ചു. പ്രാദേശിക പാമ്പുകളെക്കുറിച്ചുള്ള അറിവ് തന്റെ പ്രദേശത്തുള്ള ആളുകൾക്ക് വലിയ സഹായമായിരിക്കുമെന്ന് അയാൾ പറഞ്ഞു. അയാളുടെ അഭ്യർത്ഥനയിൽ കഴമ്പുണ്ടെന്നാണ് എനിക്ക് തോന്നിയത്.' സുരേഷ് മുക്കിയും മൂളിയും പറഞ്ഞൊപ്പിച്ചു. 'ഞാൻ ഒരു മണ്ടനായിരുന്നു. ഞാൻ അവനെ വിശ്വസിച്ചു. അവൻ പറഞ്ഞ ചെറിയ മുഖസ്തുതികളിൽ ഞാൻ വീണുപോയി!'

'ആ പരിശീലന ക്ലാസ്സിനെക്കുറിച്ചുള്ള വിവരങ്ങൾ ഞങ്ങളുടെ പക്കലുണ്ട്. സുരേഷേ, എല്ലാ കാര്യങ്ങളിലൂടെയും വീണ്ടും കടന്നുപോകുന്നത് നിങ്ങൾക്ക് ബുദ്ധിമുട്ടാണെന്ന് എനിക്കറിയാം. എന്നാൽ ഇത് മോചനത്തിനുള്ള നിങ്ങളുടെ ഒരേയൊരു അവസരം കൂടിയാണ്.' അശോകൻ സുരേഷിന്റെ വിശ്വാസ വലയത്തിലേക്ക് പതിയെ നീങ്ങുകയായിരുന്നു. 'പരിശീലന ക്ലാസ്സിൽ എന്താണ് സംഭവിച്ചത്?'

'ആദ്യം സൂരജിനോട് പാമ്പുകളെ ലഭ്യമല്ലെന്ന് പറഞ്ഞ് ഒഴിവാകാൻ ഞാൻ ശ്രമിച്ചു. എന്നാൽ കാത്തിരിക്കാൻ തയ്യാറാണെന്ന് അയാൾ പറഞ്ഞു. കുറച്ച് ദിവസം കഴിഞ്ഞ്, ഊഴായ്ക്കോട് അയ്യപ്പക്ഷേത്ര ട്രസ്റ്റിന്റെ പരിസരത്ത് നിന്ന് നാലടി നീളമുള്ള ചേനത്തണ്ടനെ ഞാൻ രക്ഷപ്പെടുത്തി. ഈ രക്ഷാപ്രവർത്തനം ഫേസ്ബുക്കിൽ ലൈവ് സ്ട്രീം ചെയ്തിരുന്നു. സൂരജും അത് കണ്ടു. അല്പം കഴിഞ്ഞ് അയാൾ എന്നെ വിളിച്ച് ഈ പാമ്പിനെ ഉപയോഗിച്ച് പരിശീലന ക്ലാസ്സ് നടത്താൻ എന്നെ പ്രേരിപ്പിച്ചു. അയാളുടെ ഉത്സാഹം എന്നെ ആകർഷിച്ചു. ഞാൻ അത് സമ്മതിച്ചു. അതിനിടയിൽ, റെസ്ക്യൂ വാൻ ഡ്രൈവറായ രാജുവിനോടും, എന്റെ പങ്കാളിയായ പ്രേംജിത്തിനോടും ഞാൻ

ഈ ക്ലാസ്സിനെക്കുറിച്ച് പറഞ്ഞു. അല്പം കഴിഞ്ഞ് സൂരജിനെ വിളിച്ചപ്പോൾ, ഇതിന് 10,000 രൂപ ഈടാക്കുമെന്ന് ഞാൻ തമാശയായി പറഞ്ഞു. എന്നെ അത്ഭുതപ്പെടുത്തിക്കൊണ്ട്, അപ്പോൾ തന്നെ സൂരജ് അത് സമ്മതിച്ചു. പണം ഏർപ്പാടാക്കാമെന്ന് അയാൾ പറഞ്ഞു. ക്ലാസ്സ് അതിരാവിലെ വെച്ചാൽ അത് കാണാൻ കൂടുതൽ ആളുകൾ തടിച്ചുകൂടുമെന്ന് അയാൾ കരുതി. കുറച്ച് ആശയക്കുഴപ്പങ്ങൾക്കൊടുവിൽ ഞങ്ങൾ തീയതിയും സമയവും തീരുമാനിച്ചു—26 ഫെബ്രുവരി പുലർച്ചെ 5.30-ന്.'

അപ്പോൾ അശോകൻ പൊടുന്നനെ എഴുന്നേറ്റു. 'നിങ്ങൾ എല്ലാം ഓർത്തു പറയാൻ ശ്രമിക്കുന്നുണ്ടല്ലോ. നന്നായി സുരേഷ്. പക്ഷേ നമ്മുടെ സംഭാഷണം തുടരുന്നതിന് മുമ്പ് എനിക്ക് എന്റെ മേലുദ്യോഗസ്ഥരുമായി ചില കാര്യങ്ങൾ സംസാരിക്കേണ്ടതുണ്ട്. ഞാൻ വൈകാതെ മടങ്ങി വരാം.'

രണ്ട് മാസത്തെ കഠിനമായ തടവിനും ഒന്നിലധികം റൗണ്ട് ചോദ്യം ചെയ്യലിനും ശേഷമാണ് സുരേഷ് സംസാരിക്കാൻ തയ്യാറായത്. സുരേഷിന്റെ സാക്ഷിമൊഴി പ്രോസിക്യൂഷൻ കേസിനെ സാരമായി സ്വാധീനിക്കുമെന്ന് അശോകന് അറിയാമായിരുന്നു. സുരേഷിന്റെ സാക്ഷ്യവും വിവരങ്ങൾ വെളിപ്പെടുത്താനുള്ള അയാളുടെ ആഗ്രഹവും കേസിനെ ഒന്നുകൂടി ബലപ്പെടുത്തുമെന്ന് അദ്ദേഹത്തിന് തോന്നി. അതുകൊണ്ടാണ് ചോദ്യംചെയ്യലിന് ഒരു താൽക്കാലിക വിരാമമിട്ടത്. സുരേഷിനെ മാപ്പുസാക്ഷിയാക്കുന്നത് നന്നായിരിക്കും എന്ന് പബ്ലിക് പ്രോസിക്യൂട്ടർ മോഹൻ രാജ് നിർദ്ദേശിച്ചത് അശോകൻ ഓർത്തു. ഈ സാധ്യതയെ കൂടുതൽ ഉപയോഗിക്കുന്നതിനെപ്പറ്റി മേലുദ്യോഗസ്ഥരോട് സംസാരിക്കണമെന്ന് അയാൾ തീരുമാനിച്ചു.

അശോകൻ, പോലീസ് സൂപ്രണ്ട് (എസ് പി) എസ്. ഹരിശങ്കറിനെ വിളിച്ചു. രണ്ടു മൂന്ന് തവണ ശ്രമിച്ചതിന് ശേഷമാണ് അദ്ദേഹത്തെ ലൈനിൽ കിട്ടിയത്.

'സർ, ഉത്രയുടെ കാര്യത്തെക്കുറിച്ച് എനിക്കൊരു അപ്ഡേറ്റ് ഉണ്ട്,' അശോകൻ നേരെ കാര്യത്തിലേക്ക് വന്നു.

'പറയൂ,' എസ് പി പ്രതികരിച്ചു.

'സർ, കൂട്ടുപ്രതി സുരേഷ്, എല്ലാം തുറന്നു പറയാൻ തയ്യാറാണ്. പുള്ളി തന്റെ കുടുംബത്തെക്കുറിച്ച്, പ്രത്യേകിച്ച് തന്റെ ഇളയ മകളെക്കുറിച്ച്, ആശങ്കാകുലനാണ്. നമുക്ക്

അയാളുമായി ഒരു ഒത്തുതീർപ്പിന് ശ്രമിച്ചാലോ?' അശോകൻ ആരാഞ്ഞു.

'താങ്കൾ എന്താണ് പറഞ്ഞുവരുന്നതെന്ന് വ്യക്തമാക്കൂ.'

'സർ, സുരേഷിനെ കേസിൽ മാപ്പുസാക്ഷിയാക്കിയാൽ, മുഖ്യപ്രതി ശിക്ഷിക്കപ്പെടാനുള്ള സാധ്യത വളരെ കൂടുതലാണെന്ന് മോഹൻ രാജ് കരുതുന്നു. ഈ കേസ് ഇപ്പോൾ തികച്ചും സാഹചര്യത്തെളിവുകളെ അടിസ്ഥാനമാക്കിയുള്ളതാണ്. പക്ഷേ സുരേഷ് നമ്മുടെ പ്രധാന സാക്ഷിയായാൽ പ്രതിഭാഗം വക്കീലിന് നിൽക്കക്കള്ളിയില്ലാതായേക്കും.' അശോകന്റെ സ്വരം ഉറച്ചതായിരുന്നു.

ഏകദേശം ഒരു മിനിറ്റ് നീണ്ട നിശബ്ദതയ്ക്കു ശേഷം എസ് പി വീണ്ടും സംസാരിച്ചു.

'ഞാൻ തിരിച്ചു വിളിക്കാം.' കോൾ കട്ട് ചെയ്ത ഹരിശങ്കർ, ഉടൻ തന്നെ ഡയറക്ടർ ജനറൽ ഓഫ് പോലീസ് (ഡിജിപി) ലോക്നാഥ് ബെഹ്റയുടെ നമ്പർ ഡയൽ ചെയ്തു.

ഇന്ത്യൻ പോലീസ് സർവീസിന്റെ (ഐപിഎസ്) 1985 ബാച്ചിൽ അംഗമായിരുന്നു ബെഹ്റ. ക്രിമിനൽ നടപടി ക്രമങ്ങളെക്കുറിച്ച് അദ്ദേഹത്തിനുള്ള ആഴമായ അറിവിനെ അദ്ദേഹത്തിന്റെ എല്ലാ സഹപ്രവർത്തകരും പ്രകീർത്തിച്ചിരുന്നു. ദേശീയ അന്വേഷണ ഏജൻസിയുടെ (എൻഐഎ) സ്ഥാപക അംഗമായ അദ്ദേഹം, കേരള പോലീസ് സേനയെ നവീകരിക്കുന്നതിലും അത്യാധുനിക വാഹനങ്ങളും അത്യാധുനിക ചെറു ആയുധങ്ങളും മാരകമല്ലാത്ത ആയുധങ്ങളും സജ്ജീകരിക്കുന്നതിലും പ്രധാന പങ്കുവഹിച്ചു.

'പറയൂ, ഹരിശങ്കർ,' ബെഹ്റ പറഞ്ഞു.

'സർ, ഉത്ര കൊലക്കേസിന്റെ അപ്ഡേറ്റുമായി അശോകൻ വിളിച്ചിരുന്നു. കുറ്റസമ്മതം നടത്താൻ സുരേഷ് സമ്മതിച്ചു.'

'ആ പാമ്പുപിടുത്തക്കാരനാണോ?'

'അതെ സർ. അവനെ കേസിലെ മാപ്പുസാക്ഷിയാക്കുന്നത് നമ്മുടെ കേസിനെ വളരെയധികം സഹായിക്കുമെന്നാണ് അശോകൻ കരുതുന്നത്. അയാൾ ഒരു കൊടും കുറ്റവാളിയൊന്നുമല്ല. അറിയാതെ ഇതിൽ പെട്ടുപോയതാണെന്ന് തോന്നുന്നു. ഇതുവരെ, ചില നിർണ്ണായക തെളിവുകൾ കണ്ടെത്തുന്നതിലേക്ക് നയിച്ച വിവരങ്ങൾ അദ്ദേഹം പങ്കുവച്ചിട്ടുണ്ട്.'

വളരെപ്പെട്ടെന്ന് തീരുമാനങ്ങൾ കൈക്കൊള്ളാനുള്ള അസാമാന്യ കഴിവുള്ള ബെഹ്റ മറുപടി നൽകി, 'അശോകൻ എന്താണ് പറഞ്ഞു വരുന്നതെന്ന് എനിക്ക് മനസ്സിലായി. നമുക്ക് ചീഫ് ജുഡീഷ്യൽ മജിസ്ട്രേറ്റിൽ നിന്ന് അനുമതി വാങ്ങാൻ ശ്രമിക്കാം. നിയമത്തിൽ നിർദ്ദേശിച്ചിരിക്കുന്ന നടപടിക്രമം അല്പം സങ്കീർണ്ണമാണ്.'

'സർ, എനിക്കൊരു അഭ്യർത്ഥനയുണ്ട്. കുറ്റസമ്മതം നടത്തുന്നത് റെക്കോർഡിങ് ചെയ്യാൻ അനൂപ് കൃഷ്ണയെ കൊണ്ടുവന്നാൽ നന്നായിരിക്കും എന്നെനിക്ക് തോന്നുന്നു'.

'അയാളെ തിരുവനന്തപുരത്ത് ഏതോ പോലീസ് സ്റ്റേഷനിലെ സ്റ്റേഷൻ ഹൗസ് ഓഫീസറായി (എസ്എച്ച്ഒ) നിയമിച്ചിരിക്കുകയല്ലേ ഇപ്പോൾ?' ബെഹ്റ ചോദിച്ചു.

'അതെ സർ. പക്ഷേ, ആ ജോലിക്ക് ഏറ്റവും യോജിച്ച വ്യക്തി അനൂപാണ്.'

'അനുഭവംകൊണ്ട് നിങ്ങൾ നേടിയെടുത്ത സഹജാവ ബോധത്തെ ഞാൻ മാനിക്കുന്നു. അത് പൂർത്തിയാക്കൂ!' ഡിജിപി പറഞ്ഞു.

'നന്ദി സർ. ജയ് ഹിന്ദ്!' ഹരിശങ്കർ വിജയാഹ്ലാദത്തോടെ പറഞ്ഞു.

ഹരിശങ്കർ അപ്പോൾത്തന്നെ അശോകനെ വിളിച്ചു. സുരേഷിന്റെ കുറ്റസമ്മതം രേഖപ്പെടുത്താനുള്ള എല്ലാ ഒരുക്കങ്ങളും തയ്യാറാകുന്നത് വരെ, സുരേഷിനെ അതേ മാനസികാവസ്ഥയിൽ നിലനിർത്താൻ അദ്ദേഹം പറഞ്ഞു. അദ്ദേഹം തന്നെ അനൂപ് കൃഷ്ണയെയും വിളിച്ച് കുറ്റസമ്മതം രേഖപ്പെടുത്താൻ ടീമിനെ സഹായിക്കണമെന്ന് ആവശ്യപ്പെട്ടു.

\\\\\\\\\\\\\\\\\\

കൈയ്യിൽ ഒരു കപ്പ് കാപ്പിയുമായിട്ടാണ് അശോകൻ ചോദ്യം ചെയ്യൽ മുറിയിലേക്ക് മടങ്ങിയത്. കാപ്പിക്കുരുകളെക്കുറിച്ച് അദ്ദേഹത്തിന് ആഴത്തിലുള്ള അറിവുണ്ടായിരുന്നു. നല്ല ഉഗ്രൻ കാപ്പി ഉണ്ടാക്കുന്ന വിദ്യ തനിക്ക് അറിയാമെന്നതിൽ അദ്ദേഹം അഭിമാനിക്കുകയും ചെയ്തു. അദ്ദേഹം ഉണ്ടാക്കുന്ന കാപ്പിയുടെ ചൂട് ഏറ്റക്കുറച്ചിലുകളില്ലാതെ കൃത്യമായിരുന്നു. മൾട്ടിനാഷണൽ കോഫി ശൃംഖലകളിൽ ലഭിക്കുന്ന ഇളം

ചൂടുള്ള കാപ്പിയോ, വീട്ടിലെ അടുക്കളകളിൽ ലഭിക്കുന്ന ചൂടേറിയ കാപ്പിയോ അദ്ദേഹത്തിന് ഇഷ്ടമായിരുന്നില്ല. താനുണ്ടാക്കിയ സ്വാദിഷ്ടമായ ആ പാനീയം നുണയവേ, അദ്ദേഹം സുരേഷിനെ നോക്കി ആശ്വസിപ്പിക്കുന്ന ഒരു പുഞ്ചിരി നൽകി.

അശോകന്റെ ശരീരഭാഷ ശ്രദ്ധിച്ചപ്പോൾ അനുകൂലമായ എന്തോ അതിലുണ്ടെന്ന് തോന്നിയ സുരേഷ് ജിജ്ഞാസ നിയന്ത്രിക്കാനാവാതെ ചോദിച്ചു, 'എന്തു പറ്റി, സർ? എന്തെങ്കിലും നല്ല വാർത്തയുണ്ടോ? നിങ്ങളുടെ മേലുദ്യോഗസ്ഥർ എന്താണ് പറഞ്ഞത്?'

ആ മുറിയിലെ നിശ്ശബ്ദതയെ ഭഞ്ജിക്കുന്നതിനുമുമ്പ് അശോകൻ അസാധാരണമായ ഉച്ചത്തിൽ നീട്ടിവലിച്ചുകൊണ്ട് ഒരിറക്ക് കാപ്പി കുടിച്ചു. 'സുരേഷേ, നിങ്ങൾക്ക് നിരസിക്കാൻ കഴിയാത്ത ഒരു ഓഫർ എനിക്കുണ്ട്!'

യഥാർത്ഥത്തിൽ അത് *ദ ഗോഡ്ഫാദർ* എന്ന അൽ പാച്ചിനോ സിനിമയിൽ നിന്നുള്ള പരാമർശം ആണെന്ന് സുരേഷിന് മനസ്സിലായില്ല. പക്ഷേ പോപ്പ് സംസ്കാരത്തെക്കുറിച്ച് ആലോചിക്കാൻപോലും കഴിയാത്ത അവസ്ഥയിലായിരുന്ന സുരേഷ് ചോദിച്ചു, 'സർ, എനിക്ക് മനസ്സിലാകുന്നില്ല. എന്ത് പറ്റി?'

'സുരേഷേ, നിന്റെ മകൾ വളരുന്നത് നിനക്ക് കൺകുളിരെ കാണാം. നിനക്ക് ജീവിതത്തിൽ രണ്ടാമതൊരു അവസരം കൂടി കിട്ടും. ഞാൻ എസ് പിയോട് സംസാരിച്ചതേയുള്ളൂ. ആ നല്ല ഉദ്യോഗസ്ഥൻ നിന്നെ കേസിൽ മാപ്പുസാക്ഷി ആക്കാൻ സമ്മതിച്ചു!' ഈ പ്രഖ്യാപനം നടത്തുമ്പോൾ അശോകന്റെ മുഖം നിറയെ അഭിമാനമായിരുന്നു.

'സർ, എന്റെ അറിവില്ലായ്മയോട് ക്ഷമിക്കണം; പക്ഷേ സർ പറഞ്ഞത് എനിക്ക് മനസ്സിലായില്ല,' സുരേഷ് പരിഭ്രമത്തോടെ പറഞ്ഞു.

'എടോ കാര്യം ഇത്രയേ ഉള്ളൂ. കോടതിയിൽ ഞങ്ങളുടെ പ്രധാന സാക്ഷിയായി നിന്ന് താൻ മുഴുവൻ കഥയും പറയണം. കോടതിയിൽ എന്തൊക്കെ പറയണം എങ്ങനെയൊക്കെ പറയണം എന്നതൊക്കെ ഞങ്ങൾ സഹായിച്ചു തരാം. അങ്ങനെ വരുമ്പോൾ നമുക്ക് എല്ലാ വസ്തുതകളും നിലവിലുണ്ടെന്ന് ഉറപ്പാക്കുകയും ചെയ്യാം. ഞങ്ങളുടെ ഡിപ്പാർട്ട്മെന്റിലെ ഏറ്റവും മിടുക്കനായ എസ്എച്ച്ഒ അനൂപ് കൃഷ്ണ നിങ്ങളുടെ കുറ്റസമ്മതം

രേഖപ്പെടുത്താനായി ഇങ്ങോട്ട് വന്നുകൊണ്ടിരിക്കുകയാണ്. അതായത്, നിങ്ങൾ അവനോട് എല്ലാം ഏറ്റു പറഞ്ഞാൽ നമുക്ക് സൂരജിന് ശിക്ഷ ഉറപ്പാക്കാം. അങ്ങനെ നിങ്ങളെ ഇതിൽ നിന്നും പുറത്തു കടക്കാൻ ഞങ്ങൾക്ക് സഹായിക്കാനും സാധിക്കും. അത് ഒരു നല്ല കാര്യമല്ലേ?'

സുരേഷ് വിശ്വാസം വരാതെ അശോകനെ നോക്കി. എന്നിട്ട് വീണ്ടും ജനലിലൂടെ പുറത്തേക്ക് നോക്കി. തന്റെ കാൽമുട്ടുകൾ വിറയ്ക്കുന്നതായി അയാൾക്ക് അനുഭവപ്പെട്ടു. അപ്പോൾ അയാളുടെ വയറിൽ ഉരുണ്ടുകയറുന്ന മുഴക്കം അശോകന്റെ ചെവിയിലും എത്തി. സുരേഷിന്റെ മുഖം ചുവന്നു; അയാൾ ഹ്രസ്വമായി ഒന്ന് നിശ്വസിച്ചു. ഒരു നിമിഷം മുഴുമിക്കുന്നതിനുള്ളിൽത്തന്നെ വികാരങ്ങളുടെ വേലിയേറ്റങ്ങളും വേലിയിറക്കങ്ങളും വേനലും വർഷവുമെല്ലാം മുന്നിലിരിക്കുന്ന കുറ്റാരോപിതനിലൂടെ കടന്നു പോയതായി അശോകന് മനസ്സിലായി.

'സർ, ഇത് ശരിക്കും സാധ്യമാണോ? എനിക്ക് ഇവിടെനിന്നും പുറത്ത് കടക്കാനാവുമോ?'

സുരേഷ് അവിശ്വസനീയതയോടെ ചോദിച്ചു.

'അതെ, നിങ്ങൾക്ക് കഴിയും; ഇന്നത്തെ ചോദ്യം ചെയ്യൽ സെഷനിൽ നിങ്ങൾ നൽകിയ വാക്ക് പാലിക്കുകയാണെങ്കിൽ. യുക്തിസഹമായി ചിന്തിക്കാൻ കഴിയുന്ന ഒരാളാണ് നിങ്ങൾ. തെറ്റായ സമയത്ത് നിങ്ങൾ തെറ്റായ സ്ഥലത്ത് അറിയാതെ എത്തിപ്പെട്ടതാണെന്ന് എനിക്ക് മനസ്സിലാകാൻ കഴിയും. ഉത്രയുടെ മരണത്തിലേക്ക് നയിച്ച സംഭവങ്ങളിലൂടെ, ഒന്നും വിട്ടുപോകാതെ, ഒന്നാലോചിക്കൂ. അനൂപ് കൃഷ്ണയോട് എല്ലാ വിശദാംശങ്ങളോടും കൂടി അവളുടെ കഥ പറയുക. നിങ്ങളുടെ അറസ്റ്റിന് ശേഷം നിങ്ങൾ എന്നോട് പറഞ്ഞതും, പറയാൻ വിട്ടുപോയതുമായ എല്ലാം അതിൽ ഉൾപ്പെടുത്തുക. പിന്നെ ഇത്തരത്തിലുള്ള അപേക്ഷകളിൽ അതിന്റേതായ അപകടസാധ്യതകൾ ഉണ്ടാവുമെന്ന് ഓർമ്മിക്കുക. നിങ്ങളുടെ വിശ്വാസം അവയിൽ നിക്ഷേപിക്കുന്നതിന് മുമ്പ് പേപ്പർ വർക്കുകൾ ശ്രദ്ധാപൂർവ്വം വായിച്ചു മനസ്സിലാക്കുക.' അശോകൻ സുരേഷിന്റെ മനസ്സിൽ വിശ്വാസത്തിന്റെ വിത്തുകൾ ശ്രദ്ധയോടെ വിതറി.

'ഞാൻ അദ്ദേഹത്തോട് എല്ലാം പറയാം സർ. എന്റെ മകൾക്കൊപ്പം ജീവിക്കാൻ അവസരം കിട്ടുമെങ്കിൽ സൂരജിനെതിരെ പറയാൻ ഞാൻ തയ്യാറാണ് സർ. ഇപ്പോൾ

എന്റെ മനസ്സിൽ ഭയമില്ല സർ. തിരികെ പോയി കുടുംബവുമൊത്തു ജീവിക്കാനാകും എന്ന സ്വപ്നം യാഥാർത്ഥ്യമാകാൻ പോകുന്നു എന്നെനിക്കു തോന്നുന്നു. നന്ദിയുണ്ട് സർ.'

\\\\\\\\\\\\\\\\\\

പ്രത്യേക താരപരിവേഷമൊന്നുമില്ലാതെ പിറ്റേന്ന് അനൂപ് കൃഷ്ണ എത്തി. അദ്ദേഹം അശോകനെ കാണണമെന്ന് ഡ്യൂട്ടി ഓഫീസറോട് പറഞ്ഞു. അധികം വൈകാതെ അവരിരുവരും ഒരു മേശയ്ക്ക് ഇരുപുറവുമായി ഇരുന്നു.

'എസ് പിയ്ക്ക് നിങ്ങളിൽ നല്ല വിശ്വാസമുണ്ട്.' അശോകൻ കൃഷ്ണയെ നോക്കി പുഞ്ചിരിച്ചു.

'സർ, അദ്ദേഹത്തിന്റെ കീഴിൽ സേവനമനുഷ്ഠിക്കാനുള്ള ഭാഗ്യം എനിക്ക് കിട്ടിയിട്ടുണ്ട്. നല്ലൊരു മനുഷ്യനാണ് അദ്ദേഹം,' കൃഷ്ണ പ്രതികരിച്ചു.

'കേസിനെക്കുറിച്ചുള്ള വിവരങ്ങൾ കിട്ടിയല്ലോ അല്ലെ?'

'ഉവ്വ് സർ. എനിക്ക് ഇതിലെ വസ്തുതകളൊക്കെ മനസ്സിലായിട്ടുണ്ട്. കൂടാതെ കേസ് ഫയലുകൾ വിശദമായി വായിച്ചിട്ടുമുണ്ട്. സംഭവങ്ങളുടെ ഒരു ചിത്രം എനിക്ക് വ്യക്തമായി മനസ്സിലായി. നിങ്ങളുടെ കൈയ്യിൽ എന്തെങ്കിലും പുതിയ വിവരങ്ങൾ ഉണ്ടോ?'

'അധികമൊന്നുമില്ല. ഈ ജോലിയിൽ ഞങ്ങൾക്ക് വേണ്ട വസ്തുതകൾ കിട്ടാൻ നിങ്ങൾ ഞങ്ങളെ സഹായിക്കുമെന്ന് ഞങ്ങൾക്ക്ഉറപ്പുണ്ട്.സുരേഷിന്റെമകളെവിശ്വാസത്തിലെടുക്കുക എന്നതാണ് ഞാൻ നിങ്ങളോട് നിർദ്ദേശിക്കാൻ ഉദ്ദേശിക്കുന്ന ഒരു കാര്യം. അയാളുടെ ഏറ്റവും വലിയ ബലഹീനതയും ഏറ്റവും വലിയ ശക്തിയും അവളാണ്,' അശോകൻ പറഞ്ഞു.

'അത് ഞാൻ മനസ്സിൽ വെച്ചോളാം സർ. നന്ദി!'

'എല്ലാവിധ ആശംസകളും!'

സുരേഷിന്റെ സെല്ലിലേക്ക് പോകുന്നതിനുപകരം, ആദ്യം സുരേഷിന്റെ മകൾ സോന സുരേഷിനെ കാണാൻ കൃഷ്ണ തീരുമാനിച്ചു. സുരേഷിനെ അറസ്റ്റ് ചെയ്തതു മുതൽ അവൾ വല്ലാത്ത പ്രയാസത്തിലാണെന്ന് അവളുടെ കോളേജിലെ അധ്യാപകരിൽ നിന്ന് അയാൾ മനസ്സിലാക്കി. അവളുടെ പൊതുവായ പെരുമാറ്റത്തെക്കുറിച്ച് സഹപാഠികളോട് അയാൾ

ചോദിച്ചറിഞ്ഞു. അവൾ നീതിബോധമുള്ള, ആത്മാർത്ഥതയുള്ള ഒരു കുട്ടിയാണെന്നാണ് അവരെല്ലാം പറഞ്ഞത്.

തുടർന്ന് കൃഷ്ണ, സുരേഷിന്റെ കല്ലുവാതുക്കലിലെ വീട് സന്ദർശിച്ചു. അവിടെവെച്ച് അദ്ദേഹം മകളോട് സംസാരിക്കുകയും അവളുടെ അച്ഛന് ധൈര്യം നൽകുന്നത് തുടരാൻ അവളോട് ആവശ്യപ്പെടുകയും ചെയ്തു. അവളുടെ പ്രയത്നം കൊണ്ട് മാത്രമാണ് സുരേഷിന് പെട്ടെന്ന് സ്വതന്ത്രനാകാൻ കഴിയുന്നതെന്ന് അയാൾ അവളോട് പറഞ്ഞു. അന്വേഷണത്തിൽ സഹായിക്കാമെന്ന് സോന ഉറപ്പ് നൽകി. ഉടൻ തന്നെ കൃഷ്ണ, സുരേഷിനെ സന്ദർശിക്കാൻ പോയി.

സോനയുടെ പ്രേരണയ്ക്ക് ആഗ്രഹിച്ച ഫലമുണ്ടായി. പൂർണ്ണമായ വെളിപ്പെടുത്തൽ മൊഴി നൽകാൻ ആഗ്രഹമുണ്ടെന്ന് കാണിച്ച് സുരേഷ് പുനലൂർ സബ് ഡിവിഷണൽ മജിസ്ട്രേറ്റ് കോടതിയിൽ അപേക്ഷ നൽകി. ഇതിന്റെ അടിസ്ഥാനത്തിൽ, ക്രിമിനൽ നടപടി ചട്ടത്തിലെ സെക്ഷൻ 306 പ്രകാരം അശോകൻ കൊല്ലം ചീഫ് ജൂഡീഷ്യൽ മജിസ്ട്രേറ്റിന് (സിജെഎം) മുമ്പാകെ സുരേഷിനെ മാപ്പുസാക്ഷിയാക്കാൻ അപേക്ഷ നൽകി. അപേക്ഷയുടെ അടിസ്ഥാനത്തിൽ സിജെഎം സുരേഷിന് പ്രൊഡക്ഷൻ വാറണ്ട് പുറപ്പെടുവിച്ചു.

2020 ജൂലൈ 13-ന് സുരേഷിനെ ആദ്യമായി കോടതിയിൽ ഹാജരാക്കി. ഇത്തരം ഒരു പ്രസ്താവന നടത്തുമ്പോൾ ഉണ്ടായേക്കാവുന്ന അപകടസാധ്യതകളെക്കുറിച്ച് സിജെഎം സുരേഷിന് മുന്നറിയിപ്പ് നൽകുകയും, ക്രിമിനൽ റൂൾസ് ഓഫ് പ്രാക്ടീസ് അനുശാസിക്കുന്ന ചോദ്യങ്ങൾ ചോദിക്കുകയും ചെയ്തു. അവർ അയാളെ റിമാൻഡ് ചെയ്യുകയും, അതിനെക്കുറിച്ച് ചിന്തിക്കാൻ ജൂലൈ 16 വരെ സമയം നൽകുകയും ചെയ്തു. ജൂലൈ 16-ന്, വാതിൽ അടച്ച ശേഷം കോടതി ഹാളിൽ വെച്ച് അവർ അയാളെ ചോദ്യം ചെയ്തു. സുരേഷ് താൻ വീണു കിടക്കുന്ന ഈ പ്രശ്നത്തിൽ നിന്ന് എങ്ങനെയും രക്ഷപ്പെടാനും, അതിന് വേണ്ടി എല്ലാം ഏറ്റ് പറയാനും സന്നദ്ധനായിരുന്നു.

മണിക്കൂറുകളും ദിവസങ്ങളും നീണ്ട ഏറ്റു പറച്ചിലിൽ, ക്രിമിനൽ നടപടിച്ചട്ടത്തിലെ 164-ാം[4] വകുപ്പ് പ്രകാരം

4 ഈ അധ്യായപ്രകാരമോ, അല്ലെങ്കിൽ തൽക്കാലം പ്രാബല്യത്തിൽ ഉള്ള മറ്റേതെങ്കിലും നിയമപ്രകാരമോ, അല്ലെങ്കിൽ അന്വേഷണം ആരംഭിക്കുന്നതിന് മുൻപ് ഏത് സമയത്തും 1973-ലെ ക്രിമിനൽ നടപടിക്രമത്തിന്റെ 164 (1)-ാം വകുപ്പ് പ്രകാരം ഏത് മെട്രോപൊളിറ്റൻ മജിസ്ട്രേറ്റിനും അല്ലെങ്കിൽ ജുഡീഷ്യൽ മജിസ്ട്രേറ്റിനും അദ്ദേഹത്തിന്റെ

സുരേഷിന്റെ മൊഴി രേഖപ്പെടുത്തി. ക്രൂരമായ ഒരു ക്രിമിനൽ മനസ്സിന്റെ രഹസ്യങ്ങൾ തുറക്കുന്നതിനുള്ള താക്കോലായിരിക്കും ഈ പ്രസ്താവന.

\\\\\\\\\\\\\\

പലതരത്തിലും രൂപത്തിലുമുള്ള ചോദ്യകർത്താക്കൾ വന്നു പോയി. ചിലർ അവരുടെ തടിമിടുക്ക് കൊണ്ട് കാര്യം സാധിക്കാൻ ശ്രമിച്ചപ്പോൾ, മിടുക്കരായ മിക്കവരും തങ്ങളുടെ ബുദ്ധിസാമർത്ഥ്യം ഉപയോഗിച്ചു. ക്രിമിനൽ മനസ്സുകളിലേക്ക് ചുഴ്ന്നിറങ്ങി വിവരങ്ങൾ പതുക്കെ പുറത്തെടുക്കുക എന്നത് നല്ല മിടുക്കുള്ളവർക്ക് മാത്രമേ സാധിക്കൂ. ചിലർ പരീക്ഷിച്ചു വിജയിച്ച ചില അന്വേഷണശൈലികൾ ആവർത്തിച്ചു – അതായത് താരതമ്യപ്പെടുത്തൽ, വിശ്വാസം പിടിച്ചു പറ്റൽ, മാനസികമായി തളർത്തൽ എന്നിവ. മറ്റുള്ള ചിലർക്കാകട്ടെ, ക്രിമിനൽ സഹജാവബോധത്തിന്റെ ഒഴുക്കിനൊപ്പം പോകാനും കുതന്ത്രം നിറഞ്ഞ മനസ്സിനെപ്പോലും വെല്ലുവിളിക്കുന്ന അമൂർത്തമായ സാഹചര്യങ്ങൾ സൃഷ്ടിക്കാനും കഴിവുണ്ട്. അത്തരം പോലീസുകാർ ഒരുപക്ഷേ വളരെ മിടുക്കരായ കുറ്റവാളികളാവാനും പ്രാപ്തിയുള്ളവരാണ്. അശോകനെയും കൃഷ്ണയെയും പോലെയുള്ളവർ അതിന്റെ ശരിയായ ഭാഗത്ത് കൂടി മാത്രം സഞ്ചരിക്കുന്നവരായത്, നീതിന്യായ വ്യവസ്ഥയുടെ ഭാഗ്യമാണ്.

സുരേഷിന്റെ കുറ്റസമ്മതത്തിന് ശേഷം, ഉത്രയുടെ കൊലപാതകത്തെ ചുറ്റിപ്പറ്റിയുള്ള മുഴുവൻ പ്രഹേളികയും എസ്ഐടി കൂട്ടിച്ചേർക്കാൻ തുടങ്ങി. കഴിഞ്ഞ മാസങ്ങളിൽ ശേഖരിച്ച തെളിവുകളാണ്, അന്തിമ വിധിയിലേക്ക് നയിച്ചത്. അവ സാമൂഹിക മാനദണ്ഡങ്ങളുടെ ഇരട്ടത്താപ്പുകളിലും, അതിന്റെ ഫലമായുള്ള മാറ്റിനിർത്തലുകളിലും വേരൂന്നിയതായിരുന്നു. ഉത്രയെ വിവാഹം കഴിക്കുന്നതിന് മുമ്പുതന്നെ കുറ്റകൃത്യത്തിന് വേണ്ട പദ്ധതികൾ സൂരജ് ആലോചിച്ചു തുടങ്ങിയിരുന്നു. സമൂഹത്തിന്റെ കാപട്യത്തെ തുറന്നു കാട്ടുകയും പാരമ്പര്യത്തിൽ കുടുങ്ങിക്കിടക്കുന്നതിന്റെ അപകടസാധ്യതകൾ ഉയർത്തിക്കാട്ടുകയും ചെയ്ത കുറ്റകൃത്യമായിരുന്നു അത്.

അധികാരപരിധിയിൽ വരുന്നതോ അല്ലാത്തതോ ആയ കേസിന്റെ അന്വേഷണത്തിനിടയിൽ അദ്ദേഹത്തിനോടു പറഞ്ഞ കുറ്റസമ്മതമോ മൊഴിയോ രേഖപ്പെടുത്താവുന്നതാണ്.

സന്തുഷ്ടമായ വിവാഹജീവിതം

ഇന്ത്യയിൽ ആഴത്തിൽ വേരൂന്നിയിരിക്കുന്ന ഒരു ആശയമാണ് തൊഴിൽ സുരക്ഷിതത്വം. ബ്രിട്ടീഷ് സാമ്രാജ്യത്വം ഉപേക്ഷിച്ച ഒരു രാജ്യം സാമ്പത്തിക തകർച്ചയിൽ നിന്ന് ഇപ്പോഴും കരകയറാൻ പണിപ്പെടുന്നു എന്നത് കണക്കിലെടുക്കുമ്പോൾ ഇതിൽ അതിശയിക്കാനില്ല. സ്വാതന്ത്ര്യത്തിന് ശേഷം സ്വകാര്യമേഖലയിലെ ലാഭകരമായ തൊഴിൽ എന്ന ആശയം ഗണ്യമായി പടർന്നു പിടിച്ചുവെങ്കിലും, പ്രതിമാസ ശമ്പള ചെക്ക് എന്ന മോഹനവാഗ്ദാനത്തിന് ഇപ്പോഴും നിറയൗവനമാണ്. വലിയ യോഗ്യതയില്ലാത്തവർ അടക്കമുള്ള ഒട്ടുമിക്ക സർക്കാർ ജീവനക്കാരും എങ്ങനെയെങ്കിലുമൊക്കെ സർവീസിലൂടെ ഇഴഞ്ഞു മുന്നോട്ട് നീങ്ങാനും, ഇതിലൂടെ, സ്വന്തം കുടുംബങ്ങൾക്ക് ന്യായമായ രീതിയിൽ ഒരു സുരക്ഷിതത്വം നൽകാനും ശ്രമിക്കുന്നു. ഈ സുരക്ഷിതത്വചിന്തയാണ്, ഡോക്ടറേറ്റ് ബിരുദമുള്ളവരെപ്പോലും ഈ മേഖലയിലേക്ക് കടക്കാനും, തങ്ങളുടെ യോഗ്യതയ്ക്ക് തീരെ അനുസൃതമല്ലാത്ത ജോലികളിൽ ഏർപ്പെടാനും പ്രേരിപ്പിക്കുന്നത്.

മൂന്ന് പതിറ്റാണ്ടിലേറെ നീണ്ട സേവനം നൽകുന്ന ഭൂരിഭാഗം സർക്കാർ ജീവനക്കാരും, സ്ഥിരത എന്ന ആശയവുമായി വല്ലാതെ പൊരുത്തപ്പെടുന്നു. എല്ലാ മാസത്തിന്റെയും ആദ്യദിനം, അക്കൗണ്ടിൽ പണം വീണു എന്ന അറിയിപ്പ് നൽകുന്ന ശബ്ദത്തോടെ ആരംഭിക്കുമ്പോൾ, അതിനോടൊപ്പം ഉറപ്പാക്കപ്പെടുന്നത് ഒരു ബില്യണിനടുത്ത് ആളുകളുടെ ഉപജീവനവും കൂടിയാണ്. പ്രതിമാസ ശമ്പളക്കവറിന്റെ നാളുകൾ അവസാനിച്ചേക്കാം; എന്നാൽ ഇപ്പോഴും, ആധുനിക, ഡിജിറ്റൽ

ഇന്ത്യയിലെ വലിയൊരു വിഭാഗത്തിനും കൈയ്യിൽ ലഭിക്കുന്ന പണത്തെ ചുറ്റിപ്പറ്റിയാണ് ചിന്തകൾ മുഴുവനും.

ഈ പശ്ചാത്തലത്തിൽ, വിരമിക്കൽ എന്നത് ഒരു വിലക്കപ്പെട്ട വാക്കായി മാറുന്നു. എല്ലാ സുരക്ഷയും പദവികളും സ്ഥിരതയും ഒരു നിമിഷം കൊണ്ട് അപ്രത്യക്ഷമാകുമെന്ന ചിന്ത, മുഴുവൻ കുടുംബത്തെയും ആശങ്കാകുലരാക്കുന്നു. സർക്കാർ ശ്രേണിയിലെ ക്ലാസ് IV ജീവനക്കാരൻ എന്ന് വിവേചനപരമായി അറിയപ്പെടുന്ന ഒരു എൻട്രി ലെവൽ ജീവനക്കാരൻ മുതൽ ഇന്ത്യൻ അഡ്മിനിസ്ട്രേറ്റീവ് സർവീസിലെ (ഐഎഎസ്) മേലുദ്യോഗസ്ഥരായ ചീഫ് സെക്രട്ടറിമാർ വരെ, എല്ലാവരും അനിവാര്യമായ ഈ ഘട്ടത്തിലേക്ക് വേണ്ടി മുൻകൂട്ടി പദ്ധതികൾ ആസൂത്രണം ചെയ്യുന്നു. ഒടുവിൽ, ആ അവസാന ദിവസം വരുമ്പോൾ തങ്ങൾ അത്രയൊന്നും തയ്യാറെടുത്തില്ലല്ലോ എന്നൊരു തോന്നലോടെയാണ് വിരമിക്കാറ്.

ഉത്രയുടെ അച്ഛൻ വിരമിക്കുന്ന സമയത്താണ് ആ കൊലപാതകത്തിലേയ്ക്ക് നീണ്ട സംഭവങ്ങളുടെ വിത്ത് പാകിയതെന്ന് പറയാം. ഉത്ര എന്ന ഒരു പെൺകുഞ്ഞ് വളർന്ന് വലുതായി വിവാഹം കഴിപ്പിക്കേണ്ട ഒരു മകളായി മുന്നിൽ നിൽക്കുമ്പോൾ, അവൾക്ക് യോജിച്ച ഒരു ഭർത്താവിനെ കണ്ടെത്തേണ്ടുന്ന പ്രധാന ഘട്ടമായിരുന്നു അത്.

\\\\\\\\\\\\\\\\\\\\

ജനുവരി 2018

വിജയസേനൻ തന്റെ ജീവിതത്തിലെ ഒരു നിർണ്ണായക ഘട്ടത്തിൽ എത്തിയിരുന്നു. റിട്ടയർമെന്റ് ചെക്കിലെ പൂജ്യങ്ങളുടെ എണ്ണം കഷ്ടപ്പെട്ട് എണ്ണിത്തിട്ടപ്പെടുത്തുമ്പോഴും, ഇനിയും ബാക്കിയായ നിരവധി ഉത്തരവാദിത്തങ്ങളെക്കുറിച്ചാണ് അദ്ദേഹം ചിന്തിച്ചത്. മകൾ ഉത്രയ്ക്ക് യോജിച്ച ഇണയെ കണ്ടെത്തുക എന്നതായിരുന്നു അതിൽ പ്രധാനം. ഇന്ത്യൻ സമൂഹത്തിന്റെ പുരുഷാധിപത്യ സ്വഭാവം, വരനെ അന്വേഷിക്കുന്ന മാതാപിതാക്കളെ വല്ലാതെ ഭയപ്പെടുത്താറുണ്ടായിരുന്നു. ഉത്രയുടെ കാര്യത്തിൽ അതൊരു വെല്ലുവിളി തന്നെയായിരുന്നു. ഭിന്നശേഷിക്കാരിയായിരുന്ന ഉത്രയ്ക്ക്, ബുദ്ധിശക്തി (IQ) ശരാശരിയിലും താഴെയായിരുന്നു.

പുരുഷാധിപത്യത്തിന്റെ പശ്ചാത്തലത്തിൽ, ഭിന്നശേഷിയുള്ള ഒരു വ്യക്തിയെ ചുറ്റിപ്പറ്റി കേട്ടുവരാറുള്ള എല്ലാ കെട്ടുകഥകളും പരിഗണനക്കുറവുകളും, ഉത്രയെപ്പോലുള്ളവർക്ക് സാധാരണ ജീവിതം അപ്രാപ്യമാക്കുന്നു. ഉയർന്ന ലിംഗാനുപാതവും സാക്ഷരതാ നിരക്കും ഉള്ള കേരളം പൊതുവെ തായ്‌വഴിയ്ക്ക് പ്രാമുഖ്യം നൽകുന്ന ഒരു നാടായി കണക്കാക്കപ്പെട്ടിരുന്നു. എന്നാൽ സമൂഹത്തിൽ തലമുറകളിലൂടെ സൃഷ്ടിക്കപ്പെട്ട അസന്തുലിതാവസ്ഥയുടെ തുരുമ്പുകൾ തേഞ്ഞുമാഞ്ഞു പോകാൻ ഇനിയും ഒരുപാട് സമയം വേണ്ടിവന്നേക്കും.

ഉത്രയുടെ അമ്മ മണിമേഖലയുടെ ഉള്ളിലും, തന്റെ ഭർത്താവിന്റെ അതേ ആശങ്കകൾ കല്ലിച്ചുകിടന്നു. ഒരു സർക്കാർ അപ്പർ പ്രൈമറി സ്കൂളിൽ ഹെഡ് മിസ്ട്രസ് ആയി ജോലി പൂർത്തിയാക്കിയ അവർ, തന്റെയും ഭർത്താവിന്റെയും കാലശേഷം ഉത്രയെ പിന്തുണയ്ക്കുന്ന ഒരു വരനെ കണ്ടെത്തണം എന്ന് ആഗ്രഹിച്ചിരുന്നു. എന്നിരുന്നാലും, സ്വന്തം ആരോഗ്യപ്രശ്നങ്ങൾ ആ അമ്മയെ നിരന്തരം അലട്ടിയിരുന്നു.

ദല്ലാൾ (ബ്രോക്കർ) എന്ന പദം പൊതുവെ ഭൗതിക സമ്പത്തുമായിട്ടാണ് ബന്ധപ്പെട്ടിരിക്കുന്നത്. വസ്തുക്കൾ, നിക്ഷേപങ്ങൾ, പുരാവസ്തുക്കൾ, മുതലായവ ഉൾപ്പെടുന്ന കച്ചവടങ്ങൾ ഉറപ്പിക്കുന്ന ഇവർ അതിൽനിന്നും ചെറിയ ലാഭവിഹിതങ്ങൾ നേടിയെടുക്കുന്നു. ഇന്ത്യയിൽ, ഇത്തരം ഇടപാടുകളിൽ ഭൂരിഭാഗവും രേഖപ്പെടുത്താത്തവയാണ്. മാത്രവുമല്ല, അതിൽ വരുന്ന പ്രതിഫലങ്ങൾ മിക്കപ്പോഴും നേരിട്ടുള്ള പണമിടപാടുകളാണ്. തങ്ങളുടെ മക്കൾക്ക് അനുയോജ്യമായ വിവാഹപ്പൊരുത്തങ്ങൾ കണ്ടെത്താൻ കുടുംബങ്ങളെ സഹായിക്കുന്നവരെ ‘ബ്രോക്കർ’ എന്ന പദം ഉപയോഗിച്ച് വിശേഷിപ്പിക്കുന്നത് ദുഃഖകരമായ ഒരു യാഥാർത്ഥ്യമാണ്. ഒരു ‘ഇടപാട്’’ നടക്കുന്നു എന്ന പരോക്ഷമായ ധാരണയാണ് ഇതിൽ ഉൾപ്പെട്ടിരിക്കുന്നത്. ഉത്രയ്ക്ക് യോജിച്ച വരനെ കണ്ടെത്തുന്നത് ബുദ്ധിമുട്ടേറിയ ഒരു കാര്യമായിരിക്കുമെന്ന് മനസ്സിലാക്കിയ വിജയസേനൻ ഒരു വിവാഹ ബ്രോക്കറുടെ സേവനം ഉപയോഗിക്കാൻ തീരുമാനിച്ചു. അത്തരം വിവാഹ ബന്ധങ്ങളെ വിശേഷിപ്പിക്കാൻ ഏറ്റവും നല്ല വാക്ക് ‘വിട്ടുവീഴ്ച’ എന്നതാണ്. ഏതൊരു വിട്ടുവീഴ്ചയ്ക്കും അതിന്റേതായ വലിയ വില കൊടുക്കേണ്ടി വരും എന്നതാണ് സത്യം!

വിജയസേനൻ ഏർപ്പാടാക്കിയ ദല്ലാൾ വളരെ പെട്ടെന്നുതന്നെ തന്റെ ജോലി ആരംഭിച്ചു. താമസിയാതെ അഞ്ചലിലെ ഉത്രയുടെ വീട്ടിലെത്തിയ സൂരജ് അനുയോജ്യനായ ഒരു വരനാണെന്ന് അവർ കണ്ടെത്തി. എല്ലാവർക്കും സ്വീകാര്യമായി തോന്നിയതോടെ പിന്നീടുള്ള കാര്യങ്ങൾ പെട്ടെന്ന് മുന്നോട്ട് നീങ്ങി. 2018-ന്റെ തുടക്കത്തിൽ വിവാഹനിശ്ചയം ഔപചാരികമായി തീരുമാനിച്ചപ്പോൾ, ഉത്രയുടെ കുടുംബം സന്തോഷംകൊണ്ട് തുള്ളിച്ചാടി. എന്നാൽ വിവാഹനിശ്ചയം കഴിഞ്ഞ് അധികം വൈകാതെ സൂരജ് തന്റെ തനിനിറം കാണിച്ചു തുടങ്ങി. ഉത്രയുടെ വൈകല്യത്തെക്കുറിച്ചും അവളുമായുള്ള വിവാഹം ഉയർത്തിയേക്കാവുന്ന വെല്ലുവിളികളെക്കുറിച്ചും അയാൾ ഊന്നിപ്പറയാൻ തുടങ്ങി. വൈകാതെ, ഇതിനൊക്കെയായി അയാൾ നിർദ്ദേശിച്ച പരിഹാരം സ്ത്രീധനത്തിന്റെ അതിരുകൾക്കുള്ളിൽ വീണു.

ഉത്രയുടെ മാതാപിതാക്കൾ ഒരു തീരുമാനം എടുക്കാനാവാതെ കുഴങ്ങി. ഒരു വശത്ത്, നിയമവിരുദ്ധവും എന്നാൽ സമൂഹത്തിൽ സാധാരണവുമായ ഒരു ആവശ്യത്തോട് വഴങ്ങുന്നതു മൂലം തങ്ങളുടെ മകൾക്ക് ലഭിച്ചേക്കാവുന്ന അവസരം അവൾക്ക് മറ്റുള്ളവരെപ്പോലെ സമൂഹത്തിൽ അന്തസ്സുള്ള ജീവിതം പ്രാപ്യമാക്കിയേക്കും എന്നുള്ള പ്രത്യാശ. മറുവശത്ത്, ഈ ബന്ധം വേണ്ടെന്ന് വെച്ചാൽ, അത് ഉത്രയുടെ മനസ്സ് തകർത്തേക്കുമോ എന്നും, ഇതിനകം തന്നെ അവളെ ഒരു ബഹിഷ്കൃതയായി കണക്കാക്കുന്ന ഒരു ലോകത്ത് അവൾ തനിച്ചായിപ്പോയേക്കുമോ എന്നുമുള്ള ഭയം!

സൂരജിനെ പറക്കോട്ടുള്ള വീട്ടിൽ ചെന്ന് കാണാൻ അവർ തീരുമാനിച്ചു. വഴിമദ്ധ്യേ ശ്രീ മുള്ളൂർ കുളങ്ങര ദേവീക്ഷേത്രത്തിൽ കയറി അവർ ദൈവാനുഗ്രഹം തേടി. തങ്ങൾ അറിയാതെ പെട്ടുപോയ ദുഷ്കരമായ സാഹചര്യത്തിൽ നിന്ന് ദൈവം തങ്ങളെ സഹായിക്കുമെന്ന് അവർക്ക് വിശ്വാസമുണ്ടായിരുന്നു. എന്നിരുന്നാലും, സൂരജിന്റെ കുടുംബം അവരുടെ ആവശ്യങ്ങളിൽ ഉറച്ചു നിന്നു. അവർ ഒരുപാട് പേരുണ്ടായിരുന്നു. അവർ യഥാർത്ഥത്തിൽ ചർച്ചകൾക്കൊന്നും തയ്യാറായിരുന്നില്ല. ഈ ആവശ്യങ്ങൾ ഉത്രയുടെകുടുംബത്തിന്ഉണ്ടാകുന്നപ്രശ്നങ്ങളോട്അവർഉദാസീനരായിരുന്നു. സ്ത്രീധനത്തിന്റെ അളവ് കുറയ്ക്കാൻ വിജയസേനൻ നടത്തിയ ഒന്നിലധികം അഭ്യർത്ഥനകൾ നിരസിക്കപ്പെട്ടു. ഒടുവിൽ അവർക്ക് ലഭിച്ച അല്പമെങ്കിലും ആശ്വാസത്തെ ഒരു ആനുകൂല്യം എന്ന് വേണമെങ്കിൽ കണക്കാക്കാം.

വാക്കാലുള്ള കരാർ ഇപ്രകാരമായിരുന്നു : ആദ്യം ചോദിച്ച നൂറ് പവന്[1] പകരം, തൊണ്ണൂറ് പവന്റെ സ്വർണ്ണാഭരണങ്ങൾ, വലിയ ഇന്നോവയ്ക്ക് പകരം ഒരു ബലേനോ കാർ, ആറ് ലക്ഷം രൂപ എന്നുള്ളതിന് പകരം 5 ലക്ഷം രൂപ.

2018 മാർച്ച് 25-നാണ് സൂരജിന്റെയും ഉത്രയുടെയും വിവാഹം നടന്നത്. പൊതുവേ, സ്ത്രീധനത്തിന്റെ പേരിൽ പറയപ്പെടുന്ന ആവശ്യങ്ങൾ അംഗീകരിക്കുന്നത്, വരന്റെയും കുടുംബത്തിന്റെയും അത്യാഗ്രഹത്തിലേക്കും കൂടുതൽ ആവശ്യങ്ങളിലേക്കും നയിക്കാറുണ്ട്. സൂരജിന്റെ കാര്യവും വ്യത്യസ്തമായിരുന്നില്ല. ഉത്രയുമായുള്ള അദ്ദേഹത്തിന്റെ വിവാഹം രണ്ട് മാസങ്ങൾ കുഴപ്പമൊന്നുമില്ലാതെ മുന്നോട്ട് പോയി. അതിന് ശേഷം, ആവശ്യങ്ങളുടെ ഒരു പെരുമഴ തന്നെയായിരുന്നു.

ഉത്രയുടെ വരന്റെ വീട് മോടി പിടിപ്പിക്കുന്നതിന്റെ ഭാഗമായി ആവശ്യങ്ങളിൽ മുൻപന്തിയിൽ ഉണ്ടായിരുന്നത് പലതരം ഗൃഹോപകരണങ്ങൾ ആയിരുന്നു. ഈ ആവശ്യം കഴിഞ്ഞപ്പോൾ, അടുത്തതായി പുതിയ ഫർണിച്ചറുകൾ വേണമെന്നും, ഒരു കാർഷെഡ് നിർമ്മിക്കണമെന്നും ആവശ്യങ്ങൾ ഉണ്ടായി. സാവധാനം, കാരണങ്ങൾ നിരത്തുന്നത് ഒഴിവാക്കി, പകരം ആവശ്യങ്ങൾ മാത്രം അവശേഷിപ്പിക്കുന്നതിലേക്ക് സ്ഥിതിഗതികൾ എത്തിച്ചേർന്നു. ഉത്രയെ നന്നായി നോക്കേണ്ടതുണ്ടെന്നും, അവൾക്കു വേണ്ടി വീട് അറ്റകുറ്റപ്പണികൾ ചെയ്യേണ്ടതുണ്ടെന്നും അവൻ വരുത്തിത്തീർത്തു. ഇത്രയുമെത്തിയപ്പോൾ ഉത്രയുടെ മാതാപിതാക്കൾക്ക് അപകടം മണക്കേണ്ടതായിരുന്നു. എന്നിരുന്നാലും, മകൾക്ക് വന്നുചേർന്നേക്കാവുന്ന നല്ലകാലത്തെക്കുറിച്ചുള്ള പ്രതീക്ഷകൾ, പ്രബലമായ സാമൂഹിക മാനദണ്ഡങ്ങൾ, സ്ത്രീധനം എന്ന വ്യവസ്ഥയുടെ പരക്കെയുള്ള സ്വീകാര്യത എന്നിവ അവരെ ഈ ആവശ്യങ്ങൾ നിറവേറ്റാൻ പ്രേരിപ്പിച്ചു.

താമസിയാതെ, സൂരജിന്റെ കുടുംബത്തിലെ മറ്റ് അംഗങ്ങളുടെ ആവശ്യങ്ങളുടെ വരവായി. അവന്റെ സഹോദരി MBA ബിരുദം ചെയ്യാൻ തീരുമാനിച്ചപ്പോൾ, ഒരു പ്രാദേശിക കോളേജിൽ പ്രവേശനത്തിനുള്ള ബിൽ അടച്ചത് ഉത്രയുടെ

1 8 ഗ്രാം സ്വർണ്ണം ആണ് ഒരു പവൻ

മാതാപിതാക്കൾ ആയിരുന്നു. അവിടുത്തെ പഠനയാത്രയുടെ ചെലവും വിജയസേനൻ വഹിച്ചിരുന്നു. വിജയസേനനിൽ നിന്ന് വയർ ട്രാൻസ്ഫർ വഴി എല്ലാ മാസവും 8,000 രൂപ സൂരജിന് ലഭിച്ചിരുന്നു.

അത്ര സന്തോഷകരമല്ലാത്ത ദാമ്പത്യങ്ങൾ ശരിയാക്കുന്നതിനുള്ള പ്രതിവിധിയായി ഒരു കുഞ്ഞിനെ പ്രസവിച്ചാൽ മതി എന്ന് കരുതുന്ന പ്രവണത നമ്മുടെ സംസ്കാരത്തിലുണ്ട്. മുതിർന്നവർ പലപ്പോഴും നൽകുന്ന ഒരു ഉപദേശമാണ് : *ഒരു കുട്ടിയായിക്കഴിയുമ്പോൾ എല്ലാം ശരിയാകും!*

ഈ ഉപദേശത്തിൽ യുക്തിസഹമായ നിരവധി പഴുതുകളും ശാസ്ത്രീയ തെളിവുകളുടെ അഭാവവും ഉണ്ടെങ്കിലും, അതൊന്നും ഉപദേശം തേടുന്നവരെ ഒരു തരത്തിലും പിന്തിരിപ്പിക്കുന്നതായി തോന്നുന്നില്ല. 2019 ഏപ്രിലിൽ ഉത്ര തന്റെ ആദ്യത്തെ കൺമണിക്ക് ജന്മം നൽകി. വീണ്ടും ആശുപത്രി ബില്ലുകൾ വിജയസേനന്റെ തലയിലായി. കുട്ടിയുടെ ജനനം സൂരജിനെയും ഉത്രയെയും കൂടുതൽ അടുപ്പിക്കുമെന്ന പ്രതീക്ഷയിലായിരുന്നു ഉത്രയുടെ മാതാപിതാക്കൾ. നവജാതശിശുവിന് ശുദ്ധമായ പാൽ നൽകാൻ ദമ്പതികൾക്ക് ഒരു ആടിനെപോലും അവർ സമ്മാനിച്ചു. തുടർന്ന് സൂരജിന്റെ സ്ഥലത്ത് ആടിന് ഒരു വേണ്ടി ഒരു ഷെഡ്ഡും അവർ നിർമ്മിച്ചു നൽകി.

പലപ്പോഴും സംഭവിക്കാറുള്ളത് പോലെ, ആ നവജാത ശിശുവിന്റെ ദുർബ്ബലമായ ചുമലുകളിൽ പഴമക്കാർ കയറ്റി വച്ച 'കുടുംബത്തെ ഒന്നിച്ചു നിർത്തുക' എന്ന ഭാരിച്ച ഉത്തരവാദിത്തം, ഭർത്താവും പിതാവുമായ സൂരജിന്റെ വിഭിന്നമായ ഉദ്ദേശ്യങ്ങളാൽ അട്ടിമറിക്കപ്പെട്ടു. സൂരജ് ഉത്രയുടെ ജീവിതം ദുസ്സഹമാക്കിക്കൊണ്ടേയിരുന്നു. അവന്റെ സാമ്പത്തിക ആവശ്യങ്ങൾ വർദ്ധിച്ചു കൊണ്ടിരുന്നു. അതോടൊപ്പം തന്നെ ആ ബന്ധം കൂടുതൽ വഷളാവാൻ തുടങ്ങി.

കാര്യങ്ങൾ കൈവിട്ട് പോകാൻ തുടങ്ങിയപ്പോൾ, 2020 ജനുവരിയിൽ ഉത്ര തന്റെ കുടുംബത്തിന്റെ ഇടപെടൽ വേണമെന്ന് അഭ്യർത്ഥിച്ചു. അവരുടെ അഭിപ്രായവ്യത്യാസങ്ങൾ സംസാരിച്ചു പരിഹരിക്കാമെന്ന പ്രതീക്ഷയിൽ ബന്ധുവായ ശ്യാംദേവും അമ്മ മണിമേഖലയും, അവളെയും സൂരജിനെയും സന്ദർശിച്ചു. ഉത്ര അനുദിനം നേരിടേണ്ടി വരുന്ന ക്രൂരത അവരെ ഞെട്ടിച്ചു. മിക്കവാറും എല്ലാ ദിവസവും സൂരജിന്റെ കുടുംബത്തിലെ

എല്ലാ അംഗങ്ങളിൽ നിന്നും അവൾ കൊടിയ അപമാനങ്ങൾ നേരിടുന്നുണ്ടായിരുന്നു. അവർ അവളുടെ ശാരീരിക രൂപത്തെ ക്കുറിച്ച് വൃത്തികെട്ട പരാമർശങ്ങൾ നടത്തുകയും അവളെ മന്ദബുദ്ധി എന്ന് നിരന്തരം വിളിക്കുകയും ചെയ്തു. മതിയായ സ്ത്രീധനം കൊണ്ടുവന്നിട്ടില്ലെന്ന പരാതി പലപ്പോഴും അവൾക്ക് മേൽ ആരോപിക്കപ്പെട്ടിരുന്നു. ചിലപ്പോഴൊക്കെ ശാരീരികമായി പ്പോലും അവൾ പീഡിപ്പിക്കപ്പെട്ടിരുന്നു. സഹോദരിയുടെ ദയനീയാവസ്ഥ കണ്ട ശ്യാംദേവ്, ഇനി ഈ ബന്ധം തുടരേ ണ്ടതില്ലെന്ന് സൂരജിനോട് പറഞ്ഞു. സൂരജ് അത് കേട്ട് മിണ്ടാതെ ഇരുന്നതേയുള്ളൂ. എന്നാൽ, വിവാഹമോചനത്തിന്റെ സാമ്പ ത്തിക പ്രത്യാഘാതങ്ങളെക്കുറിച്ച് ശ്യാംദേവ് സംസാരിക്കാൻ തുടങ്ങിയപ്പോൾ സൂരജിന്റെ മട്ടു മാറി. അവളുടെ അച്ഛനമ്മമാരിൽ നിന്നും ഇതിനോടകം കൈപ്പറ്റിയ പണവും സ്വർണ്ണവും എല്ലാം തിരികെ നൽകേണ്ടി വരുമെന്ന ചിന്തയിൽ സൂരജ് ക്ഷമാ പണം നടത്തി. ഉത്രയ്ക്ക് ഇനി ഒരു ബുദ്ധിമുട്ടും വരില്ലെന്ന് അയാൾ ശ്യാംദേവിനും മണിമേഖലയ്ക്കും വാക്ക് കൊടുത്തു. വിവാഹമോചനത്തിന്റെ പശ്ചാത്തലത്തിൽ സമൂഹം അകറ്റിനിർ ത്താനുള്ള സാധ്യതയെക്കുറിച്ചുള്ള ചിന്തകളാൽ ഭാരപ്പെട്ടതു കൊണ്ടാവാം, ശ്യാംദേവും മണിമേഖലയും സൂരജിന് മറ്റൊരു അവസരം നൽകാൻ തീരുമാനിച്ചു.

കാൻസർ രോഗിയായിരുന്ന മണിമേഖല. വൃക്കയ്ക്കും തകരാറു ണ്ടായിരുന്നു. സൂരജിന്റെ അടങ്ങാത്ത അത്യാഗ്രഹത്തിനു പുറമേ, അവരുടെ ചികിത്സകളും കൂടിയായപ്പോൾ, അത് ആ കുടുംബത്തിന് വലിയ സാമ്പത്തിക ബാധ്യതയായി മാറുകയായിരുന്നു. തങ്ങളുടെ മകൾ അനുഭവിക്കുന്ന ബുദ്ധിമുട്ടുകളെക്കുറിച്ച് മനസ്സിലായെങ്കിലും, അവളുടെ നന്മയെക്കരുതി എടുത്ത തീരുമാനങ്ങളിൽ, അവർ തീരെ പ്രതീക്ഷിക്കാത്ത, നിർഭാഗ്യമായ ചില അടരുകളും ഉണ്ടായിരുന്നു.

സൂരജ് തന്റെ ഏറ്റവുമടുത്ത സുഹൃത്തുക്കൾക്കുപോലും ഒരിക്കലും ഉത്രയെ പരിചയപ്പെടുത്തിയിരുന്നില്ല. നാട്ടിലെ പൊതുചടങ്ങുകളിൽ അവളെ പരിചയപ്പെടുത്തേണ്ടി വരുമ്പോൾ, താനെന്തോ ധീരമായ ഒരു പ്രവൃത്തി ചെയ്തത് പോലെ, അവളെ ബുദ്ധിമാന്ദ്യമുള്ളവളായി പലപ്പോഴും പരാമർശിക്കാറുണ്ടായിരുന്നു. അവളോടുള്ള അയാളുടെ വെറുപ്പ് പ്രകടമായിരുന്നു. സൂരജിന്റെ ബാല്യകാല സുഹൃത്തായ സുജിത്തിനെപ്പോലും വിവാഹശേഷം

സൂരജിന്റെ വീടായ ശ്രീസൂര്യയിലേക്ക് ക്ഷണിച്ചിരുന്നില്ല. സത്യത്തിൽ കല്യാണത്തിനുപോലും അദ്ദേഹത്തെ ക്ഷണിച്ചിരുന്നില്ല. ഈ സാമൂഹിക ഒറ്റപ്പെടലും ഒഴിവാക്കലും ഉത്രയുടെ ഉള്ളിൽ ആഴമുള്ള അപകർഷതാ ബോധം വളർത്തിയെടുത്തു. മുഖ്യധാരാ സമൂഹവുമായി ഇടപഴകാനുള്ള അവസരമായിരിക്കും ഈ വിവാഹം എന്നുള്ള വിശ്വാസം അമ്പേ തെറ്റിപ്പോയി. എന്നിട്ടും അവൾ സൂരജിന്റെ വീട്ടിൽ തന്നെ തുടർന്നു. കുഞ്ഞിന് ഭക്ഷണം പാകം ചെയ്യാൻപോലും വീട്ടുകാർ അവൾക്ക് ബുദ്ധിമുട്ടുകൾ സൃഷ്ടിച്ചപ്പോൾ, അവൾക്ക് പിന്നെ എന്ത് ചെയ്യണം എന്നറിയില്ലായിരുന്നു. അവളുടെ ജീവിതം ആകെ സ്തംഭിച്ചു. മറ്റുള്ളവർക്ക് സാമ്പത്തികമായി നേട്ടമുണ്ടാക്കാൻ വേണ്ടി ദുരിതത്തിൽ ജീവിക്കാൻ വിധിക്കപ്പെട്ടവളായിരുന്നു അവൾ. ഇതിനകം പരാജയപ്പെട്ടു പോയ ഒരു വ്യക്തിയെ വീണ്ടും താഴേയ്ക്ക് തള്ളിയിടുന്ന സമൂഹത്തിന്റെ പ്രവണത തന്നെ കുറ്റകരമാണ്. ഒരുപക്ഷേ ഇത് ഏറ്റവും നന്നായി മനസ്സിലാക്കിയ ഒരു വ്യക്തി ഉത്രയായിരുന്നിരിക്കണം.

ഗൂഢാലോചന

അത്യാഗ്രഹിയായ ഓരോ വ്യക്തിക്കും തങ്ങളുടെ സംതൃപ്തിയുടെ ഉറവിടം വറ്റിപ്പോകുന്ന ഒരു ഘട്ടം വരാറുണ്ട്. എന്നിരുന്നാലും, അവർക്കുള്ളിലെ പരാന്നഭോജി കൂടുതൽ ആഗ്രഹങ്ങളുമായി തുടരുന്നു. സ്ത്രീധനവുമായി ബന്ധപ്പെട്ട കുറ്റകൃത്യങ്ങൾ നടക്കുമ്പോൾ ഇത് പലപ്പോഴും ഹേതുവാകാറുണ്ട്. ഒരു ആജീവനാന്ത ബന്ധത്തിന്റെ അടിത്തറയായി സാമ്പത്തിക ഇടപാടുകൾ മാറുകയാണെങ്കിൽ, ആ ഇടപാടിൽ വരുന്ന വീഴ്ചകൾ ബന്ധത്തിൽ വിള്ളലുകൾ വീഴാനുള്ള ആദ്യപടിയായി പരിണമിക്കുന്നു.

സൂരജിന്റെയും ഉത്രയുടെയും കാര്യത്തിൽ പ്രണയത്തിന് യാതൊരു സ്ഥാനവും ഉണ്ടായിരുന്നില്ല. വാസ്തവത്തിൽ, സൂരജിന് തന്റെ ഭാര്യയോട് വ്യക്തമായ വെറുപ്പ് ഉണ്ടായിരുന്നു. അവളുടെ കുടുംബം അയാളുടെ സാമ്പത്തിക ആവശ്യങ്ങൾ നിറവേറ്റിയിരുന്നതിനാൽ അയാൾ അവളെ ഒഴിവാക്കാനാവാത്ത ഒരു ശല്യമായി കണക്കാക്കി. എന്നാൽ ഇതിനകം തന്നെ സാമ്പത്തിക ബുദ്ധിമുട്ടുകളിലായിരുന്ന ഉത്രയുടെ കുടുംബത്തിന്, സൂരജിന്റെ കുടുംബത്തിന്റെ വർദ്ധിച്ചുവരുന്ന ആവശ്യങ്ങൾ നിറവേറ്റുക അസാധ്യമാണെന്ന് മനസ്സിലായിത്തുടങ്ങി. ഇരുവശത്തും ക്ഷമയും സാമ്പത്തിക സ്രോതസ്സും കുറഞ്ഞു. സൂരജിനെ സംബന്ധിച്ചിടത്തോളം, ഉത്രയെക്കൊണ്ടുള്ള ആവശ്യങ്ങൾ നിറവേറിക്കഴിഞ്ഞിരുന്നു. അയാൾക്ക് ഇപ്പോൾ അവളെക്കൊണ്ട് യാതൊരു സാമ്പത്തികമെച്ചവും ഉണ്ടായിരുന്നില്ല. വീട്ടിലും ജീവിതത്തിലും അവളുടെ സാന്നിധ്യം ഒരു അലോസരമായി മാറിയിരുന്നു.

ചില വിവാഹങ്ങളിൽ, കല്യാണം കഴിച്ചുവിട്ട വീട്ടിൽ നിന്നും എന്നെന്നേയ്ക്കുമായി ഇറങ്ങിപ്പോകുന്നത് മാത്രം ഒരേയൊരു പോംവഴിയായി മാറുന്ന ഒരു സമയമുണ്ട്. സങ്കടകരമെന്നു പറയട്ടെ, ഉത്രയുടെ മാനസികാവസ്ഥ അത്തരം തീരുമാനങ്ങൾ എടുക്കുന്നതിന് തടസ്സമായി. ഒരുപക്ഷേ ലളിതമായ ആളുകളുള്ളതും, അതിനാൽത്തന്നെ ലളിതമായ ഫലങ്ങളുള്ളതുമായ ഒരു ലോകമായിരിക്കണം അവൾ വിഭാവനം ചെയ്തിട്ടുണ്ടാവുക. ഭർത്താവിന്റെ കുടുംബത്തോടൊപ്പം അസ്വാരസ്യങ്ങൾ ഉണ്ടായേക്കുമെന്ന് അവൾ സ്വപ്നത്തിൽ പോലും കരുതിയിട്ടുണ്ടാവില്ല.

എന്നാൽ സൂരജ് വ്യത്യസ്തനായിരുന്നു. ലളിതമായ വേർപിരിയലിനപ്പുറം എന്ത് ചെയ്യാമെന്ന് അയാൾ കടന്നു ചിന്തിച്ചു. സാമൂഹിക ബഹിഷ്കരണം ഒഴിവാക്കാനും ഉത്രയുടെ കുടുംബത്തിൽ നിന്ന് തനിക്ക് ലഭിച്ചതെല്ലാം കൈക്കലാക്കാനും അദ്ദേഹം ആഗ്രഹിച്ചു. ഈ രണ്ട് ആഗ്രഹങ്ങളും സാധിച്ചെടുക്കണം എന്ന് കരുതുന്ന ഒരാൾ അതിന് വലിയ വില കൊടുക്കേണ്ടി വരും. ഉത്രയുടെ കാര്യത്തിൽ, നിർഭാഗ്യവശാൽ, സൂരജ് അതിന് തയ്യാറായിരുന്നു. അവളെ ഒഴിവാക്കാൻ അവൻ തയ്യാറായിരുന്നു!

ഫെബ്രുവരി 2020

എല്ലാ ദിവസവും മണിക്കൂറുകളോളം സൂരജ് യൂട്യൂബിൽ സമയം ചെലവഴിച്ചു. പലപ്പോഴും വ്യക്തിപരമായ പ്രതിബദ്ധതകൾ മാറ്റിവെച്ച് പോലും അയാൾ മൊബൈൽ ഫോണിൽ നിമഗ്നനായിരുന്നു. അയാളുടെ സെർച്ച് ഹിസ്റ്ററി മുഴുവൻ പാമ്പുകളുമായി ബന്ധപ്പെട്ട വീഡിയോകളായിരുന്നു. കേരളത്തിലെ പാമ്പുകളെക്കുറിച്ചുള്ള എല്ലാ ചെറിയ വിശദാംശങ്ങളും പഠിക്കാനും പ്രാദേശിക നാടോടിക്കഥകളിലേക്ക് സർപ്പങ്ങൾ എങ്ങനെ എത്തിയെന്ന് മനസ്സിലാക്കാനും അയാൾ ആഗ്രഹിച്ചു. ഉരഗങ്ങളോടുള്ള അയാളുടെ അമിതമായ ആരാധന വ്യക്തമായും ഭ്രാന്തമായ പരിധിയിലെത്തുകയായിരുന്നു.

ചാവരുകാവ് സുരേഷിന്റെ സാഹസങ്ങൾ അയാളുടെ യൂട്യൂബ് ചാനലായ എസ്.കെ മീഡിയ 2255-ലാണ് സൂരജ്

ആദ്യമായി കണ്ടത്. ഒരു ചേനത്തണ്ടനെ സുരേഷ് വിദഗ്ധമായി കീഴടക്കുന്ന വീഡിയോയാണ് അയാൾ ആദ്യം കണ്ടത്. സുരേഷിന്റെ ചലനങ്ങളിലെ വൈദഗ്ധ്യം സൂരജിനെ വല്ലാതെ ഭ്രമിപ്പിച്ചു. തന്റെ ഫോണിന്റെ ചെറിയ സ്ക്രീനിൽ നിന്ന് കണ്ണെടുക്കാൻ കഴിയാതെ മണിക്കൂറുകളോളം ഒറ്റയിരുപ്പിന് ആ ചാനലിലെ എല്ലാ വീഡിയോകളും അയാൾ കണ്ടു.

അന്ന് രാത്രി സൂരജിന് ഉറങ്ങാൻ കഴിഞ്ഞില്ല. കൊടും വിഷമുള്ള പാമ്പുകളെ പിടിച്ചെടുക്കുന്ന വിദഗ്ധനായ പാമ്പുപിടുത്തക്കാരനായി അയാൾ സ്വയം സങ്കൽപ്പിച്ചു. അണലികളും അവയുടെ രീതികളും അയാളെ പ്രത്യേകം ആകർഷിച്ചു. പാമ്പുകളുടെ ഒളിയിടങ്ങളിലേയ്ക്ക് ധൈര്യപൂർവ്വം കടന്നു ചെന്ന്, അവയുടെ ചാട്ടവാറു പോലുള്ള ആക്രമണശ്രമങ്ങളിൽ നിന്ന് ഒഴിഞ്ഞുമാറുകയും ഒടുവിൽ അവയെ കഴുത്തിൽ പിടിക്കുകയും ചെയ്യുന്ന സുരേഷ് സൂരജിന് വല്ലാത്തൊരു ആവേശം നൽകി. എല്ലാ വീഡിയോയ്ക്കൊപ്പവും നൽകിയിരിക്കുന്ന വിവരണങ്ങളും മുഴുവൻ കമന്റ് സെക്ഷനും അയാൾ വിശദമായി വായിച്ചു. സുരേഷിന് ലഭിച്ച ആ വെർച്വൽ കരഘോഷം അയാളുടെ ആവേശം വർദ്ധിപ്പിച്ചു.

പാമ്പുകളുമായി ബന്ധപ്പെട്ട അന്ധവിശ്വാസങ്ങൾ കേരളീയരുടെ മനസ്സിൽ ആഴത്തിൽ വേരൂന്നിയതാണെന്ന് സൂരജ് പെട്ടെന്ന് മനസ്സിലാക്കി. കേരളത്തെ അറബിക്കടലിൽ നിന്ന് വീണ്ടെടുത്ത് പരശുരാമൻ (ഹിന്ദു ദൈവമായ വിഷ്ണുവിന്റെ പത്ത് അവതാരങ്ങളിൽ ഒന്ന്) നമ്പൂതിരിമാർക്ക് ദാനമായി നൽകിയെന്നാണ് പുരാണങ്ങൾ പറയുന്നത്. നിരവധി ക്ഷത്രിയ രാജാക്കന്മാരെ വധിച്ച പാപത്തിൽ നിന്നുള്ള മുക്തിയെന്നോണമായിരുന്നത്രെ അദ്ദേഹമത് ചെയ്തത്. എന്നിരുന്നാലും, പുരാതന കേരളം കാടുകളാൽ നിറഞ്ഞതായിരുന്നു. ഇവിടുത്തെ വലിയ ഭൂപ്രദേശങ്ങൾ സർപ്പങ്ങളുടെ വിഹാരകേന്ദ്രങ്ങളായിരുന്നു. ഇവിടം മനുഷ്യവാസത്തിന് യോഗ്യമായിരുന്നില്ല. സഹവാസം മാത്രമാണ് ഒരേയൊരു വഴിയെന്ന് പരശുരാമനു മനസ്സിലായി. സർപ്പങ്ങളെ ആരാധിക്കാൻ അദ്ദേഹം ജനങ്ങളെ പ്രേരിപ്പിച്ചു. അക്കാലത്ത് കേരളത്തിൽ മനുഷ്യ ജനസംഖ്യ കുറവായിരുന്നു. അതുകൊണ്ടുതന്നെ ഓരോ കുടുംബവും കൈവശം വച്ചിരുന്നത് ഏക്കറു കണക്കിന് ഭൂമിയായിരുന്നു. ഓരോ കുടുംബവും അവരുടെ ഭൂമിയുടെ ഒരു നിശ്ചിത ഭാഗം, ഒന്നോ രണ്ടോ ഏക്കർ,

പാമ്പുകൾക്കായി കരുതിവയ്ക്കുന്നത് പതിവായിരുന്നു. ഇവയാണ് സർപ്പക്കാവുകൾ.

പാമ്പുകൾക്കായി സമർപ്പിച്ചിരിക്കുന്ന ഒരു ആരാധനാലയമായിരുന്നു ഓരോ സർപ്പക്കാവും. അവയിൽ നാഗരാജാവിന്റെയും (പാമ്പുകളുടെ രാജാവ്) മറ്റ് നാഗദേവതകളുടെയും (സർപ്പദേവതകൾ) ഒന്നോ അതിലധികമോ വിഗ്രഹങ്ങളും ഉണ്ടായിരുന്നു. പാമ്പുകൾ വാണ ആ കാവുകളിൽ മനുഷ്യർ ഒരിക്കലും കടക്കാറില്ലായിരുന്നു. മനുഷ്യന്റെ ഇടപെടലിന്റെ അഭാവം, ആ ഇടങ്ങളിലെ ആവാസവ്യവസ്ഥ കൃത്യമായി നിലനിൽക്കുന്നുവെന്ന് ഉറപ്പാക്കി. മരങ്ങൾ മുറിക്കാതെയും, കുറ്റിക്കാടുകൾ പടർന്നുപിടിച്ചും, വള്ളികൾ തഴച്ചുവളർന്നും, അവ നിലകൊണ്ടു. അത്തരം കാവുകളുമായി ബന്ധപ്പെട്ട പുരാണ കഥകൾ മനുഷ്യനും പാമ്പും തമ്മിൽ സൗഹാർദ്ദപരമായ ഒരു ബന്ധം വളർത്തിയെടുത്തു.

ഈ സർപ്പക്കാവുകളുടെ പരിസരം ദൈവികതയെ മാത്രം അടിസ്ഥാനമാക്കിയുള്ളതായിരുന്നില്ല. മറിച്ച്, ഭയത്തിന്റെ ശക്തമായ ഒരു ഘടകവും അവിടെ ഉണ്ടായിരുന്നു. പാമ്പുകൾ, പ്രത്യേകിച്ച് മൂർഖൻ പാമ്പുകൾ, ദൈവികതയുടെ അടയാളങ്ങളാണെന്നാണ് സമൂഹം വിശ്വസിച്ചിരുന്നത്. കാവിലെ പാമ്പുകളെ ഉപദ്രവിക്കുന്നത് സർപ്പദോഷം ക്ഷണിച്ചു വരുത്തുന്ന പാപമായി കണക്കാക്കപ്പെട്ടിരുന്നു.

പഴക്കം ചെന്ന ഈ വിശ്വാസത്തിൽ ഒരു വലിയ രഹസ്യത്തെ ഒളിച്ചുവയ്ക്കാനുള്ള സാധ്യതയുണ്ടെന്ന് സൂരജ് തിരിച്ചറിഞ്ഞു. അയാളുടെ മനസ്സ് കൊലപാതകം ഉൾപ്പെടുന്ന ഒരു വക്രമായ പദ്ധതിയിൽ പ്രവർത്തിക്കുകയായിരുന്നു. അയാൾ തന്റെ ആയുധം തിരഞ്ഞെടുത്തു. ആ ആയുധത്തിനുള്ളിൽ തുടിക്കുന്ന ഒരു ഹൃദയവും, ഒരു മനസ്സും ഉണ്ടായിരുന്നു.

അംഗീകാരത്തിനായി തേടുന്ന മനസ്സ്, മനുഷ്യപ്രകൃതിയിൽ അന്തർലീനമായുള്ളതാണ്. ഉയർന്ന അപകടസാധ്യതയുള്ള പ്രൊഫഷനുകളിലുള്ളവർക്ക്, ഇത് പലപ്പോഴും കൂടുതൽ തീവ്രമാണ്. വിരോധാഭാസമെന്നു പറയട്ടെ, ഇത്തരം തൊഴിൽമേഖലകളിൽ നന്ദിയും പ്രശംസയുമൊക്കെ തുലോം കുറവായിരിക്കും. ഉദാഹരണത്തിന്, ഒരു സാധാരണ പൗരൻ,

കാക്കിധാരിയായ ഒരാളുടെ അടുത്തേക്ക് ചെന്ന് ഒരു നന്ദി വാക്ക് പറയുന്നത് വളരെ അപൂർവ്വമാണ്. ഒരു പാമ്പുപിടുത്തക്കാരനെ സംബന്ധിച്ചിടത്തോളം, അത്തരം അംഗീകാരം പലപ്പോഴും സംഭവിക്കാറില്ല. പാമ്പുപിടുത്തക്കാരെ പലപ്പോഴും, സർക്കസ് കോമാളിയെപ്പോലെയുള്ള ഒരു വിനോദ സ്രോതസ്സായിട്ടാണ് പലരും കാണുന്നത്. പാമ്പിനെ പിടിച്ചു കഴിഞ്ഞാൽ, പിന്നെ അതിനെക്കുറിച്ച് അധികം സംസാരിക്കാൻ നിൽക്കാതെ ആളുകൾ ഉടനടി പിരിഞ്ഞു പോവുകയാണ് പതിവ്. എല്ലാവരുടെയും ആകർഷണം ഇരയാണ്; ഇരയെ പിടിക്കുന്നവർ അല്ല.

ഫെബ്രുവരിയിലെ രണ്ടാം വാരമായിരുന്നു അത്. പ്രശാന്തമായ സായാഹ്നം. ചാവരുകാവ് സുരേഷ് തന്റെ കൈകളിലെ വിരലുകൾ തമ്മിൽ താരതമ്യം ചെയ്യുകയായിരുന്നു. വലതു കൈയുടെ മധ്യവിരൽ ആകെ വികൃതമായിരുന്നു. വർഷങ്ങളായി പാമ്പുകളെ പിടിക്കാൻ താൻ നടത്തിയ ശ്രമങ്ങൾക്ക് വേണ്ടി സഹിക്കേണ്ടി വന്ന വേദനകൾക്ക് തക്കതായ വിലമതിക്കുന്നുണ്ടോ എന്ന് ആലോചിച്ചുകൊണ്ട് അയാൾ അതിനെ മൃദുവായി തഴുകാൻ തുടങ്ങി. വിരലിലെ പാടുകൾ നോക്കിയിരിക്കെ, അത് യുദ്ധത്തെക്കുറിച്ചുള്ള ഒരു ചിത്രകാരന്റെ അമൂർത്തമായ ചിത്രീകരണം ആണെന്ന് അയാൾക്ക് തോന്നിപ്പോയി.

സുരേഷ് തന്റെ മകളെക്കുറിച്ച് ചിന്തിച്ചു. തനിക്ക് ഒരു വിഷപ്പാമ്പിന്റെ കടിയേറ്റാൽ അവളുടെ ജീവിതം എന്തായിത്തീരുമെന്ന് അയാൾ ആശങ്കപ്പെട്ടു. പാമ്പുപിടുത്തത്തിൽ നിന്നുള്ള സാമ്പത്തിക വരുമാനം ചെറുതായിരുന്നു. സമൂഹത്തിൽ നിന്നുള്ള അംഗീകാരമാകട്ടെ തീരെ നിസ്സാരവുമായിരുന്നു. തന്റെ കഴിവിലുള്ള അദ്ദേഹത്തിന്റെ അപാരമായ വിശ്വാസവും, ഒരു പെർഫോമിംഗ് ആർട്ടിസ്റ്റായി സ്വയം കണക്കാക്കുന്നതും, താനൊരു YouTube ഇൻഫ്ലുവെൻസർ ആണെന്ന തോന്നലുമാണ് അദ്ദേഹത്തെ മുന്നോട്ട് നയിച്ചത്. തനിക്ക് ഏറ്റവും കൗതുകകരമായി തോന്നിയ, ഉൽക്കടമായ ബഹുമാനവുമുള്ള ഒരു ജീവിയുമായി അദ്ദേഹം ആ വേദി പങ്കിട്ടു.

സുരേഷിന്റെ ആ ചിന്താസരണിയെ മുറിച്ചു കൊണ്ട് അയാളുടെ 'നോക്കിയാ' ഫോൺ ഉച്ചത്തിൽ ബെല്ലടിച്ചു. കാലപ്പഴക്കം കൊണ്ട് നശിച്ചുകൊണ്ടിരിക്കുന്ന മൊബൈൽ ഫോണിലേക്ക് അയാൾ നോക്കി. അത് നന്നാക്കിയെടുക്കാൻ പണം സ്വരൂപിക്കേണ്ടതുണ്ടായിരുന്നു.

മനസ്സൊന്ന് നേരെയാക്കിയ ശേഷം, ഏറെക്കുറെ അവസാനത്തെ ബെല്ലിലാണ് സുരേഷ് കോൾ എടുത്തത്.

'ഹലോ!' അയാൾ നിരുന്മേഷവാനായി ഫോൺ കാതിലേക്ക് ചേർത്തു.

'സർ, ഇത് ചാവരുകാവ് സുരേഷ് അല്ലേ?' ടെലിഫോൺ ലൈനിന്റെ മറുവശത്ത് ആവേശഭരിതമായ ശബ്ദം.

'അതെ, പക്ഷേ ഞാൻ ഇന്ന് ജോലി ചെയ്യുന്നില്ല. ക്ഷമിക്കണം!' അസ്വസ്ഥതയോടെ സുരേഷ് കോൾ അവസാനിപ്പിക്കാൻ തുനിഞ്ഞു.

'സർ! സർ, ഞാൻ സാറിന്റെ വലിയൊരു ആരാധകനാണ്!' ഫോൺ ചെവിയിൽ നിന്ന് മാറ്റുന്നതിനിടയിൽ ആശ്ചര്യത്തിന്റെ നേരിയ അല സുരേഷിന്റെ കാതുകളിൽ പതിച്ചു.

'ആരാധകൻ' എന്ന വാക്ക് സുരേഷ് ആദ്യമായായിരുന്നു കേൾക്കുന്നത്. എന്നാൽ അയാളുടെ അപ്പോഴത്തെ മാനസികാവസ്ഥയിൽ, അത്തരമൊരു നല്ല വാക്ക് അയാൾക്ക് ആവശ്യമായിരുന്നു. സംഭാഷണം തുടരാൻ അയാൾ തീരുമാനിച്ചു.

'ഹലോ! ആരാ ഇത്?' സ്വരത്തിൽ വിടർന്നു തുടങ്ങിയ നേരിയ ചിരിയോടെ അയാൾ ചോദിച്ചു.

'സർ, എന്റെ പേര് സൂരജ്. ഞാൻ HDFC ബാങ്കിലെ ഒരു ജീവനക്കാരനാണ്. ഞാൻ നിങ്ങളുടെ YouTube ചാനലിന്റെ ഒരു സബ്സ്ക്രൈബർ ആണ്.'

'അറിഞ്ഞതിൽ സന്തോഷം, സൂരജ്. എന്തിനാണ് വിളിച്ചത്?'

'സർ, എന്റെ പ്രചോദനമായ നിങ്ങളോട് ഒന്ന് സംസാരിക്കണം എന്നുണ്ടായിരുന്നു. ഞാൻ നിങ്ങളുടെ എല്ലാ വീഡിയോകളും നിരന്തരം കാണാറുണ്ട്. നിങ്ങളെ പോലെ തന്നെ എനിക്കും പാമ്പുകളെ ഇഷ്ടമാണ്. പാമ്പിനെ പിടിക്കാനുള്ള ആ വടി അനായാസേന ഉപയോഗിക്കുന്ന നിങ്ങളുടെ കഴിവുകൾ അതിശയിപ്പിക്കുന്നതാണ്. നിങ്ങൾ എന്റെ ജീവിതം മാറ്റിമറിച്ചു, സർ!'

സുരേഷിന് എങ്ങനെ പ്രതികരിക്കണമെന്നറിയില്ലായിരുന്നു. ആ അംഗീകാരം തെല്ലൊന്ന് അമ്പരപ്പിച്ചെങ്കിലും, അത് തീരെ പരിചയമില്ലാത്ത ഒന്നായിരുന്നു. ഒരു പാമ്പിനെ കണ്ട സ്ഥാനവും, അതിനെ പിടിക്കാൻ എത്രനേരം എടുക്കും

എന്നമൊക്കെയുള്ള ഹ്രസ്വമായ കാളുകൾ ആയിരുന്നു പൊതുവെ വരാറുണ്ടായിരുന്നത്. അല്പനേരത്തെ നിശബ്ദതയ്ക്ക് ശേഷം സൂരജ് വീണ്ടും സംസാരിച്ചു.

'സർ, എനിക്ക് താങ്കളിൽ നിന്ന് ഇതിനെക്കുറിച്ച് കൂടുതൽ പഠിക്കണം എന്നുണ്ട്. ഞാൻ ഇടയ്ക്കിടെ പാമ്പുപിടിത്തത്തിനെക്കുറിച്ചുള്ള സംശയങ്ങൾ ചോദിക്കുന്നതിൽ വിരോധമില്ലല്ലോ?'

'ഇല്ല, കുഴപ്പമില്ല. വിളിച്ചതിന് നന്ദി, സൂരജ്. ഈ ഒരു കാൾ എനിക്ക് അത് എത്രമാത്രം ആവശ്യമായിരുന്നുവെന്ന് നിങ്ങൾക്കറിയില്ല,' സുരേഷ് നേർത്ത സ്വരത്തിൽ പറഞ്ഞു.

'ഇത് എന്റെ സന്തോഷമാണ്. ഞാൻ ഉടൻ വീണ്ടും വിളിക്കാം സർ!'

കോൾ അവസാനിപ്പിച്ചപ്പോൾ താൻ വലിയ എന്തോ ഒന്ന് നേടിയത് പോലെ സൂരജിന് തോന്നി. ഉത്രയെ ഒഴിവാക്കാനുള്ള ആദ്യ ചുവടുവയ്പ്പ് ആയിരുന്നു അത്. സുരേഷിന്റെ ഹൃദയത്തിൽ താൻ ഉണ്ടാക്കിയെടുത്ത സൗഹൃദം, തന്നെ സഹായിക്കും എന്ന് സൂരജിന് ഉറപ്പുണ്ടായിരുന്നു.

സൂരജ് തന്റെ വാക്ക് പാലിക്കുകയും, അവരുടെ ആദ്യത്തെ ടെലിഫോൺ സംഭാഷണത്തിന് ശേഷമുള്ള ആഴ്ചയിൽ സുരേഷുമായി ഒരു സൗഹൃദ ബന്ധം ഉണ്ടാക്കുകയും ചെയ്തു. സുരേഷിന്റെ പ്രവർത്തനത്തെ പുകഴ്ത്തി അയാൾ ഇടയ്ക്കിടെ മെസ്സേജ് അയക്കുമായിരുന്നു. സുരേഷ് കൈകാര്യം ചെയ്യുന്ന പാമ്പുകളെക്കുറിച്ചും അയാൾ നിരവധി അന്വേഷണങ്ങൾ നടത്തി. സൂരജിന്റെ താൽപ്പര്യം വെറുതെ അറിവ് ശേഖരിക്കുവാൻ മാത്രമല്ല എന്നും, ആ സംഭാഷണങ്ങളൊക്കെ അയാൾ ശരിക്കും ആസ്വദിക്കുന്നുണ്ടെന്നും സുരേഷിന് മനസ്സിലായി. പാമ്പുകളുടെ ആവാസ വ്യവസ്ഥകൾ, അവയുടെ വിഷത്തിന്റെ സവിശേഷതകൾ, അവയുടെ വിഷപ്പല്ലുകളുടെ തരങ്ങൾ മുതലായവയെക്കുറിച്ചുള്ള വിവരങ്ങൾ അദ്ദേഹം നൽകി. രണ്ടുപേരും തമ്മിലുള്ള ഒരു സാധാരണ സംഭാഷണം ഏറെക്കുറെ ഇങ്ങനെയുണ്ടാവും :

'നിങ്ങളുടെ പ്രിയപ്പെട്ട പാമ്പ് ഏതാണ്?'

'എന്റെ കുട്ടികൾക്കിടയിൽ നിന്ന് ഒരാളെ എനിക്ക് എങ്ങനെ തിരഞ്ഞെടുക്കാനാകും? അവരെയെല്ലാം ഞാൻ ബഹുമാനിക്കുന്നു.'

'അതുകൊണ്ടാണ് സർ ഞാൻ നിങ്ങളുടെ ആരാധകനായത്.'

'ഇങ്ങനെ പറയാനും ഒരു നല്ല മനസ്സ് വേണം.'

'ഏറ്റവും വിഷമുള്ളത് ഏതാണ്?'

'ഏറ്റവും പ്രശ്നം മൂർഖന്റെ കടിയാണ്. അതിന്റെ വിഷത്തിന്റെ ഒരു തുള്ളി തന്നെ, നിരവധി മനുഷ്യജീവനുകൾക്ക് മരണഹേതുവായേക്കാം.'

'എന്തുതരം വിഷമാണ് ഇതിനുള്ളത്?'

'അതിന്റെ വിഷം തലച്ചോറിലേക്ക് നേരിട്ട് കേറും. കടിയേറ്റാൽ പലപ്പോഴും മരണം ഉറപ്പാണ്.'

'അടുത്തിടെ വല്ലതിനെയും പിടിച്ചിരുന്നോ?'

'ഉവ്വ്. പിടിച്ചിരുന്നു.'

'രക്ഷാപ്രവർത്തനത്തിന്റെ കുറച്ചു വീഡിയോകൾ എനിക്ക് തരാമോ? നിങ്ങൾ പിടിക്കുന്ന രീതി ശരിക്കും അടിപൊളിയാണ്. എനിക്ക് അതൊക്കെ നിങ്ങളിൽ നിന്ന് പഠിക്കണമെന്ന് നല്ല ആഗ്രഹമുണ്ട്.'

മുഖസ്തുതി ചെയ്യാനുള്ള ഈ ശ്രമങ്ങൾക്ക് സുരേഷ് പലപ്പോഴും വഴങ്ങുകയും തന്റെ പക്കലുള്ള വീഡിയോകൾ ഫോർവേഡ് ചെയ്യുകയും ചെയ്യുമായിരുന്നു. കുറച്ച് ദിവസങ്ങൾ ഇങ്ങനെ സംസാരിച്ച ശേഷം, സൂരജിനെ നേരിട്ട് കാണാൻ സുരേഷ് സമ്മതിച്ചു. ചാത്തന്നൂരിലെ ഇത്തിക്കരയാറിന്റെ തീരത്താണ് അവർ കാണാമെന്ന് തീരുമാനിച്ചത്.

സുരേഷിന്റെ അടുത്തെത്തിയപ്പോൾ മുതൽ ഒരു വലിയ ആരാധകനെപ്പോലെയാണ് സൂരജ് പെരുമാറിയത്. സുരേഷ് നടത്തിയിട്ടുള്ള രക്ഷാപ്രവർത്തനങ്ങളെക്കുറിച്ചും സുരേഷിന്റെ സഹപ്രവർത്തകനായ വാവയുടെ സാഹസങ്ങളെക്കുറിച്ചുമൊക്കെ അയാൾ ദീർഘമായി സംസാരിച്ചു. പാമ്പ് പിടിക്കുന്ന 'കല'യുടെ വിദ്യാർത്ഥിയാണ് താനെന്നും, സുരേഷിൽ തന്റെ ഗുരുവിനെ കണ്ടെത്തിയെന്ന് വിശ്വസിക്കുന്നുവെന്നും അയാൾ പറഞ്ഞു. പാമ്പുകളെക്കുറിച്ചും അവയുടെ രീതികളെക്കുറിച്ചും പഠിപ്പിക്കുന്നത് തുടരാൻ അയാൾ സുരേഷിനോട് അഭ്യർത്ഥിച്ചു. പോകുന്നതിന് മുമ്പ്, സൂരജ് ശ്രീഭൂതനാഥ ക്ഷേത്രത്തിൽ നിന്ന് പ്രസാദവും, ഒരു ചെറിയ പൊതിയും പുറത്തെടുത്ത് സുരേഷിന് സമർപ്പിച്ചു. തന്റെ ഗുരുവിനുള്ള ദക്ഷിണയാണിതെന്ന് അയാൾ പറഞ്ഞു.

തന്റെ തൊഴിലിനെ ആരാധിക്കുന്ന ഒരാളെ കണ്ടുമുട്ടിയത്

സുരേഷിന് സന്തോഷകരമായ അനുഭവമായിരുന്നു. ലോകം സുന്ദരമാണെന്ന് പെട്ടെന്ന് അയാൾക്ക് തോന്നി. സൂരജ് പോയതിന് ശേഷം സുരേഷ് അല്പനേരം നദിക്കരയിൽ നിന്നുകൊണ്ട് സൂര്യൻ അസ്തമിക്കുന്നത് കണ്ടു. നിരന്നു നിൽക്കുന്ന തെങ്ങുകൾക്ക് പിന്നിലെ ആകാശത്തിൽ പടർന്ന ഓറഞ്ച് നിറങ്ങൾ മനോഹരമായി കാണപ്പെട്ടു. ഒരു ഘട്ടത്തിൽ, വെള്ളത്തിലെ മരങ്ങളുടെ പ്രതിബിംബങ്ങളുടെ ആകൃതി, ഒരു മൂർഖൻ പത്തിവിരിച്ചാടുന്നത് പോലെയാണെന്ന് അയാൾക്ക് തോന്നി.

സൂരജും സുരേഷും തമ്മിലുള്ള സംഭാഷണങ്ങൾ അടുത്ത ഏതാനും ആഴ്ചകളിൽ നിരന്തരമായി നടന്നു. താമസിയാതെ സൂരജിന് കേരളത്തിലെ പാമ്പുകളെക്കുറിച്ചുള്ള കാര്യമായ അറിവ് ലഭിച്ചു. അയാൾക്ക് ഇപ്പോൾ പാമ്പുകളിലെ വിഷ ഗ്രന്ഥികൾ കൃത്യമായി കണ്ടെത്താനും, വിഷത്തിന്റെ തരങ്ങൾ തമ്മിൽ വേർതിരിച്ചറിയാനും, പാമ്പിന്റെ ശരീരത്തിലെ ശൽക്കങ്ങൾ എങ്ങനെയായിരിക്കുമെന്ന് മനസ്സിലാക്കാനും കഴിയും. അടുത്ത ഘട്ടത്തിനുള്ള സമയമായി!

'എന്തുണ്ട് സൂരജ് വിശേഷങ്ങൾ?' ആദ്യ റിംഗിൽ തന്നെ കോൾ എടുക്കുമ്പോൾ സുരേഷ് ചോദിച്ചു.

'എനിക്ക് സുഖമാണ് സർ. താങ്കൾക്ക് സുഖമാണോ?'

'ഞാനും സുഖമായിരിക്കുന്നു. ഏത് സർപ്പമാണ് ഇന്ന് നിങ്ങളുടെ ഉറക്കം കളയുന്നത്?'

'ഹഹ! സർ, ഞാൻ ഒരു പരിപാടിയുടെ കാര്യം പറയാനാണ് വിളിച്ചത്. എന്റെ നാടിനെ മൊത്തം സഹായിക്കുന്ന ഒന്ന്.'

'എന്താ സംഭവം?'

'സർ, ഞങ്ങളുടെ ഈ പ്രദേശത്ത് ധാരാളം പാമ്പുകൾ ഉണ്ട്. എന്നാൽ ഈ ജീവികളെക്കുറിച്ച് ആളുകൾക്ക് അത്ര ധാരണയൊന്നുമില്ല. പാമ്പിനെക്കണ്ടാൽ എല്ലാവരുടെയും ആദ്യ പ്രേരണ അതിനെ അടിച്ചു കൊല്ലുക എന്നതാണ്. പാമ്പുകളെയും പാമ്പുപിടുത്തക്കാരെയും കുറിച്ച് ബോധവൽക്കരണം നടത്താൻ നിങ്ങൾ ഇവിടെ ഒരു പരിശീലന ക്ലാസ്സ് നടത്തണമെന്നത് എന്റെ വലിയൊരു ആഗ്രഹമാണ്.'

'സംഭവം കൊള്ളാം, സൂരജ്. പക്ഷേ ആളുകൾക്ക്

ഇതിലൊക്കെ ശരിക്കും താൽപ്പര്യമുണ്ടാകുമോ? ഇങ്ങനെയുള്ള പരിപാടികളിൽ ആളുകളെ കിട്ടാനൊക്കെ വലിയ പാടല്ലേ?'

'സർ, അത് എനിക്ക് വിട്ടു. ഒരു നല്ല ജനക്കൂട്ടം അവിടെ തടിച്ചുകൂടും എന്നത് ഞാൻ ഉറപ്പാക്കും.'

സുരേഷ് ഒരു നിമിഷം ആലോചിച്ചു. നാട്ടിൽ ഇതുവരെ ലഭിക്കാത്ത പേരും പ്രശസ്തിയും നേടാനുള്ള അവസരമാണിതെന്ന് അയാൾക്ക് തോന്നി. 'ഇപ്പോൾ ഇങ്ങനെ ഒരു പരിപാടി നടത്താനായി എന്റെ കൈയിൽ പാമ്പില്ല. പക്ഷേ, ഒരെണ്ണം പിടിച്ചാലുടൻ ഞാൻ നിങ്ങളെ വിളിക്കാം,' അയാൾ മറുപടി പറഞ്ഞു.

'നന്ദി സർ. നിങ്ങൾ സമ്മതിക്കുമെന്ന് എനിക്കറിയാമായിരുന്നു. നിങ്ങൾ അടുത്ത പാമ്പിനെ പിടിക്കുന്നതിനായി ഞാൻ ആകാംക്ഷയോടെ കാത്തിരിക്കും.'

\\\\\\\\\\\\\\

അങ്ങനെ, സുരേഷിന്റെ അടുത്ത നീക്കത്തിനായി കാത്തിരിക്കേണ്ട അവസ്ഥയിൽ സൂരജ് എത്തിച്ചേർന്നു. താൻ വേണ്ടത്ര പ്രചോദനം നൽകിയിട്ടുണ്ടെന്നും അതുകൊണ്ടു തന്നെ സുരേഷ് തിരിച്ചുവിളിക്കുമെന്നും സൂരജിന് നല്ല ആത്മവിശ്വാസമുണ്ടായിരുന്നു. പക്ഷേ ആ കാത്തിരിപ്പ് വേദനാജനകമായിരുന്നു.

ഈ സമയത്ത് സൂരജ് അസാധാരണമാം വിധം പ്രകോപിതനായിരുന്നു. ആ ദേഷ്യമെല്ലാം അയാൾ ചൊരിഞ്ഞതാകട്ടെ ഉത്രയുടെ മേലും. അത് കഴിഞ്ഞാൽ പിന്നെ സൂരജ് ദേഷ്യം കാണിച്ചിരുന്നത് മുഴുവൻ അവരുടെ കൈക്കുഞ്ഞായിരുന്ന മകൻ ധ്രുവിനോടാണ്. പക്ഷേ അവളാകട്ടെ, വീണ്ടും തന്റെ കുടുംബത്തെ ഇടപെടുത്തി മറ്റൊരു കൊടുങ്കാറ്റ് ഇളക്കിവിടാൻ ആഗ്രഹിച്ചില്ല. അമ്മയുടെ വിട്ടുമാറാത്ത ആരോഗ്യപ്രശ്നങ്ങളുടെ സമ്മർദ്ദത്തിൽ അവർ ഇതിനകം ഉഴലുന്നതായി അവൾക്കറിയാമായിരുന്നു.

സുരേഷിന്റെ വിളിയും കാത്തിരിക്കുമ്പോൾ, സൂരജ് ഈ വിഷയത്തെ സംബന്ധിച്ച് ചില ഗവേഷണങ്ങൾ നടത്തുകയായിരുന്നു. ഉറക്കമരുന്നുകൾക്കായി അയാൾ ഇന്റർനെറ്റ് പരതി. ഇരയെ പുറത്താക്കിയാൽ തന്റെ പ്രവർത്തന പദ്ധതി കൂടുതൽ ഫലപ്രദമാകുമെന്ന് അയാൾ കരുതി. രാത്രിയുടെ ഇരുട്ടിൽ ഭാര്യയുടെ കൂടെ മുറിയിൽ ഉറപ്പായും ഉണ്ടായിരിക്കുന്ന മകൻ ധ്രുവിനും ഉറക്കമരുന്ന് കൊടുക്കാൻ അയാൾ തീരുമാനിച്ചു.

ഇതിനിടയിൽ, സുരേഷ് ഒരു പെൺ ചേനത്തണ്ടനെ രക്ഷിക്കേണ്ട ദൗത്യത്തിനിറങ്ങി. ഊഴായിക്കോട് അയ്യപ്പക്ഷേത്ര ട്രസ്റ്റിന്റെ ഉടമസ്ഥതയിലുള്ള കെട്ടിടത്തിന് സമീപമാണ് പാമ്പിനെ കണ്ടത്. രക്ഷാപ്രവർത്തനം ഫേസ്ബുക്കിൽ ലൈവ് സ്ട്രീം ചെയ്തു. അത് കണ്ടവരിൽ സൂരജും ഉണ്ടായിരുന്നു. സുരേഷിനെ സംബന്ധിച്ചിടത്തോളം ഇത് വളരെ ലളിതമായ ഒരു ജോലിയായിരുന്നു. നാലടി നീളമുള്ള പാമ്പിനെ എളുപ്പത്തിൽ പിടികൂടാൻ അദ്ദേഹത്തിന് കഴിഞ്ഞു. രക്ഷാപ്രവർത്തനം പൂർത്തിയാക്കിയ അദ്ദേഹം പാമ്പിനെ ശ്രദ്ധാപൂർവ്വം ഒരു പ്ലാസ്റ്റിക് പാത്രത്തിൽ അടച്ചു.

ആവേശം നിയന്ത്രിക്കാനാവാതെ സൂരജ് ഉടനെതന്നെ സുരേഷിനെ വിളിച്ചു.

'സർ, താങ്കളുടെ ഫേസ്ബുക്ക് പേജിലെ ലൈവ് സ്ട്രീം ഞാൻ കണ്ടു. അത് അവിശ്വസനീയമായിരുന്നു.'

'സന്തോഷം സൂരജ്. ഇത് അത്ര പാടുള്ള ഒന്നായിരുന്നില്ല.'

'സർ, പാമ്പ് ഇപ്പോഴും കൈയ്യിൽ ഉണ്ടോ?'

'അതെ. ഉണ്ട്. പക്ഷേ ഉടനെതന്നെ അതിനെ സുരക്ഷിതമായ ഒരിടത്ത് തുറന്നുവിടണം.'

'സർ, ഈ പാമ്പിനെ നമുക്ക് ബോധവൽക്കരണ പരിപാടിക്ക് ഉപയോഗിച്ചാലോ?'

'അത്... അതൊക്കെ വേണോ സൂരജ്?'

'സർ, ഒന്ന് ആലോചിച്ചു നോക്കൂ. ഇവിടെയുള്ള ആളുകൾക്ക് ശരിക്കും പാമ്പുകളെ കുറിച്ച് മനസ്സിലാക്കി കൊടുക്കേണ്ടതുണ്ട്. ഈ പരിപാടിക്കു വേണ്ടി നിങ്ങൾക്ക് എന്തും ചെയ്യാൻ ഞാൻ തയ്യാറാണ്.'

'എങ്കിൽ നിങ്ങൾ എനിക്ക് ക്ലാസ്സ് എടുക്കാനുള്ള പണം നൽകേണ്ടിവരും,' സുരേഷ് തമാശയായി പറഞ്ഞു.

'തുക എത്രയാണെന്ന് പറഞ്ഞാൽ മതി സർ!'

സൂരജിന്റെ പ്രതികരണം സുരേഷിനെ ഞെട്ടിച്ചു. ക്ലാസ്സ് എടുത്താൽ എന്തെങ്കിലും സാമ്പത്തിക നേട്ടമുണ്ടാകുമെന്ന് അദ്ദേഹം ഒരിക്കലും കരുതിയിരുന്നില്ല. ആദ്യം തമാശയായിട്ടാണ് പറഞ്ഞതെങ്കിലും, സൂരജിന്റെ ആവേശത്തെ മുതലെടുക്കാൻ സുരേഷിന്റെ ദയനീയത അയാളെ പ്രേരിപ്പിച്ചു.

'ശരി, ക്ലാസ്സ് എടുക്കാൻ 10,000 രൂപ ആകും!' സുരേഷ് വിലപേശാൻ ശ്രമിച്ചു.

'ശരി സർ. ഞാൻ പണം ഏർപ്പാടാക്കാം. നിങ്ങൾ കൊണ്ടുവരുന്നത് നല്ല ഉഗ്രവിഷമുള്ള പാമ്പ് തന്നെയായിരിക്കണം കേട്ടോ,' സൂരജ് ആവേശത്തോടെ പറഞ്ഞു.

'ഉവ്വ്, ഞാൻ ചേനത്തണ്ടനെ കൊണ്ടുവരാം. എപ്പോഴാണ് ക്ലാസ്സ് വയ്ക്കാൻ ഉദ്ദേശിക്കുന്നത്?'

'സർ, അതിരാവിലെ വെച്ചാൽ ആയിരിക്കും നല്ലത് എന്ന് തോന്നുന്നു. തരക്കേടില്ലാത്ത ജനക്കൂട്ടം ഉണ്ടെന്ന് ഞാൻ ഉറപ്പാക്കും.'

സുരേഷിന് തന്റെ ഭാഗ്യം വിശ്വസിക്കാനായില്ല. പാമ്പുകളെക്കുറിച്ചുള്ള ഒരു ക്ലാസ്സിന് പതിനായിരം ലഭിക്കുന്നത് തീരെ കേട്ടുകേൾവിയില്ലാത്ത കാര്യമായിരുന്നു. രക്ഷാ വാനിന്റെ ഡ്രൈവറായ രാജുവിനോടും ഒപ്പം ജോലി ചെയ്തിരുന്ന മറ്റ് രക്ഷാപ്രവർത്തകരായ ലിജിൻ, പ്രേംജിത്ത് എന്നിവരോടും അപ്പോൾ തന്നെ ക്ലാസ്സിനെക്കുറിച്ച് അറിയിക്കുകയും അവരോട് തന്നെ അനുഗമിക്കാൻ ആവശ്യപ്പെടുകയും ചെയ്തു. കുറച്ച് കഴിഞ്ഞ് സുരേഷിന് സൂരജിന്റെ മറ്റൊരു കോൾ വന്നു. ഒറ്റയ്ക്കായിരിക്കില്ലേ വരുന്നത്, എന്നായിരുന്നു ചോദ്യം. എന്തുകൊണ്ടോ, സുരേഷിനപ്പോൾ കള്ളം പറയാനാണ് തോന്നിയത് – ക്ലാസ്സിനായി താൻ ഒരു ചെറിയ ടീമിനെ സജ്ജീകരിച്ചതിനെക്കുറിച്ച് അയാൾ സൂരജിനോട് പറഞ്ഞില്ല.

സൂരജിന്റെ മനസ്സ് അപ്പോഴേക്കും അതിവേഗതയിൽ സഞ്ചരിക്കാൻ തുടങ്ങിയിരുന്നു. ഉത്രയുടെ അന്ത്യത്തിലേക്ക് നയിക്കാവുന്ന ഒരു അടിസ്ഥാന പദ്ധതി നിർമ്മിച്ചെടുക്കാൻ അയാൾക്ക് അതിനോടകം കഴിഞ്ഞിരുന്നു. സുരേഷുമായുള്ള കൂട്ടുകെട്ട് പുരോഗമിച്ചതോടെ അയാളുടെ ഉദ്ദേശ്യങ്ങൾക്ക് ധൈര്യം കൈവന്നു. പണത്താൽ നിയന്ത്രിക്കപ്പെടുന്ന ഒരു വീക്ഷണമാണ് സൂരജിന് ലോകത്തെക്കുറിച്ച് ഉണ്ടായിരുന്നത്. മാർഗ്ഗങ്ങൾ എന്തുതന്നെയായാലും, സാമ്പത്തിക പ്രതിഫലം മാത്രമായിരുന്നു അയാളുടെ ലക്ഷ്യം. ഒരു ക്ലാസ്സ് നടത്തുന്നതിന് വേണ്ടി മാത്രം സുരേഷിന് ഭീമമായ തുക നൽകാൻ അയാൾ തയ്യാറായിരുന്നു എന്നത്

അയാളുടെ വ്യഗ്രതയുടെ വ്യാപ്തി കാണിക്കുന്നു. ഒരിക്കലും പിരിയാൻ അയാൾ ആഗ്രഹിക്കാത്ത ഒരേയൊരു കാര്യം പണമായിരുന്നു.

സൂരജിന് നല്ല ഭാവനാശക്തി ഉണ്ടായിരുന്നു. സുരേഷിന്റെ ചാനൽ കാണുന്നതിലൂടെ പാമ്പ് പിടുത്തത്തിന്റെ വ്യത്യസ്ത സാഹചര്യങ്ങളിലൂടെ അയാൾ മനസ്സ് കൊണ്ട് ഊളിയിട്ടു. പാമ്പ് പിടിക്കുന്ന സാഹചര്യം ദൃശ്യവൽക്കരിക്കാനുള്ള ഈ കഴിവ് വൈകാതെ അപകടകരമായ ഒരു തലത്തിലെത്തി. ഉത്രയുടെ മുറിയിൽ പമ്മിപ്പതുങ്ങി കയറിച്ചെന്ന് ഒരു വിഷപ്പാമ്പിനെ അഴിച്ചുവിടുന്നത് സൂരജ് സങ്കൽപ്പിക്കും. ഇതൊന്നുമറിയാതെ കിടന്നുറങ്ങുന്ന ഭാര്യയെ പാമ്പ് കടിക്കാതിരിക്കാനുള്ള കാരണങ്ങൾ അയാൾ വീണ്ടും വീണ്ടും ആലോചിക്കും. ഓരോ തവണയും അയാൾ തന്റെ തന്ത്രം പുനഃക്രമീകരിച്ചുകൊണ്ടിരുന്നു. തന്റെ ചിന്തകളിൽ നിലനിന്നിരുന്ന ക്രൂരതയുടെ അളവിനെ പാമ്പ് പ്രതിനിധീകരിക്കണമെന്ന് അയാൾ ആഗ്രഹിച്ചു. പക്ഷേ, തന്റെ ഈ ഇഷ്ടായുധം പ്രകൃതിയുടെ അരുമശിഷ്യനാണെന്നും താൻ വിഭാവനം ചെയ്യുന്നതുപോലെ നിർദ്ദയനല്ലെന്നും അയാൾ പതിയെ തിരിച്ചറിയുകയായിരുന്നു. പാമ്പുകൾക്ക് സങ്കീർണ്ണമായ മസ്തിഷ്കമുണ്ടെന്നും അവയ്ക്ക് ഇരപിടിക്കാൻ ആഗ്രഹിക്കുന്ന കാര്യങ്ങളെക്കുറിച്ചുള്ള വ്യക്തമായ ധാരണയുണ്ടെന്നും സൂരജ് മനസ്സിലാക്കുകയായിരുന്നു.

ക്ലാസ്സിനായി സുരേഷ് കൊണ്ടുവരാൻ പോകുന്ന പാമ്പിനെ എങ്ങനെയും സ്വന്തമാക്കണമെന്ന് സൂരജ് ആഗ്രഹിച്ചു. ക്ലാസ്സ് കഴിയുമ്പോൾ പാമ്പിനെ കൈക്കലാക്കാൻ വിശ്വസനീയമായ ഒരു കഥ മെനയാൻ അയാൾ തീരുമാനിച്ചു. സുരേഷുമായി ഇതുവരെ നടത്തിയ സംഭാഷണങ്ങളിലൂടെ അയാളുടെ ചില പോരായ്മകൾ സൂരജ് സസൂക്ഷ്മം ശ്രദ്ധിച്ചിരുന്നു. അയാൾ മുഖസ്തുതിക്ക് വശംവദനായിരുന്നു. മാത്രവുമല്ല, അയാൾ തന്റെ മകളെ ആഴത്തിൽ സ്നേഹിക്കുന്നയാളായിരുന്നു. കൂടാതെ, അയാൾക്ക് പണത്തിന്റെ ആവശ്യവുമുണ്ടായിരുന്നു. വിഷപ്പാമ്പിനെ തനിക്ക് കൈമാറണമെന്ന് അഭ്യർത്ഥിക്കുമ്പോൾ സുരേഷ് അതിന് വഴങ്ങുമെന്ന് ഉറപ്പാക്കാൻ സൂരജ് ഈ ബലഹീനതകളെയെല്ലാം ചുറ്റിപ്പറ്റിയുള്ള ഒരു കഥ മനസ്സിൽ മെനയാൻ തുടങ്ങി. എങ്ങനെയും സുരേഷിനെക്കൊണ്ട് സമ്മതിപ്പിക്കുമെന്ന് അയാൾക്ക് ഉറപ്പുണ്ടായിരുന്നു.

ക്ലാസ്സിന്റെ തലേദിവസം രാത്രി സൂരജ് തന്റെ കട്ടിലിൽ തിരിഞ്ഞും മറിഞ്ഞും കിടന്നു. ഉറക്കം എന്നത് ചിന്തയിൽപ്പോലും അയാൾക്കുണ്ടായിരുന്നില്ല. അർദ്ധരാത്രിക്ക് ശേഷം എപ്പോഴോ അയാൾ എഴുന്നേറ്റ് കിടപ്പുമുറിയുടെ പുറത്തുള്ള കോണിപ്പടിയിൽ ഇരുന്നു. തന്റെ സിരകളിലൂടെ ഉത്സാഹം പായുന്നത് അയാൾ അറിഞ്ഞു. നാടകം തുടങ്ങാറായിരിക്കുന്നു. തന്റെ കഥാപാത്രങ്ങളെല്ലാം നൂലിൽ കോർത്ത പാവകൾ കണക്കെ അണിനിരന്നിരിക്കുന്നു. നേരം വെളുക്കുന്നതും കാത്ത് അയാൾ അക്ഷമനായി ഇരുന്നു. ഇടയ്ക്കിടെ ഫോണിൽ ചാർജ്ജുണ്ടോ ഇല്ലയോ എന്നയാൾ പരിശോധിച്ചുകൊണ്ടിരുന്നു. രാത്രിയിൽ എപ്പോഴോ, അയാൾ പോയി ഉത്രയുടെ അടുത്ത് വെച്ചിരുന്ന തൊട്ടിലിൽ നിന്ന് തന്റെ മകനെ എടുത്തു. സ്നേഹത്തിൽ പൊതിഞ്ഞ ദുഷ്ടത നിറഞ്ഞ ഭാവത്തോടെ അയാൾ കുഞ്ഞിന്റെ മുഖത്തേക്ക് നോക്കി. താൻ ആ കൊച്ചുകുട്ടിയുടെ ജീവിതത്തെ തലകീഴായി മാറ്റാൻ പോകുകയാണെന്ന് അയാൾക്കറിയാമായിരുന്നു, എന്നാൽ താൻ ചെയ്യാൻ പോകുന്നത് അങ്ങേയറ്റം അത്യാവശ്യമുള്ള ഒരു കാര്യമായും അയാൾ മനസ്സിലോർത്തു.

മണിക്കൂറുകൾക്ക് ശേഷം, ക്ലോക്കിൽ മണി അഞ്ചടിച്ച് ദിവസം തുടങ്ങിയപ്പോൾ, സൂരജിന് ഒരുൾക്കിടിലമുണ്ടായി. മകനെ തിരികെ തൊട്ടിലിൽ കിടത്തിയ ശേഷം രാത്രിയുടെ നല്ലൊരു ഭാഗവും അയാൾ കോണിപ്പടികൾ കയറുകയും ഇറങ്ങുകയും ചെയ്തു കഴിച്ചുകൂട്ടുകയായിരുന്നു. എന്നാൽ ഇപ്പോൾ, തന്റെ ഗുരുവിനെ സ്വീകരിക്കാനുള്ള സമയം വന്നെത്തിയിരിക്കുന്നു.

27 ഫെബ്രുവരി 2020

സൂരജ് തന്റെ സൈക്കിളിൽ കയറി. അതൊരു സുഖകരമായ പ്രഭാതമായിരുന്നു. ആഞ്ഞടിക്കുന്ന കാറ്റ് അയാളുടെ ഹൃദയമിടിപ്പിന് താളാത്മകമായ ഒരു സ്പന്ദനം നൽകി. മുന്നോട്ട് ചവിട്ടുംതോറും അയാൾക്ക് വല്ലാത്തൊരു ശക്തി അനുഭവപ്പെട്ടു. അയാൾ തലയുയർത്തി, തെളിഞ്ഞു വരുന്ന ഉദയസൂര്യനെ നോക്കി. താൻ സൈക്കിളിൽ ആഞ്ഞു ചവിട്ടുന്നതുകൊണ്ടാണ് സൂര്യന് തിളക്കമേറുന്നത് എന്നയാൾക്ക് തോന്നി.

വൈകാതെ കാരക്കാട് ജംഗ്ഷനിൽ എത്തിയ അയാൾ റോഡിനോട് ചേർന്ന് സൈക്കിൾ നിർത്തി സുരേഷ് വരുന്നതും കാത്ത് നിന്നു. അല്പസമയത്തിനുശേഷം സുരേഷ് തന്റെ രക്ഷാവാനിൽ സ്ഥലത്തെത്തി.

എന്നാൽ സുരേഷിനൊപ്പം വാനിനുള്ളിൽ മറ്റുള്ളവരെ കണ്ടതോടെ സൂരജ് ആകെ അസ്വസ്ഥനായി. സുരേഷ് വാനിൽ നിന്ന് ഇറങ്ങി അടുത്തേക്ക് നടന്നു വരുമ്പോൾ, തന്റെ പദ്ധതികൾ തെന്നിമാറുന്നത് പോലെ അയാൾക്ക് തോന്നി. പരസ്പരം ആലിംഗനം ചെയ്തപ്പോൾ അതിന് ഒരുന്മേഷക്കുറവുണ്ടായിരുന്നു.

'ഗുഡ് മോർണിംഗ്, സൂരജ്. എല്ലാം ഓക്കേ അല്ലേ?' സൂരജിൽ പതിവ് ഉത്സാഹത്തിന്റെ അഭാവം മനസ്സിലാക്കിയ സുരേഷ് ഒരല്പം ആശങ്കയോടെ ചോദിച്ചു.

'അതെ സർ. എല്ലാം ഓക്കേ ആണ്!' സുരേഷിന് ഉറപ്പുനൽകാൻ തിടുക്കം കൂട്ടുമ്പോഴും സൂരജ് ചെറുതായി പരിഭ്രാന്തനായിരുന്നു.

സുരേഷിന്റെ കൂടെയുണ്ടായിരുന്ന മൂന്നുപേരും അപ്പോൾ വാനിൽ നിന്ന് ഇറങ്ങി. സൂരജ് അവരുടെ നേർക്ക് ഒന്ന് സൂക്ഷിച്ച് നോക്കിയപ്പോൾത്തന്നെ അവർ ചൂളിപ്പോയി.

'ഇവരൊക്കെയാണ് എന്റെ സഹപ്രവർത്തകർ – രാജു, ലിജിൻ, പ്രേംജിത്ത്. അവരെല്ലാം ഇന്നത്തെ ക്ലാസ്സിന്റെ ആവേശത്തിലാണ്. ഇവരൊക്കെ ഇന്നെന്നെ സഹായിക്കും.' സുരേഷ് അന്തരീക്ഷത്തിൽ അല്പം അയവ് വരുത്താൻ ശ്രമിച്ചു.

'സർ, പാമ്പിനെ കൊണ്ടുവന്നിട്ടില്ലേ?' സൂരജ് ചോദിച്ചു.

'ഉണ്ട്. പാമ്പ് ആ പാത്രത്തിനുള്ളിൽ സുരക്ഷിതമാണ്.' സൂരജിന്റെ പെരുമാറ്റത്തിൽ വല്ലാത്ത തിടുക്കമുണ്ടെന്ന് സുരേഷിന് തോന്നി.

താൻ സ്വയം നിയന്ത്രിക്കേണ്ടതുണ്ടെന്ന് സൂരജിന് മനസ്സിലായി. മൂന്ന് അപരിചിത പുരുഷന്മാരുടെ സാന്നിദ്ധ്യം, അയാളെ സംബന്ധിച്ചിടത്തോളം, അപ്രതീക്ഷിതവും അനാവശ്യവുമായ ഒരു സംഭവമായിരുന്നു. പക്ഷേ തന്റെ വലിയ പദ്ധതിയിൽ ഉറച്ച് നിൽക്കണം എന്ന് അറിയാമായിരുന്നതിനാൽ അയാൾ കുറച്ച് ദീർഘ നിശ്വാസങ്ങൾ എടുത്ത ശേഷം പുഞ്ചിരിയോടെ സുരേഷിന്റെ കൂട്ടാളികളെ നോക്കി.

'വന്നതിന് വളരെ നന്ദി. നിങ്ങളെയെല്ലാം ഇവിടേക്ക്

കൊണ്ടുവരാൻ കഴിഞ്ഞതിൽ എനിക്ക് അതിയായ സന്തോഷമുണ്ട്. എന്റെ ഹീറോയും അദ്ദേഹത്തിന്റെ സുഹൃത്തുക്കളും ഇന്ന് തകർക്കുന്നത് കാണുന്നത് തന്നെ ഒരു ബഹുമതിയാണ്.' സൂരജ് തന്റെ ഉത്സാഹം കുറേശ്ശേ വീണ്ടെടുത്തു. 'നമുക്ക് എന്റെ സ്ഥലത്തേക്ക് നടക്കാം. അവിടെയാണ് ക്ലാസ്സ് എടുക്കേണ്ടത്.'

പാമ്പിനെ അടച്ചുവച്ചിരിക്കുന്ന പാത്രവും, മറ്റു ചില ഉപകരണങ്ങളും സുരേഷ് വാനിൽ നിന്ന് പുറത്തെടുത്തു. വാൻ ലോക്ക് ചെയ്യുന്നതിനു മുൻപ്, എന്തെങ്കിലും എടുക്കാൻ മറന്നിട്ടുണ്ടോ എന്ന് രാജു ഒരിക്കൽക്കൂടി പരിശോധിച്ചു. ഇതിനിടയിൽ പ്രേംജിത്തിനോടും ലിജിനോടും സൂരജ് സംഭാഷണം നടത്തി.

സുരേഷിന്റെ ക്ലാസ്സിന് ശേഷം പാമ്പിനെ കൈക്കലാക്കാനായിരുന്നു സൂരജിന്റെ ആദ്യ പദ്ധതി. സുരേഷിനെ വശത്താക്കാൻ മാനസികമായി തയ്യാറായിരുന്ന സൂരജ്, സുരേഷിന്റെ മകളുടെ ഭാവിയും അയാളുടെ ദയനീയാവസ്ഥയും ഉയർത്തിക്കാട്ടിക്കൊണ്ട് സംസാരം എങ്ങനെ തുടങ്ങണമെന്ന് പോലും നിശ്ചയിച്ചുവച്ചിരുന്നു. പക്ഷേ, സുരേഷിന്റെ കൂട്ടാളികളുടെ സാന്നിദ്ധ്യം അയാളുടെ ഉദ്ദേശ്യത്തെ ദുഷ്കരമാക്കി. കാര്യങ്ങൾ അവതാളത്തിലായാൽ തന്നെ കുഴപ്പത്തിലാക്കുന്ന തരം സാക്ഷികളുണ്ടാവരുതെന്ന് അയാൾ കരുതി. അവർ സൂരജിന്റെ പ്രദേശത്തേക്കുള്ള നടത്തം ആരംഭിച്ചപ്പോൾ, തന്റെ തന്ത്രം എങ്ങനെ മെച്ചപ്പെടുത്തി പ്രാവർത്തികമാക്കാം എന്നയാൾ ചിന്തിക്കാൻ തുടങ്ങി. ഒരു വൈദ്യുത തൂണിന്റെ ചുവട്ടിൽ എത്തിയപ്പോൾ അയാൾ പെട്ടെന്ന് നിന്നു. ശേഷം സുരേഷിനോടായി ചോദിച്ചു : 'സാറേ, വണ്ടിയിൽ വേറെ പാമ്പുണ്ടോ?'

'ഉണ്ട്. വാനിനുള്ളിലെ മറ്റു ജാറുകളിൽ വിഷമില്ലാത്ത പാമ്പുകളുണ്ട്.'

'ഓ, ഓക്കേ. സർ, മുന്നിലുള്ള ബസ് സ്റ്റോപ്പിന് അടുത്തുള്ള കടയിൽ നിന്ന് നിങ്ങൾ ചായ കുടിക്കൂ. ഇവിടുത്തെ പ്രശസ്തമായ ചായക്കടയാണ്. അതിനിടയിൽ ഞാൻ വീട്ടിൽ പോയി ക്ലാസ്സിനുള്ള എല്ലാം ഒരുക്കിയിട്ട് വരാം.'

സുരേഷിന്റെ മറുപടിക്കായി കാത്തുനിൽക്കുമ്പോൾ, പെട്ടെന്നുള്ള ഈ പദ്ധതിമാറ്റം അയാളെ അല്പം ചിന്താക്കുഴപ്പത്തിലാക്കിയതായി സൂരജിന് മനസ്സിലായി. അയാൾ വേഗം

സുരേഷിനെ മാറ്റിനിർത്തി വാഗ്ദാനം ചെയ്ത 10,000 രൂപ അയാൾക്ക് കൊടുത്ത ശേഷം, വിഷപ്പാമ്പ് അടങ്ങിയ പാത്രം തനിക്ക് നൽകാൻ ആവശ്യപ്പെട്ടു. കൈയ്യിൽ വന്നു ചേർന്ന പണത്തെ നിരാകരിക്കാനാകാത്ത സുരേഷ് അത് സമ്മതിച്ച ശേഷം, തന്റെ കൂട്ടാളികളുമായി ബസ് സ്റ്റോപ്പിലേക്ക് നടന്നു.

'നിങ്ങളെന്തിനാ ഇവിടെ വന്നിരിക്കുന്നത് എന്ന് ആരെങ്കിലും ചോദിച്ചാൽ ഇവിടെ ഒരു ചേനത്തണ്ടൻ പാമ്പിനെ കണ്ടതായി അറിഞ്ഞുവെന്നും അതിനെ പിടിക്കാൻ വന്നതാണെന്നും പറഞ്ഞാൽ മതി' പോകുന്നതിന് മുൻപ് സൂരജ് പറഞ്ഞത് ഇതായിരുന്നു.

\\\\\\\\\\\\\\\\\\\\

പിന്നീട്, കുറേ കഴിഞ്ഞ് ഏകദേശം ഏഴു മണിയ്ക്കടുത്താണ് സൂരജ് സുരേഷുമായി സംസാരിച്ചത്.

'ചായ ഞാൻ പറഞ്ഞതുപോലെ നന്നായിരുന്നോ?' സൂരജ് ചിരിച്ചു.

'അതെ, നല്ല മസാലയിട്ട ചായയായിരുന്നു. പ്രേംജിത്തി നാണ് അത് ഒരുപാടിഷ്ടമായത്.'

'അത് കൊള്ളാം. നമുക്ക് ഇനി എന്റെ നാട്ടിലേക്ക് പോകാം. ഞാൻ തരക്കേടില്ലാത്ത ഒരു ജനക്കൂട്ടത്തെ ഏർപ്പാടാക്കിയിട്ടുണ്ട്. മറ്റ് പാമ്പുകൾ ഒക്കെ വാനിലുണ്ടല്ലോ. എങ്കിൽപ്പിന്നെ നിങ്ങൾക്ക് വാനിൽ വന്നുകൂടെ? പിന്നെ, ഞാൻ പറഞ്ഞതുപോലെ, നിങ്ങൾ ഒരു ചേനത്തണ്ടനെ പിടിക്കാൻ വന്നിരിക്കുകയാണെന്ന് പറഞ്ഞാൽ മതി.'

താൻ നേരത്തെ ഏൽപ്പിച്ച അണലിയെ തിരിച്ചുനൽകാൻ സൂരജിന് ഉദ്ദേശ്യമില്ലെന്ന് അപ്പോഴേക്കും സുരേഷിന് മനസ്സിലായിരുന്നു. സൂരജ് നൽകിയ പണം പാമ്പിനാണ്; അല്ലാതെ, അവിടെ നടക്കാൻ പോകുന്ന ക്ലാസ്സിനല്ല. എന്നിരുന്നാലും, അത് തനിക്ക് നൽകിയേക്കാവുന്ന പ്രശസ്തി അയാൾ കൊതിച്ചു. അതുകൊണ്ടുതന്നെ വിഷപ്പാമ്പിനെ സൂരജ് കൊണ്ടുപോയാൽ ഉണ്ടായേക്കാവുന്ന അപകടത്തെ അവഗണിക്കാൻ അദ്ദേഹം തീരുമാനിച്ചു. ഭാവിയിൽ കൂടുതൽ പണം സമ്പാദിക്കാനുള്ള ഒരു അവസരമായും അയാൾ ഇതിനെ കണ്ടു.

സുരേഷും കൂട്ടാളികളും സൂരജിന്റെ വീട്ടിലെത്തിയപ്പോൾ

അവിടെ കുറേ ആളുകൾ തടിച്ചുകൂടിയിരിക്കുന്നത് കണ്ടു. കാണികളുടെ മുന്നിൽ വെച്ച് സൂരജ് അവരോട് പരിസരത്ത് സമഗ്രമായ പരിശോധന നടത്താൻ ആവശ്യപ്പെട്ടു. ഒരു ചേനത്തണ്ടൻ അവിടെ എവിടെയോ ഉണ്ട് എന്നാണ് സൂരജ് പറഞ്ഞത്. എന്നാൽ എത്ര നോക്കിയിട്ടും പാമ്പിനെ കണ്ടെത്താനായില്ല.

അവിടെ കൂടിയ പലരും സുരേഷിനോട് എന്തിനാണ് അവിടെ വന്നിരിക്കുന്നത് എന്ന് ചോദിച്ചു. സൂരജ് പറഞ്ഞു കൊടുത്തത് പോലെതന്നെ സുരേഷ് പറഞ്ഞു, 'ഒരു ചേനത്തണ്ടനെ ഇവിടെ കണ്ടതായി ഒരു അജ്ഞാതസന്ദേശം കിട്ടി വന്നതാണ്. പക്ഷേ, ഞങ്ങൾക്ക് അത് കണ്ടെത്താൻ കഴിഞ്ഞില്ല.'

സൂരജ് ഉടൻ തന്നെ കാണികളെ വിളിച്ചുകൂട്ടി ഒരു ക്ലാസ്സ് പോലെ നടത്താമെന്നുള്ള ആശയം നിർദ്ദേശിച്ചു. തങ്ങളുടെ ഇടയിൽ വിദഗ്ധനായ പാമ്പുപിടുത്തക്കാരന്റെ സാന്നിദ്ധ്യം ലഭിച്ച അപൂർവ്വ അവസരം പാഴാക്കരുതെന്നും അയാൾ പറഞ്ഞു. 'സർ, ഞങ്ങൾക്ക് ഒരു അപേക്ഷയുണ്ട് – ഞങ്ങൾക്കായി ഒരു ബോധവൽക്കരണ പരിശീലന ക്ലാസ്സ് നടത്തണം. ഞങ്ങളുടെ പ്രദേശത്തെ ആളുകൾ നിങ്ങളോടും നിങ്ങളുടെ ടീമിനോടും വളരെ നന്ദിയുള്ളവരായിരിക്കും.' സുരേഷിനോട് സംസാരിക്കുമ്പോൾ സൂരജ് തികഞ്ഞ നിഷ്കളങ്കതയുടെ ഒരു ഭാവം ധരിച്ചു.

'പിന്നെന്താ, ചെയ്യാമല്ലോ. അല്ലെങ്കിലും ഞാൻ ഈ ജോലി ചെയ്യുന്നത് തന്നെ ആളുകളെ സഹായിക്കാനാണല്ലോ,' തനിക്ക് വീണ് കിട്ടിയ അവസരം പരമാവധി പ്രയോജനപ്പെടുത്താൻ സുരേഷും തീരുമാനിച്ചു.

അനുനിമിഷം വലിപ്പം കൂടിക്കൊണ്ടിരുന്ന ജനക്കൂട്ടം ഇത് കരഘോഷത്തോടെയാണ് സ്വീകരിച്ചത്. ലിജിൻ, പ്രേംജിത്ത്, രാജു എന്നിവരും ഇതൊക്കെ ആസ്വദിക്കുകയായിരുന്നു.

'ഞാൻ റെസ്ക്യൂ വാനിൽ നിന്ന് ഒരു പാമ്പിനെ എടുത്തിട്ട് വന്നതിന് ശേഷം നമുക്ക് തുടങ്ങാം' സുരേഷ് പറഞ്ഞു. രണ്ട് മിനിറ്റിനുള്ളിൽ അയാൾ പാമ്പുമായി മടങ്ങിയെത്തി.

ഉടൻതന്നെ പരിപാടി ആരംഭിച്ചു. സുരേഷ് തന്റെ അസാമാന്യമായ കഴിവ് കൊണ്ട് ജനക്കൂട്ടത്തെ വശീകരിച്ചു. പാമ്പിനെ പിടിക്കുന്ന വടികളും കമ്പികളും ഒക്കെ ഉപയോഗിക്കുന്നത് എങ്ങനെ എന്ന്, ഒരു യഥാർത്ഥ കലാകാരനെപ്പോലെ അയാൾ

അവർക്ക് കാണിച്ചുകൊടുത്തു. അളന്ന് മുറിച്ച പോലെ കിറു കൃത്യമായ ആ ചലനങ്ങളിൽ ഒരു പ്രത്യേക മനോഹാരിത ഉണ്ടായിരുന്നു. സദസ്സ് വളരെ ശ്രദ്ധയോടെയാണ് അവിടെ നടന്നതെല്ലാം വീക്ഷിച്ചത്. അവർക്കിടയിൽ സൂരജിന്റെ കുടുംബവും ഉണ്ടായിരുന്നു. അവിടെ നടക്കുന്നതെല്ലാം പ്രേംജിത്ത് ചിത്രീകരിക്കുന്നുണ്ടായിരുന്നു.

അതിനിടെ കാണികളിലൊരാൾ മുന്നോട്ട് വരണമെന്ന് സുരേഷ് ആവശ്യപ്പെട്ടു. ഉടനെ സൂരജിന്റെ കൈ ഉയർന്നു. സുരേഷ് സൂരജിന് പാമ്പിനെ പിടിക്കുന്ന ഒരു കമ്പി നൽകിയ ശേഷം, വാലറ്റത്ത് പിടിച്ച് സുരക്ഷിതമാക്കിയ പാമ്പിനെ പിടിക്കാൻ ശ്രമിക്കണമെന്ന് ആവശ്യപ്പെട്ടു.

ഇത്തരം സാഹചര്യത്തിൽ ആളുകൾ ഭയന്നു വിളറുന്നത് സുരേഷിന് ശീലമായിരുന്നു. പക്ഷേ, സൂരജ് തികഞ്ഞ ആത്മ വിശ്വാസത്തിലായിരുന്നു. നൂറാവർത്തി പരിശീലിച്ച ഒരാളെ പ്പോലെ അയാൾ ആ പാമ്പിനെ സമർത്ഥമായി കൈകാര്യം ചെയ്തു. ഒടുവിൽ തനിച്ചൊരു പ്രകടനം നടത്താൻ പോലും അയാൾ തയ്യാറായി. സൂരജിന്റെ ആ പ്രകടനത്തിന് വൻ കൈയ്യടി ലഭിക്കുകയും ചെയ്തു.

പരിപാടി അവസാനിച്ചയുടൻ ജനക്കൂട്ടം പിരിഞ്ഞു പോയി. സുരേഷിന്റെ കൂട്ടാളികൾ പോകാൻ തയ്യാറെടുത്തു വാനിൽ കയറി. പരിപാടിക്ക് ഉപയോഗിച്ച പാമ്പിനെ സുരേഷ് തിരികെ പാത്രത്തിലാക്കി പ്രേംജിത്തിന് കൈമാറി.

തുടർന്ന് സൂരജ് സുരേഷിനെ മാറ്റിനിർത്തി സംസാരിച്ചു.

'നന്ദി സർ. പരിപാടി വൻ വിജയമായിരുന്നു,' എന്ന് പറഞ്ഞുകൊണ്ട് അയാൾ സുരേഷിന്റെ കൈപിടിച്ചു.

'ഞാൻ നിങ്ങളോടാണ് നന്ദി പറയേണ്ടത്. എനിക്ക് കിട്ടിയ വലിയൊരു അംഗീകാരം ആയിരുന്നു ഇത്!' സുരേഷിന്റെ സ്വരം തണുത്തിരുന്നു.

സുരേഷിന്റെ ശരീരഭാഷയിലെ അസ്വസ്ഥത മനസ്സിലാ ക്കിയ സൂരജ് അയാളുടെ മനസ്സിലെ സംശയത്തിന്റെ തീജ്വാല കെടുത്താൻ ശ്രമിക്കുകയും അയാൾക്ക് വിശദീകരണം നൽകു കയും ചെയ്തു. 'ചേനത്തണ്ടന് എന്തുപറ്റി എന്നാണ് നിങ്ങൾ ആലോ ചിക്കുന്നത്, എനിക്കറിയാം. എന്റെ കുടുംബം കൃഷിപ്പണി ചെയ്യുന്ന വരാണ്. ഞങ്ങളുടെ വയലുകളിൽ വലിയ എലികളുടെ ശല്യമുണ്ട്. അതുകൊണ്ടാണ് പാമ്പിനെ വേണമെന്ന് ഞാൻ പറഞ്ഞത്.'

'ഓക്കെ. എനിക്ക് മനസ്സിലായി,' സുരേഷ് പ്രതികരിച്ചു. സൂരജുമായുള്ള തന്റെ ബിസിനസ്സ് സാധ്യതകളെ ഇത് ബാധിക്കാതിരിക്കാൻ, ആ വിഷയം തുടർന്ന് സംസാരിക്കാൻ അയാൾ ആഗ്രഹിച്ചില്ല.

അവരുടെ കണ്ടുമുട്ടൽ പോലെ തന്നെ നിരുന്മേഷകരമായിരുന്നു അവരുടെ പിരിയലും.

തിരികെ ചാത്തന്നൂരിലേക്ക് മടങ്ങുംവഴി സുരേഷ് തന്റെ കൂട്ടാളികൾക്ക് കുറച്ച് പണം നൽകി.

\\\\\\\\\\\\\\

ഭാഗ്യത്തിൽ വിശ്വസിച്ചയാളായിരുന്നു സൂരജ്. ചേനത്തണ്ടനെപ്പോലുള്ള പാമ്പുകൾക്ക് ഒരു മനുഷ്യനെ കടിക്കാൻ ഗുരുതരമായ പ്രകോപനം ആവശ്യമാണെന്ന് അയാൾക്ക് അറിയാമായിരുന്നെങ്കിലും, ഇനിയും മുന്നോട്ട് പോയി തന്റെ ഭാഗ്യം പരീക്ഷിക്കാൻ അയാൾ തീരുമാനിച്ചു. അതേ ദിവസം വൈകുന്നേരം, ഉത്രയുടെ കിടപ്പുമുറിയിലേക്ക് നയിക്കുന്ന ഗോവണിപ്പടിയിൽ ചേനത്തണ്ടനെ കിടത്തിയ ശേഷം, തന്റെ മൊബൈൽ ഫോൺ എടുക്കാൻ അയാൾ ഉത്രയെ മുകളിലേക്ക് അയച്ചു. ഉത്ര കടന്നുപോകുമ്പോൾ ചേനത്തണ്ടൻ അവളെ ആക്രമിച്ച് കടിക്കുമെന്ന് അയാൾ പ്രതീക്ഷിച്ചു. എന്നാൽ, കോണിപ്പടി കയറുന്ന വഴിയിൽ പാമ്പിനെ കണ്ട ഉത്ര നിലവിളിച്ചു. മറ്റുള്ളവർ ഇടപെടുന്നതിന് മുൻപ് തന്നെ സൂരജ് ഒരു രക്ഷകനെപ്പോലെ ഓടിവന്ന് പാമ്പിനെ വിദഗ്ധമായി പിടികൂടി. അവൻ അതിനെ ഒരു ചാക്കിനുള്ളിൽ ഇട്ട്, മുകൾവശം മുറുക്കിക്കെട്ടി മാറ്റിവച്ചു. പിന്നീട് ഉത്ര രക്ഷപ്പെട്ടതിൽ ഒരു വ്യാജ ആശ്വാസം പ്രകടിപ്പിച്ചുകൊണ്ട് അയാൾ ഉത്രയെ ആലിംഗനം ചെയ്തു. സംഭവദിവസം പാമ്പ് രക്ഷാപ്രവർത്തകർ, അവരുടെ സ്ഥലം സന്ദർശിച്ചിരുന്നപ്പോൾ, ക്ലാസ്സിനായി പ്രത്യേകം കൊണ്ടുവന്ന ചേരയാണതെന്ന് സൂരജ് പറഞ്ഞപ്പോൾ ഉത്ര വിശ്വസിച്ചു.

കുറച്ച് ദിവസങ്ങൾക്ക് ശേഷം അമ്മ മണിമേഖല, ഉത്രയുടെ സുഖവിവരങ്ങൾ അറിയാനായി അവളെ സന്ദർശിച്ചു. ഗോവണിപ്പടിയിൽ പാമ്പ് കയറിയ സംഭവം ഉത്ര അമ്മയോട് പറഞ്ഞു. സൂരജ് തന്നെ രക്ഷപ്പെടുത്താൻ ഓടിയെത്തിയതും, പാമ്പിനെ പിടികൂടിയതും, ഭാഗ്യവശാൽ കൈയ്യിൽ കിട്ടിയ ഒരു ചാക്കിൽ വെച്ചതും അവൾ അമ്മയോട് വിവരിച്ചു. ഈ സംഭവത്തിന്

മണിമേഖല അത്ര പ്രാധാന്യം കല്പിച്ചില്ല. അവർ സംഭാഷണ ത്തിന്റെ ഗതി മാറ്റി. മകളുടെ വിവാഹം തകരാതെ നോക്കുക എന്നതായിരുന്നു അവരുടെ പ്രാഥമിക ലക്ഷ്യം. ഗോവണി പ്പടിയിലെ പാമ്പിന്റെ സാന്നിദ്ധ്യം അവരെ സംബന്ധിച്ചിട ത്തോളം, അത്ര ആശങ്കയുണർത്തുന്നതായിരുന്നില്ല.

ആദ്യശ്രമം പരാജയപ്പെട്ടതിന്റെ പശ്ചാത്തലത്തിൽ, രാത്രിയിൽ ഉറക്കമില്ലാതായ സൂരജ്, തന്റെ എടുത്തുചാട്ടത്തെ സ്വയം ശപിച്ചു. സംശയത്തിന്റെ ഒരു നൂലിഴ പോലും ഈ പദ്ധതിയെ നശിപ്പിക്കുമെന്ന് അവനറിയാമായിരുന്നു. അത് താങ്ങാൻ അവനു കഴിയില്ല. സമയം കഴിയുംതോറും, താൻ വേഗ ത്തിൽ പ്രവർത്തിക്കേണ്ടതുണ്ടെന്ന് അയാൾക്ക് മനസ്സിലായി.

\\\\\\\\\\\\\\

പരിശീലന ക്ലാസ്സ് കഴിഞ്ഞ് രണ്ട് ദിവസത്തേക്ക്, ഗുരുവും ശിഷ്യനും തമ്മിൽ തികഞ്ഞ നിശബ്ദതയായിരുന്നു. ഇത് സുരേഷിനെ ആശങ്കാകുലനാക്കി. അതിന് മുൻപ് സൂരജുമായി മിക്കവാറും എല്ലാ ദിവസവും അയാൾ സമ്പർക്കം പുലർത്തി യിരുന്നു. മൂന്നാം ദിവസം, തെങ്ങുകൾ നിറഞ്ഞ മനോഹരമായ ഭൂപ്രകൃതിയുടെ ചിത്രമുള്ള ഒരു ആശംസ സൂരജിന് അയയ്ക്കാൻ സുരേഷ് തീരുമാനിച്ചു. എന്നാൽ സൂരജിൽ നിന്ന് പ്രതികര ണമൊന്നും ഉണ്ടായില്ല. സുരേഷ് വേവലാതിപ്പെടാൻ തുടങ്ങി. തന്റെ പൊന്മുട്ടയിടുന്ന താറാവ് കൈയ്യിൽ നിന്നും വഴുതിപ്പോകു കയാണോ എന്നയാൾ ചിന്തിച്ചു.

ദിവസങ്ങൾ ഒരാഴ്ചയായി മാറിയപ്പോൾ സുരേഷ് സൂരജിന് പാമ്പുപിടുത്തത്തിന്റെ പുതിയ വീഡിയോകൾ അയച്ചുകൊടുത്തു. ആരുടെയോ വീട്ടിലെ താൽക്കാലിക അലമാരയുടെ മുകളിലെ ഷെൽഫിലേക്ക് ഒഴുകിക്കയറിയ മൂർഖൻ പാമ്പിനെ ധൈര്യത്തോടെ രക്ഷപ്പെടുത്തുന്ന വീഡിയോകളിലൊന്നായിരുന്നു അത്. എന്നാൽ സൂരജിനെപ്പോലുള്ള തികഞ്ഞ ഒരു പാമ്പ് പ്രേമിക്ക് വേണ്ടി തയ്യാറാക്കിയതെന്ന പോലെയുള്ള ഈ വീഡിയോകൾക്ക് പോലും അയാൾ പ്രതികരിച്ചില്ല. എന്തോ പ്രശ്നമുണ്ടെന്ന് സുരേഷിന് മനസ്സിലായി. പക്ഷേ സൂരജിന്റെ ഉദ്ദേശ്യം ഇത്ര മോശമാണെന്ന് അയാൾക്ക് അറിയില്ലായിരുന്നു. അതിനുശേഷം, ഇടയ്ക്കിടെ, അയാളുടെ മനസ്സിൽ സൂരജിന് വിറ്റ ചേനത്തണ്ടൻ തികട്ടി വരുമായിരുന്നു.

സൂരജിനാകട്ടെ സുരേഷിന്റെ സന്ദേശങ്ങൾ ഇപ്പോൾ ഒരു ശല്യമായി മാറിയിരുന്നു. തന്റെ മെസ്സേജ് നോട്ടിഫിക്കേഷൻ റിംഗ്ടോൺ പോലും അയാൾ നിശബ്ദമാക്കി. *ക്രിമിനോളജി 101* പുസ്തകത്തിലെ ഒരു കേസ് സ്റ്റഡിയുടെ നേർപ്പതിപ്പായിരുന്നു അവന്റെ മനസ്സ് – ഒരു വ്യക്തിയെക്കൊണ്ടുള്ള പ്രയോജനം കഴിഞ്ഞാൽ, ആ വ്യക്തിയെ നിഷ്കരുണം തള്ളിക്കളയണം. ആത്മാർത്ഥമായ ഒരു വികാരവും അയാൾക്കുണ്ടായിരുന്നില്ല. ഒരു വ്യക്തിയെ അടുത്തറിയാൻ വേണ്ടി പറഞ്ഞതെല്ലാം അപ്പോഴത്തെ ലാഭത്തിനായി മാത്രമായിരുന്നു. യഥാർത്ഥ കുറ്റകൃത്യം രൂപം കൊള്ളാൻ തുടങ്ങിയതോടെ, സൂരജിന് സുരേഷിനോടുള്ള ബഹുമാനം ആവിയായിപ്പോയി. അവന്റെ ശ്രദ്ധ മുഴുവനും ഇപ്പോൾ ഒരു ജീവനെടുക്കുന്നതിലായിരുന്നു.

കൊലപാതകത്തിനുള്ള ആയുധം അയാളുടെ പക്കൽ തയ്യാറായിരുന്നു. ഇതൊന്നുമറിയാത്ത ഭാര്യയിൽ അയാളൊരു പരീക്ഷണം ചെയ്തു തുടങ്ങി – എത്രത്തോളം ഉറക്കഗുളികകൾ വേണ്ടിവരും എന്നറിയാനായി, അയാൾ അവൾക്ക് അവളറിയാതെ ഗുളികകൾ കൊടുക്കാൻ തുടങ്ങി. എല്ലാ ദിവസവും രാവിലെ തലവേദനയോടെയാണ് ഉത്ര എഴുന്നേറ്റിരുന്നത്. എന്നാൽ ഇതെന്തുകൊണ്ടാണെന്നൊന്നും അവൾ അധികം ചിന്തിച്ചിരുന്നില്ല. അത് വെറും ക്ഷീണം മാത്രമാണെന്ന് അവൾ കരുതി.

വിലമതിക്കാനാവാത്ത ഒരു കാരണം

2 മാർച്ച് 2020

വലത് കാലിൽ അസഹ്യമായ വേദനയുമായി ഉണർന്ന ഉത്ര ഉറക്കെ കരയാൻ തുടങ്ങിയത് അർദ്ധരാത്രി കഴിഞ്ഞ സമയത്തായിരുന്നു.

സഹായത്തിനായുള്ള അവളുടെ ആ നിലവിളി സൂരജിന് വലിയ തിരിച്ചടിയായി. താൻ നൽകിയ ഉറക്കമരുന്ന് മിശ്രിതം വേണ്ടത്ര പ്രവർത്തിച്ചില്ല എന്ന് അവന് മനസ്സിലായി. ചേനത്തണ്ടന്റെ ഹീമോടോക്സിക് വിഷം അവളുടെ ശരീരത്തെ പൂർണ്ണമായും കീഴടക്കുന്നതിന് മുമ്പ് ഉത്ര ഉണർന്നിരുന്നു.

ഒടുവിൽ പ്രതികരിക്കാതെ രക്ഷയില്ല എന്ന് മനസ്സിലായപ്പോൾ സൂരജ് കട്ടിലിൽ നിന്ന് ചാടി എഴുന്നേറ്റ് ഉത്രയുടെ സഹായത്തിനെത്തി. ഒന്നുരണ്ടു മിനിറ്റ് സമയത്തേക്കെങ്കിലും, എന്താണ് നടന്നതെന്ന് മനസ്സിലാകാത്തത് പോലെ അയാൾ അഭിനയിച്ചു. തന്നെ എന്തോ കടിച്ചിട്ടുണ്ടെന്ന് ഉത്ര പറഞ്ഞു കൊണ്ടിരുന്നു. സഹായത്തിനായി ആരെയെങ്കിലും വിളിക്കാം എന്ന് സൂരജ് ഉത്രയോട് പറഞ്ഞു. പക്ഷേ സത്യത്തിൽ കഴിയുന്നത്ര സമയം പാഴാക്കാനാണ് അയാൾ ശ്രമിച്ചത്.

ഉത്രയ്ക്ക് പ്രഥമ ശുശ്രൂഷ നൽകേണ്ട സമയം നീട്ടിക്കൊണ്ടു പോകുന്നത് അവളെ എന്നെന്നേക്കുമായി ഇല്ലാതാക്കാൻ പര്യാപ്തമല്ലെന്ന് പെട്ടെന്ന് തോന്നിയ സൂരജ്, പുലർച്ചെ ഏകദേശം മൂന്ന് മണിക്ക് സുഹൃത്തായ സുജിത്തിനെ വിളിച്ചു.

ആദ്യ കോളിന് മറുപടി കിട്ടിയില്ല; സൂരജ് ആശ്വാസത്തോടെ ഒരു ദീർഘനിശ്വാസം വിട്ടു. താൻ അവളെ സഹായിക്കാൻ സഹായം അന്വേഷിക്കുന്നു എന്നൊരു തെറ്റിദ്ധാരണ ഉണ്ടാക്കാൻ കഴിഞ്ഞു എന്ന ചിന്ത അയാൾക്ക് സന്തോഷം നൽകി. അപ്പോൾ അവന്റെ മാതാപിതാക്കളും വീട്ടിലുണ്ടായിരുന്നു. സൂരജിന് ഡ്രൈവിംഗ് അറിയാമായിരുന്നു താനും. അവരുടെ സഹായത്തോടെ ഉത്രയെ അയാൾക്ക് ആശുപത്രിയിലെത്തിക്കാമായിരുന്നു. എന്നാൽ അത് ചെയ്യണ്ട എന്ന് അയാൾ ബോധപൂർവ്വം തീരുമാനിച്ചു.

സഹായത്തിനായുള്ള ഉത്രയുടെ നിലവിളി കേട്ടുകേട്ട് സൂരജിന് ശീലമായിത്തുടങ്ങിയ സമയത്താണ്, സുജിത്ത് തിരികെ വിളിച്ചത്.

'സൂരജ്! എന്താ ഈ അസമയത്ത് ഒരു വിളി? കുഴപ്പ മൊന്നുമില്ലല്ലോ അല്ലേ?' സുജിത്തിന്റെ സ്വരത്തിൽ ആശങ്ക പ്രകടമായിരുന്നു.

'ഉത്രയ്ക്ക് എന്തോ കടിയേറ്റിട്ടുണ്ട്, സുജിത്. അവൾക്ക് നല്ല വേദനയുണ്ട്. അവളെ ആശുപത്രിയിൽ കൊണ്ട് പോകണമെന്ന് തോന്നുന്നു.'

'നീ അവളെ വേഗം സർക്കാർ ആശുപത്രിയിൽ എത്തിക്ക്! ഞാൻ അങ്ങോട്ട് വരാം!'

'നീ വന്ന് ഞങ്ങളെ ആശുപത്രിയിൽ കൊണ്ടുപോകും എന്ന് കരുതിയാണ് വിളിച്ചത്.'

'ഓ ഓക്കേ. ഞാൻ എത്രയും വേഗം വരാം.'

അവരുടെ വീട്ടിൽ നിന്ന് കഷ്ടിച്ച് രണ്ട് കിലോമീറ്റർ അകലെ മാത്രമായിരുന്നു സുജിത്തിന്റെ വീട്. അഞ്ച് മിനിറ്റിനുള്ളിൽ ശ്രീസൂര്യയിൽ എത്താൻ അദ്ദേഹത്തിന് കഴിഞ്ഞു. താഴത്തെ നിലയിൽ സൂരജിന്റെ അമ്മ കാത്തിരിക്കുന്നത് അയാൾ കണ്ടു. ഭാര്യയുംഭർത്താവുംഇപ്പോഴുംമുകളിലത്തെകിടപ്പുമുറിയിലാണെന്ന് അവർ അയാളെ അറിയിച്ചു. ഞൊടിയിടയിൽ പടികൾ കയറി ഓടിച്ചെന്ന സുജിത്ത്, വേദന കൊണ്ട് കരയുന്ന ഉത്രയെ കണ്ടു. ഇതൊന്നും തന്നെ ബാധിക്കുന്നില്ല എന്ന ഭാവത്തിൽ നിൽക്കുകയായിരുന്ന സൂരജിനെ അയാൾ ഒന്ന് പാളി നോക്കി. സമയം കളയാതെ ഉത്രയെ കാറിലേക്ക് കൊണ്ടുപോകാൻ സഹായിക്കാൻ അദ്ദേഹം സൂരജിനോട് അഭ്യർത്ഥിച്ചു. താൻ പെട്ടുപോയ സാഹചര്യത്തിൽ നിന്ന് കരകയറാൻ ഒരു വഴിയും കാണാതെ, സൂരജ് ആ അഭ്യർത്ഥന അംഗീകരിച്ചു.

'ഇതെങ്ങനെ സംഭവിച്ചു?' ഹോസ്പിറ്റലിലേക്ക് കഴിയുന്നത്ര വേഗത്തിൽ വാഹനം ഓടിക്കുന്നതിനിടയിൽ സുജിത്ത് സൂരജിനോട് ചോദിച്ചു.

'കുംഭഭരണി'[1] ഉത്സവത്തോടനുബന്ധിച്ച് ഏഴംകുളം ദേവീ ക്ഷേത്രത്തിൽ പോയിരുന്നു. രാത്രി എട്ടരയോടെയാണ് തിരികെ വീട്ടിലെത്തിയത്. പാടത്തു കൂടിയാണ് ഞങ്ങൾ വന്നത്. വീട്ടിൽ തിരിച്ചെത്തിയ ശേഷം, ഞാൻ വീണ്ടും കുറച്ച് സുഹൃത്തുക്കളോടൊപ്പം പുറത്തു പോയിട്ട് രാത്രി 10 മണിയോടെയാണ് മടങ്ങിയെത്തിയത്. പിന്നെ അച്ഛന്റെ കൂടെയിരുന്ന് കുറച്ച് മദ്യപിച്ചു. ഞാൻ കിടപ്പുമുറിയിൽ എത്തിയപ്പോൾ, തുണി കഴുകാനായി വീട്ടിൽ നിന്ന് പുറത്തേക്കിറങ്ങിയപ്പോൾ തന്നെ എന്തോ കടിച്ചതായി ഉത്ര പറഞ്ഞു. അതിനു ശേഷം നിലത്തു വീണുവെന്നും, അപ്പോൾ മുതൽ ഭയങ്കര തലവേദനയാണെന്നും അവൾ പറഞ്ഞു. തലവേദനയ്ക്ക് മരുന്നായി ഒരു സിബെലിയം ഗുളിക കഴിച്ച് അവൾ ഉറങ്ങാൻ കിടന്നു. പിന്നെ, അർദ്ധരാത്രിയിൽ, അവളുടെ കരച്ചിൽ കേട്ടാണ് ഞാൻ ഉണർന്നത്. അപ്പോഴാണ് ഞാൻ നിന്നെ വിളിച്ചത്.' തികഞ്ഞ നിർവികാരതയോടെ സൂരജ് സംഭവങ്ങളുടെ ഗതിവിഗതികൾ മുഴുവനും മാറ്റിമറിച്ചു.

സുജിത്തിന്റെ മനസ്സിൽ ഒരുപാട് സംശയങ്ങൾ ഉണ്ടായി. പക്ഷേ ആ സമയത്ത് ഉത്രയ്ക്ക് വൈദ്യസഹായം ലഭ്യമാക്കുന്നതിനാണ് മുൻഗണന എന്ന് അയാൾക്കറിയാമായിരുന്നു. ഓരോ നിമിഷം കഴിയുംതോറും അവളുടെ അവശത കൂടിക്കൂടി വരുന്നത് അയാൾക്ക് കാണാമായിരുന്നു. ആ ദമ്പതികളെ അടൂരിലെ സർക്കാർ ആശുപത്രിയിൽ എത്തിച്ചപ്പോൾ അവർ ആദ്യം കണ്ടത് എമർജൻസി ഡ്യൂട്ടിയിലുള്ള നഴ്സിനെയാണ്. ഉത്രയുടെ അവസ്ഥ മോശമാണെന്ന് കണ്ട അവർ പെട്ടെന്ന് തന്നെ ഡോക്ടറെ വിളിക്കുകയും ചെയ്തു.

അല്പസമയത്തിനകം ഡോ.ജാരിയ ഹനീഫ് അവിടെ എത്തിയപ്പോൾ, കടിച്ച മുറിവ് അവർ ശ്രദ്ധാപൂർവ്വം പരിശോധിച്ചു.

'എപ്പോഴാണ് കടിച്ചത്?' അവർ സൂരജിനെ നോക്കി.

'ഒരു ഒമ്പത് മണിയായിട്ടുണ്ടാവും. അവൾ എന്തോ ഒരു ജോലിയ്ക്കായി വീടിന് പുറത്തേക്ക് ഇറങ്ങിയിരുന്നു.'

---

1 സമൃദ്ധമായ വിളവെടുപ്പ് സാധ്യമാക്കിയതിനും, രോഗങ്ങളിൽ നിന്നും ആപത്തുകളിൽ നിന്നും രക്ഷിച്ചതിനായും ഭദ്രകാളി ദേവിയോടുള്ള നന്ദിസൂചകമായിട്ടാണ് ഈ ഉത്സവം നടത്തുന്നത്.

'നിങ്ങൾ രോഗിയുടെ ആരാണ്?'

'ഞാൻ അവളുടെ ഭർത്താവാണ്.'

ഈ സമയമത്രയും ഉത്ര തന്റെ വലതുകാലിൽ മുറുകെപ്പിടിച്ച് നിർത്താതെ കരയുകയായിരുന്നു. ഡോക്ടർ അവളുടെ നേരെ ശ്രദ്ധ തിരിച്ചു.

'എന്താണ് പേര്?'

വേദനയിൽ പുളയുകയായിരുന്ന ഉത്ര തന്റെ പേര് ഉറക്കെ വിളിച്ചു പറഞ്ഞു.

'എന്താണ് കടിച്ചത് എന്ന് കണ്ടോ?' ഉത്രയുടെ കണങ്കാലിനും കാൽമുട്ടിനും ഇടയിൽ ഉണ്ടായിരുന്ന കടിയേറ്റ മുറിവ് ശ്രദ്ധയോടെ നിരീക്ഷിക്കുന്നതിനിടയിൽ ഡോക്ടർ ചോദിച്ചു.

'ഇല്ല. എനിക്ക് ഒരു പിടിയുമില്ല.'

'എന്താ കടിയേറ്റ ഉടനെ ആശുപത്രിയിൽ കൊണ്ട് വരാഞ്ഞത്?' ഡോക്ടർ സൂരജിനോട് ചോദിച്ചു.

സൂരജ് മറുപടിയായി എന്തൊക്കെയോ പിറുപിറുത്തതല്ലാതെ, കൃത്യമായ മറുപടി ഒന്നും പറഞ്ഞില്ല.

അജ്ഞാതമായ കടിയേറ്റ കേസുകളിൽ സാധാരണയായി ഉപയോഗിക്കുന്ന പ്രോട്ടോക്കോൾ ഡോക്ടർ ഉടൻ ചെയ്തു. അവർ ഉത്രയ്ക്ക് അവിൽ[2], എഫ്കോർലിൻ[3] കുത്തിവയ്പ്പുകൾ നൽകി. ഉത്രയുടെ രക്തത്തിന്റെ സാമ്പിൾ ലാബിലേക്ക് അയച്ച്, കട്ടപിടിക്കുന്ന സമയം നിരീക്ഷിക്കാനും ആവശ്യപ്പെട്ടു.

'ഏഴു മിനിറ്റ്,' അല്പം കഴിഞ്ഞ് ടെക്നീഷ്യൻ ഡോക്ടറെ അറിയിച്ചു.

ഹീമോടോക്സിക് ആയ പാമ്പ് കടിയുണ്ടായിരിക്കാനുള്ള ഉയർന്ന സാധ്യതയാണ് ഈ റിസൾട്ട് സൂചിപ്പിക്കുന്നത്. ഈ സാഹചര്യം കൈകാര്യം ചെയ്യാൻ ഒരു ഫിസിഷ്യന്റെ അഭാവത്തിൽ ആശുപത്രി സജ്ജമല്ലെന്ന് ഡോ. ഹനീഫിന് തോന്നി. നിർണ്ണായകമായ സമയം നഷ്ടപ്പെടുത്താതിരിക്കാൻ വേണ്ടി അവർ എലൈസ ടെസ്റ്റ്[4] വേണ്ടെന്ന് തീരുമാനിക്കുകയും

---

2 അവിൽ ഒരു ആൻറി-അല്ലെർജിക് മെഡിക്കേഷനാണ്.

3 ആന്റി-ഇൻഫ്ലമേറ്ററി, ഇമ്മ്യൂണോസപ്രസന്റ് സവിശേഷതകളുള്ളതാണ് എഫ്കോർലിൻ.

4 എൻസൈം ലിങ്ക്ഡ് ആയിട്ടുള്ള ഇമ്മ്യൂണോഅസ്സേ ആണ് എലൈസ (ELISA). പാമ്പു കടി ശാസ്ത്രീയമായി തിരിച്ചറിയാനുള്ള സ്റ്റാൻഡേർഡ് ടെസ്റ്റ് ആണിത്.

ഉത്രയെ ഹോളി ക്രോസ് ഹോസ്പിറ്റലിലേക്ക് റഫർ ചെയ്യുകയും ചെയ്തു.

അപ്പോഴേക്കും സമയം പുലർച്ചെ 3:45 കഴിഞ്ഞിരുന്നു. ഉത്രയെ സുജിത്തും സൂരജും ചേർന്ന് ഹോളിക്രോസ് ഹോസ്പിറ്റലിലെ വാർഡിൽ പ്രവേശിപ്പിച്ചപ്പോൾ ഡോ. ചൈതന്യ സിദ്ധാർത്ഥയാണ് അവിടെ കാഷ്വാലിറ്റി മെഡിക്കൽ ഓഫീസറായി ജോലി ചെയ്തിരുന്നത്. സർക്കാർ ആശുപത്രി നൽകിയ പരാമർശത്തിൽ രാത്രി ഒമ്പത് മണിയോടെ അജ്ഞാതമായതെന്തിന്റെയോ കടിയേറ്റതായി രേഖപ്പെടുത്തിയിരുന്നെങ്കിലും, ഹീമോടോക്സിക് വിഷസാന്നിദ്ധ്യത്തിന്റെ ഉയർന്ന സാധ്യതയാണ് സൂചിപ്പിച്ചിരുന്നത്. തന്നോട് പറയുന്നതൊന്നും മനസ്സിലാക്കാൻ കഴിയാതെ ഉത്ര തളർന്നിരുന്നു. അസഹ്യമായ വേദനയിൽ അവൾ പുളയുകയും കാലുകൾ കുതറുകയും ചെയ്തു.

സിദ്ധാർത്ഥ ഉത്രയുടെ ആരോഗ്യനില പരിശോധിച്ചപ്പോൾ അവളുടെ രക്തസമ്മർദ്ദം അപകടകരമാം വിധം കുറഞ്ഞതായി കണ്ടെത്തി. അദ്ദേഹം ഉടൻ തന്നെ ഡ്യൂട്ടിയിലുള്ള നഴ്സിനോട് ഇൻട്രാവണസ് ഫ്ലൂയിഡുകൾ നൽകിത്തുടങ്ങാൻ ആവശ്യപ്പെടുകയും, ലഭ്യമായ വിവരങ്ങൾ പെട്ടെന്ന് വിലയിരുത്തുകയും ചെയ്തു. ഉത്രയുടെ വലത് കാലിലെ കടിയേറ്റ പാടിൽ നിന്ന് രക്തം ഒഴുകുന്നുണ്ടായിരുന്നു. അവളുടെ വേദന അങ്ങേയറ്റമായിരുന്നു. തന്റെ കോശങ്ങൾ ഒന്നൊന്നായി പൊട്ടുന്നത് പോലെ അവൾക്ക് തോന്നി. അവളുടെ ഞരമ്പിലൂടെ ഉള്ളിലേയ്ക്ക് നൽകിയ ഇൻട്രാവണസ് (IV) ദ്രാവകങ്ങളും ഫലം കണ്ടില്ല. നിർഭാഗ്യവശാൽ, ഉത്ര അപകടനില തരണം ചെയ്യുന്നത് വരെ ഡോക്ടർക്ക് ആൻറി-വെനം മരുന്ന് നൽകാൻ കഴിയുമായിരുന്നില്ല. മറ്റൊരു ആശുപത്രിയിലേയ്ക്ക് നിർദ്ദേശിക്കുന്നതായിരിക്കും നല്ലതെന്ന് ഡോ. സിദ്ധാർത്ഥ മനസ്സിലാക്കി. ഹോളി ക്രോസിൽ വെന്റിലേറ്റർ സപ്പോർട്ട് ഇല്ലാത്തതാണ് അദ്ദേഹത്തെ ആ തീരുമാനത്തിന് പ്രേരിപ്പിച്ചത്. അദ്ദേഹം ഉടൻതന്നെ ഹൈടെക് ആംബുലൻസ് സജ്ജീകരിക്കാൻ ആവശ്യപ്പെടുകയും ഉത്രയെ തിരുവല്ലയിലെ പുഷ്പഗിരി മെഡിക്കൽ കോളേജ് ആശുപത്രിയിലേക്ക് റഫർ ചെയ്യുകയും ചെയ്തു.

ഹോളി ക്രോസ് ഹോസ്പിറ്റലിലെ എമർജൻസി മെഡിക്കൽ ടെക്നീഷ്യൻ അനുരാജ് ആംബുലൻസിൽ സൂരജിനെയും

സുജിത്തിനെയും അനുഗമിച്ചു. അവർ ഉത്രയെ ആശുപത്രിയിലേക്ക് കൊണ്ടുപോയി. വഴിയിൽ വച്ച് ഉത്രയുടെ ബോധം മറയാൻ തുടങ്ങി. പക്ഷേ ഭാര്യയുടെ ആരോഗ്യനില വഷളായിക്കൊണ്ടിരിക്കുന്നത് കണ്മുന്നിൽ കണ്ടിട്ട് പോലും സൂരജിന്റെ ശാന്തമായ പെരുമാറ്റത്തിൽ ഒരു മാറ്റവും ഉണ്ടായില്ല.

\\\\\\\\\\\\\

സൂരജിന്റെ സഹോദരി പുലർച്ചെ മൂന്ന് മണിക്ക് ഉത്രയുടെ ബന്ധുവായ ശ്യാംദേവിനെ വിവരങ്ങളറിയിക്കാൻ വിളിച്ചു. പക്ഷേ, അയാൾ ഫോൺ എടുത്തില്ല; അത് സൈലന്റ് മോഡിൽ ആയിരുന്നിരിക്കാം. കുറച്ച് കഴിഞ്ഞ് അവൾ ശ്യാംദേവിന്റെ അച്ഛനെ വിളിച്ച് ഉത്രയുടെ അവസ്ഥയെക്കുറിച്ച് അറിയിച്ചു.

'ശ്യാം! ശ്യാം!'

അച്ഛൻ അങ്കലാപ്പോടെ തന്റെ പേര് വിളിക്കുന്നത് കേട്ടാണ് ശ്യാംദേവ് ഉറക്കത്തിൽ നിന്ന് എഴുന്നേറ്റത്. 'അച്ഛാ! എന്ത് പറ്റി?'

'ഉത്രയെ എന്തോ കടിച്ചിട്ട് ബോധം പോയെന്ന്. വേഗം വാ.'

ശ്യാംദേവ് ഉടൻ സൂരജിനെ വിളിച്ചു. എന്നാൽ സൂരജ് ആ കോൾ എടുത്തില്ല. അടുത്തതായി, അയാൾ ഉത്രയുടെ പിതാവിനെ വിളിക്കുകയും സൂരജിന്റെ സഹോദരി വഴി വന്ന വിവരങ്ങൾ അദ്ദേഹവുമായി പങ്കുവെക്കുകയും ചെയ്തു. ഉടൻ തന്നെ അദ്ദേഹത്തെയും കൂട്ടി സൂരജിന്റെ വീട്ടിലേക്ക് പോകാമെന്ന് അയാൾ പറഞ്ഞു. കുറച്ച് കഴിഞ്ഞ്, അവർ ശ്രീസൂര്യയിലേക്ക് പോകുമ്പോൾ, ശ്യാംദേവും വിജയസേനനും സൂരജിനെ പലതവണ വിളിക്കാൻ ശ്രമിച്ചെങ്കിലും അയാൾ അവരുടെ കോളുകൾക്ക് മറുപടി നൽകിയില്ല. ശ്രീസൂര്യയിലെത്തിയപ്പോൾ, ഉത്രയെ തിരുവല്ലയിലെ പുഷ്പഗിരി മെഡിക്കൽ കോളേജ് ആശുപത്രിയിലേക്ക് റഫർ ചെയ്തതായി സൂരജിന്റെ വീട്ടുകാർ അറിയിച്ചു. ഒരു നിമിഷം പോലും പാഴാക്കാതെ അവർ ഉടനെ തിരുവല്ലയിലേക്ക് പുറപ്പെടുകയും, ഉത്രയെ കയറ്റിപ്പോയ ആംബുലൻസിനൊപ്പം എത്തുകയും ചെയ്തു.

\\\\\\\\\\\\\

പോസ്റ്റ് ഗ്രാജ്വേറ്റ് റസിഡന്റ് ഡോക്ടറായിരുന്ന ഭുവനേശ്വരിയായിരുന്നു അന്ന് പുഷ്പഗിരി മെഡിക്കൽ കോളേജ് ആശുപത്രിയിലെ എമർജൻസി മെഡിസിൻ വിഭാഗത്തിൽ ഡ്യൂട്ടിയിലുണ്ടായിരുന്നത്. പുലർച്ചെ 4.50-തോടെ ഉത്രയെ സ്ട്രെച്ചറിൽ അത്യാഹിത വിഭാഗത്തിലേക്ക് കയറ്റുകയായിരുന്നു. ഭുവനേശ്വരി പെട്ടെന്ന് തന്നെ ഉത്രയുടെ സ്ഥിതിയെപ്പറ്റി ഒരു പ്രാഥമിക വിലയിരുത്തൽ നടത്തി. ഉത്രയ്ക്ക് ഏകദേശം ഇരുപത്തിയഞ്ച് വയസ്സുണ്ടാകുമെന്ന് അവർ അനുമാനിച്ചു. ലോക്കൽ ഹോസ്പിറ്റലിൽ നിന്നുള്ള റഫറൽ കുറിപ്പുകളിൽ രക്തം കട്ടപിടിക്കുന്ന സമയം ഉയർന്നതാണെന്ന് രേഖപ്പെടുത്തിയിരുന്നു. അവളുടെ അവസ്ഥ വഷളാവുന്നു എന്നും, അവൾക്ക് അടിയന്തിര ചികിത്സ വേണ്ടതുണ്ടെന്നും ട്രയാഷ്[5], സൂചിപ്പിച്ചു. ഉത്രയ്ക്ക് അപ്പോഴും ബോധമുണ്ടായിരുന്നു. പക്ഷേ അവൾ വല്ലാതെ തളർന്നിരുന്നു. വൈദ്യശാസ്ത്രപരമായി പറയുകയാണെങ്കിൽ, അവളുടെ അവസ്ഥ ദുർബ്ബലമായിരുന്നു. ഉത്രയ്ക്ക് വീണ്ടും ഐ വി ഡ്രിപ്പ് നൽകാൻ തുടങ്ങി. നഴ്സിനോട് വീണ്ടും ക്ലോട്ടിംഗ് ടെസ്റ്റ് നടത്താനും ഡോക്ടർ ആവശ്യപ്പെട്ടു. തുടർന്ന് ഭുവനേശ്വരി സൂരജിൽ നിന്ന് ഉത്രയുടെ ട്രീറ്റ്മെന്റ് സമ്മറി വാങ്ങാൻ പോയി.

'എത്ര മണിക്കാണ് കടിയേറ്റത്?'

'രാത്രി ഒമ്പത് മണിയോടടുത്ത്.'

'എന്തുകൊണ്ടാണ് അവളുടെ ശാരീരിക ബുദ്ധിമുട്ടുകൾ നിങ്ങൾ അവഗണിച്ചത്?'

സൂരജ് വീണ്ടും മൗനം പാലിച്ചു.

'എന്തുകൊണ്ടാണ് ഇത്രയും വൈകിച്ചത്?' ഡോക്ടർ അസ്വസ്ഥയാകുന്നുണ്ടായിരുന്നു.

'വണ്ടി ഏർപ്പാടായിക്കിട്ടാൻ വൈകി.' സൂരജ് ഇളിച്ചു.

ഭർത്താവ് വേണ്ടത്ര വിവരങ്ങൾ പറയാൻ തയ്യാറല്ലെന്ന് മനസ്സിലാക്കിയ ഭുവനേശ്വരി നിലവിളിച്ചു കരയുന്ന രോഗിയുടെ അടുത്തേക്ക് ഓടി.

'ഇരുപതു മിനിറ്റിൽ കൂടുതൽ സമയമെടുക്കുന്നുണ്ട്!'

5 രോഗിയുടെ ഗുരുതരാവസ്ഥ നിർണ്ണയിക്കാനും അതിനനുസരിച്ച് ചികിത്സാ മുൻഗണനയും രീതിയും നിശ്ചയിക്കുന്നതുമായ പ്രക്രിയ. അതിൽ മൂന്ന് വിഭാഗങ്ങളുണ്ട് : ഒന്ന് (ഉടനടി), രണ്ട് (പെട്ടെന്ന്), മൂന്ന് (അത്ര ധൃതിയില്ലാത്തത്).

ക്ലോട്ടിംഗ് ടെസ്റ്റിന്റെ ഫലം കണ്ട് അമ്പരന്ന നഴ്സ് ഉറക്കെ വിളിച്ചു പറഞ്ഞു.

ഉത്രയുടെ അസ്ഥിരമായ അവസ്ഥയിൽ ആന്റി-വെനം നൽകുന്നത് ഗുരുതരമായ സങ്കീർണ്ണതകളിലേക്ക് നയിക്കുമെന്ന് ഭുവനേശ്വരിക്ക് അറിയാമായിരുന്നു. പക്ഷേ അങ്ങനെ ചെയ്യാതിരിക്കുന്നത് രോഗിക്ക് വധശിക്ഷ നൽകുന്നതിന് തുല്യമാണ്.

'പോളിവാലന്റ് ആന്റിവെനത്തിന്റെ[6] പത്ത് ഡോസുകൾ കൊടുക്കൂ. നമുക്കധികം സമയമില്ല,' ഭുവനേശ്വരി നൽകിയ നിർദ്ദേശം നഴ്സ് ഉടനടി നടപ്പിലാക്കി.

ആന്റിവെനം നൽകുന്നതിനിടെ ഉത്രയുടെ വലതുകാലിലെ മുറിവ് ഭുവനേശ്വരി പരിശോധിച്ചു. അത് കണങ്കാലിന് ഏകദേശം ഇരുപത് സെന്റിമീറ്റർ മുകളിലായിരുന്നു. അപ്പോഴും രക്തസ്രാവമുണ്ടായിരുന്നു. തന്റെ മൊബൈൽ ക്യാമറയിൽ മുറിവിന്റെ ചിത്രങ്ങളും അവർ പകർത്തി.

കുറച്ച് കഴിഞ്ഞ്, ഉത്രയുടെ അവസ്ഥ മെച്ചപ്പെടാൻ തുടങ്ങി. ഡോക്ടർ ഈ വാർത്ത കുടുംബത്തിന് കൈമാറിയപ്പോൾ വിജയസേനന്റെയും ശ്യാംദേവിന്റെയും മുഖത്ത് വ്യക്തമായ ആശ്വാസം ഉണ്ടായിരുന്നു. ആന്റിവെനം മരുന്ന് നൽകിയതിന് ശേഷം ഉത്രയ്ക്ക് നേരിടേണ്ടി വന്ന അപകടസാധ്യതകളെക്കുറിച്ച് ഭുവനേശ്വരി അവർക്ക് മുന്നറിയിപ്പ് നൽകി. മാത്രവുമല്ല, പൂർണ്ണമായ സൗഖ്യത്തിലേക്കുള്ള അവളുടെ പാത ദീർഘവും ആയാസകരവുമാകുമെന്നും അവർ അവരെ അറിയിച്ചു.

പക്ഷേ, കുടുംബത്തിന്റെ ആശ്വാസത്തിന് അധികം ആയുസ്സുണ്ടായിരുന്നില്ല. രാവിലെ 6.30-ന് ഉത്രയുടെ സ്ഥിതി വീണ്ടും വഷളാവാൻ തുടങ്ങി. അവളുടെ രക്തസമ്മർദ്ദം തീരെ കുറഞ്ഞ്, രേഖപ്പെടുത്താൻ കഴിയാത്ത നിലയിലെത്തി. നോറാഡ്രിനാലിൻ ഇൻഫ്യൂഷൻ നൽകിത്തുടങ്ങിയപ്പോൾ, അവളുടെ രക്തസമ്മർദ്ദം 90/60 ആയി മെച്ചപ്പെട്ടു. എന്നാൽ ഈ സംഭവം, ഉത്രയെ ഡോ. മാത്യു പുളിക്കന്റെ നേതൃത്വത്തിലുള്ള ക്രിട്ടിക്കൽ കെയർ വിഭാഗത്തിലേക്ക് മാറ്റാൻ ആ കേസിന്റെ ചുമതലയുള്ള ഡോക്ടർമാരെ പ്രേരിപ്പിച്ചു.

ഉത്രയുടെ ആരോഗ്യം സ്ഥിരത കൈവരിക്കാൻ കുറേ ദിവസങ്ങളെടുത്തു. മാർച്ച് 6-ന് അവളെ പ്ലാസ്റ്റിക് സർജറി വിഭാഗത്തിലേക്ക് മാറ്റി. അവിടെയുള്ള ഡോക്ടർമാർ കടിയേറ്റ

6 ഒന്നിലധികം സ്പീഷീസുകൾക്കെതിരെ ഫലപ്രദമായ ഒരു ആന്റിവെനം.

മുറിവിന് ചുറ്റും ധാരാളം നിർജ്ജീവമായ പേശികൾ കണ്ടെത്തി. അത് നീക്കം ചെയ്യുന്നതിനായി മാർച്ച് 7-ന് ഒരു ഡിബ്രൈഡ്മെന്റ് ശസ്ത്രക്രിയ[7] നടത്തി. കണങ്കാലിന്റെ പിന്നോട്ടുള്ള ചലനത്തിനും കാൽവിരലുകളുടെ നീട്ടലിനും ഉതകുന്ന വലതു കാലിന്റെ മുൻഭാഗത്തെ എല്ലാ പേശികളും നീക്കം ചെയ്യേണ്ടി വന്നു. അതിനുശേഷം, മാർച്ച് 11, 23, ഏപ്രിൽ 15 തീയതികളിൽ ഉത്രയ്ക്ക് വീണ്ടും ശസ്ത്രക്രിയകൾ നടത്തി. ഏപ്രിൽ 22-ന് ഡിസ്ചാർജ്ജ് ചെയ്യുന്നതിനുമുമ്പ് ഉത്രയ്ക്ക് സ്കിൻ ഗ്രാഫ്റ്റിംഗ് ഓപ്പറേഷനും നടത്തേണ്ടിവന്നു.

ഉത്രയുടെ ചികിത്സ അമ്പത്തിരണ്ട് ദിവസം നീണ്ടുനിന്നു. ഡിസ്ചാർജ്ജ് ചെയ്യുമ്പോൾ അവൾക്ക് പരസഹായത്തോടെ മാത്രമേ നടക്കാനാവുമായിരുന്നുള്ളൂ. അവൾക്ക് പ്രത്യേകിച്ച് മരുന്നുകളൊന്നും ഉണ്ടായിരുന്നില്ല എങ്കിലും അവളുടെ മുറിവിന് ആഴ്ചയിൽ രണ്ടുതവണ ഡ്രസ്സിംഗ് ആവശ്യമായിരുന്നു. അതിനായി അവൾക്ക് ആശുപത്രി സന്ദർശിക്കേണ്ടതുണ്ടായിരുന്നു. ഡിസ്ചാർജ്ജ് ചെയ്ത ശേഷം ഉത്രയുടെ ആഗ്രഹപ്രകാരം, മാതാപിതാക്കളുടെ വീട്ടിലേക്കാണ് പോയത്. ഉത്രയുടെ ചികിത്സയ്ക്കായി വേണ്ടിവന്ന 10 ലക്ഷം രൂപ മുഴുവൻ ചെലവാക്കിയത് വിജയസേനൻ ആയിരുന്നു. ഇതിനകം കഷ്ടപ്പാടിൽ ആയിരുന്ന കുടുംബത്തിനു ഇത് മറ്റൊരു വലിയ പ്രഹരമായിരുന്നു.

\\\\\\\\\\\\\\

ക്രിമിനൽ ലക്ഷ്യങ്ങൾ പലപ്പോഴും യുക്തിയുടെ എല്ലാ സങ്കൽപ്പങ്ങളെയും മറികടക്കുന്നു. ചില ക്രിമിനൽ മനസ്സുകളുടെ തൃപ്തിയില്ലായ്മ, ലക്ഷ്യം കണ്ട ശേഷമേ അടങ്ങുകയുള്ളൂ. സമാനമായ അനന്തമായ രക്തദാഹത്തിലാണ് സൂരജ് ചെന്നെത്തിയത്. ഒരു കൊലപാതകശ്രമത്തിന് പരാജയപ്പെട്ട ഒരു ശ്രമത്തേക്കാൾ വലിയ തടസ്സം മറ്റൊന്നില്ല. പക്ഷേ സൂരജ് തികച്ചും ദുഷിച്ച മാനസികാവസ്ഥയിലായിരുന്നു ജീവിച്ചത്. അവന്റെ ഭാര്യ ഉത്ര, അവന്റെ ക്രോധത്തിന്റെ വ്യക്തമായ ഇരയായിരുന്നു. ഒരു കാരണവശാലും നിർത്താൻ അവനു യാതൊരു ഉദ്ദേശ്യവും ഉണ്ടായിരുന്നില്ല!

ക്രിമിനൽ മനസ്സുകളെ അപഗ്രഥിക്കുന്ന പരിചയ

7 നിർജ്ജീവമായതോ, അണുബാധയേറ്റതോ ആയ പടർന്നുപിടിക്കുന്ന കോശങ്ങളെ നീക്കം ചെയ്യാനുള്ള ഒരു പ്രക്രിയ.

സമ്പന്നരായ പോലീസുകാർ പറയുന്നത്, പൊതുവെ എന്തുവില കൊടുത്തും കൊലപ്പെടുത്താനുള്ള മനുഷ്യത്വരഹിതമായ ഉദ്ദേശ്യം ഒരാൾക്കുണ്ടായാൽ, അത് ആ കുറ്റവാളിക്ക് അടുത്തറിയാവുന്ന ഒരു വ്യക്തിയെയാവും എന്നാണ്. വിദ്വേഷം, പ്രതികാരം, നീതി തുടങ്ങിയ പദങ്ങൾ മുമ്പ് സ്നേഹം ഉൾക്കൊള്ളുന്ന ഒരു ശൂന്യതയിലേക്ക് ഞെരുങ്ങുമ്പോൾ വളരെ ഗുരുതരമായ ലക്ഷ്യങ്ങൾ കൈവരിക്കുന്നു. ഈ കേസിലും, സമ്മിശ്രമായ കാരണങ്ങളെല്ലാം ചേർന്ന് ഒടുവിൽ ലക്ഷ്യസ്ഥാനമായി അടയാളപ്പെടുത്തപ്പെട്ടത് ഉത്രയുടെ ജീവിതത്തെയായിരുന്നു. എന്നാൽ സൂരജ് ഏത് നിമിഷം എന്ത് കാരണത്താൽ പ്രകോപിതനാകും എന്നത്, മറ്റ് നിരവധി ക്രിമിനൽ കേസുകളിലെന്ന പോലെ, ഇവിടെയും ഭാവനയ്ക്ക് വിട്ടു.

അമേരിക്കൻ സംസ്കാരത്തിന്റെ വ്യാപകമായ സ്വീകാര്യത നമ്മെ ചില കാര്യങ്ങൾ പഠിപ്പിച്ചു. അമേരിക്കൻ ക്രൈം നാടകങ്ങളുടെ തീവ്ര ആരാധകർക്ക് ഉറപ്പായും മനസ്സിലാവുന്ന ഒന്നാണ് കരുതിക്കൂട്ടിയുള്ള കണ്ണിൽച്ചോരയില്ലാത്ത കൊലപാതകം എന്ന ആശയം. സ്വമനസ്സാലെയുള്ളത്, കരുതിക്കൂട്ടിയുള്ളത്, ആസൂത്രണം ചെയ്തത് എന്നിവയാണ് അത്തരം കൊലപാതകങ്ങൾ ഉൾക്കൊള്ളുന്ന മൂന്ന് ഘടകങ്ങൾ. അത്തരമൊരു കൊലപാതകം കൊണ്ടുണ്ടാവുന്ന രക്തച്ചൊരിച്ചിലിന് ഏറ്റവും ഉയർന്ന ശിക്ഷയും നൽകപ്പെടുന്നു.

'സ്വമനസ്സാലെയുള്ളത്' ലക്ഷ്യവുമായി നേരിട്ട് ബന്ധപ്പെട്ടിരിക്കുന്നു. കൊലപ്പെടുത്തുകയായിരുന്നു യഥാർത്ഥ ഉദ്ദേശ്യമെന്ന് വ്യക്തമായി സ്ഥാപിക്കേണ്ടതുണ്ട്. കുറ്റകൃത്യത്തിനാൽ ഉണ്ടായേക്കാവുന്ന അനന്തരഫലങ്ങൾ അറിഞ്ഞിട്ടും കൊലയുമായി മുന്നോട്ട് പോകുന്നതിനെയാണ് 'കരുതിക്കൂട്ടിയുള്ളത്' എന്ന് സൂചിപ്പിക്കുന്നത്. കൊലപാതകം നടത്തുന്നതിന് മുമ്പ് ശ്രദ്ധാപൂർവ്വം പദ്ധതികൾ വിഭാവനം ചെയ്യുന്ന പ്രവർത്തനമാണ് 'ആസൂത്രണം'.

ഇപ്പോൾ ഉത്രയുടെ ജീവിതത്തിൽ നടന്ന തന്റെ ആദ്യ ശ്രമത്തെ, ഒരു ഗ്രാൻഡ് ഫിനാലെയ്ക്ക് മുമ്പുള്ള നെറ്റ് പ്രാക്ടീസ് സെഷൻ പോലെയായിരുന്നു സൂരജ് പരിഗണിച്ചിരുന്നത്. കുറ്റകൃത്യത്തോടുള്ള തന്റെ സമീപനത്തിന്റെ എല്ലാ വശങ്ങളും അയാൾ പുനഃക്രമീകരിക്കുകയായിരുന്നു. പരിഗണിക്കേണ്ട ഒരുപാട് കാര്യങ്ങളുണ്ട്: ഇരയുടെ അന്തർലീനമായ പ്രതിരോധം, ആദ്യം പ്രതികരിക്കുന്നവരുടെ ലഭ്യത, കൊലപാതകത്തിന്

ഉപയോഗിക്കുന്ന ആയുധത്തിന്റെ ശക്തി, മുതലായവ. നിർഭാഗ്യവശാൽ ഉത്രയെ സംബന്ധിച്ചിടത്തോളം, ആ ശ്രമം പരാജയപ്പെടാനുണ്ടായ ഘടകങ്ങളെല്ലാം തന്നെ കൃത്യമായും സൂരജിന് നിയന്ത്രിക്കാനാവുന്നവയായിരുന്നു. അവളുടെ ജീവിതം ആസന്നമായ അപകടത്തിലായിരുന്നു. തന്റെ ജീവിതത്തിൽ അവൾ ഏറ്റവും വിശ്വസിക്കേണ്ടുന്ന വ്യക്തി തന്നെയാണ് ഈ അപകടത്തിന്റെ പ്രാഥമിക കാരണവും.

മരണം നമ്മെ വേർപെടുത്തും വരെ

7 മെയ് 2020

ഒരു സാധാരണ പ്രഭാതമായിരുന്നു അത്. മണിമേഖലയുടെ ഉറക്കെയുള്ള നിലവിളി അവിടമെങ്ങും പ്രതിധ്വനിച്ചു. വിജയസേനൻ താൻ വായിച്ചുകൊണ്ടിരുന്ന പത്രം താഴെയിട്ട്, അവശമായ തന്റെ കാലുകൾ വേച്ചു വേച്ച് പടികൾ കയറി ഉത്രയുടെ മുറിയിലേക്ക് ചെന്നു. ഉത്രയുടെ സഹോദരൻ വിഷ്ണുവും അച്ഛനൊപ്പമെത്തി. കട്ടിലിൽ നിന്ന് ഇടതുകൈ തൂങ്ങിക്കിടക്കുന്ന നിലയിൽ, വായ തുറന്ന്, മലർന്നു കിടക്കുന്ന ഉത്രയെയാണ് രണ്ടുപേരും കണ്ടത്. മണിമേഖല മകളുടെ അരികിൽ തകർന്ന് ഇരിക്കുന്നുണ്ടായിരുന്നു.

'എന്ത് പറ്റി?' വിജയസേനന്റെ ശബ്ദം ഭയം കൊണ്ട് വിറച്ചു.

'അവൾ വിളിച്ചിട്ട് അനങ്ങുന്നില്ല. ഞാൻ അവളെ കുലുക്കി വിളിച്ചു നോക്കി. പക്ഷേ അവൾ അനങ്ങുന്നില്ല.'

ഈ ബഹളങ്ങൾക്കിടയിൽ, കഴിഞ്ഞ ദിവസം വൈകുന്നേരം മാത്രം ഉത്രയുടെ മാതാപിതാക്കളുടെ വീട്ടിൽ താമസിക്കാൻ വന്ന സൂരജും മുറിയിലേക്ക് കയറി.

'എത്രയും വേഗം അവളെ നമുക്ക് ആശുപത്രിയിൽ എത്തിക്കണം!' വിഷ്ണു വിളിച്ചുപറഞ്ഞിട്ട്, അവൻ ഉടൻ തന്നെ സാഹചര്യത്തിന്റെ ചുമതല ഏറ്റെടുത്തു. അവൻ വേഗം ഉത്രയെ കോരിയെടുത്ത് കോണിപ്പടികൾ ഇറങ്ങി കാർഷെഡിലേക്ക് കൊണ്ടുപോയി. ഇറങ്ങുമ്പോൾ അവളുടെ ഇടതുകൈയ്യിൽ ഒരു കടിയേറ്റ പാടുണ്ടെന്ന് അയാൾ ശ്രദ്ധിച്ചു. കാറിന്റെ താക്കോൽ

സൂരജിന് നൽകിയെങ്കിലും സൂരജ് ഓടിക്കാൻ മടിച്ചു. വിഷ്ണു തിടുക്കത്തിൽ ഉത്രയെ പിൻസീറ്റിൽ കയറ്റിയ ശേഷം കുടുംബത്തെയും കൂട്ടി അഞ്ചലിലെ സെന്റ് ജോസഫ് മിഷൻ ആശുപത്രിയിലേക്ക് കൊണ്ടുപോയി.

\\\\\\\\\\\\\\\\

'മാഡം, ദയവായി വേഗം വരൂ. രോഗിക്ക് ശ്വാസമില്ല!' ഉത്രയെ അത്യാഹിത വിഭാഗത്തിൽ പ്രവേശിപ്പിച്ചതിന് ശേഷം ഒരു പാരാമെഡിക്കൽ ജീവനക്കാരൻ ഉറക്കെ വിളിച്ചു പറഞ്ഞു.

ഡോ. ജീന ബദർ ഉടൻ നിരീക്ഷണ മുറിയിലേക്ക് ഓടിയെത്തി. ഉത്ര സ്ട്രെച്ചറിൽ അനക്കമറ്റ് കിടക്കുകയായിരുന്നു. കോവിഡ് പ്രോട്ടോക്കോളുകൾ ഉണ്ടായിരുന്നതിനാൽ സൂരജിനെ മാത്രമേ മുറിക്കുള്ളിൽ അനുവദിച്ചിരുന്നുള്ളൂ. മറ്റുള്ളവർ പരിഭ്രാന്തരായി പുറത്തെ ഇടനാഴിയിൽ കാത്തുനിൽക്കുകയായിരുന്നു.

'അവളുടെ ഇടതുകൈയ്യിൽ എന്തോ കടിച്ചിട്ടുണ്ട്,' സൂരജ് സങ്കടം ഭാവിച്ച് പറഞ്ഞു.

'നിങ്ങൾ ആരാണ്?' ഡോക്ടർ ചോദിച്ചു.

'ഞാൻ അവളുടെ ഭർത്താവാണ്.'

'പാമ്പുകടിയേറ്റതാണെന്ന് തോന്നുന്നു. നിങ്ങളുടെ വീട്ടിൽ പാമ്പുണ്ടോ എന്ന് നോക്കൂ. അപ്പോഴേയ്ക്കും ഞാൻ അവളെ പരിശോധിക്കാം,' ഉത്രയുടെ കൈയ്യിൽ രക്തം കട്ടപിടിച്ചു കിടക്കുന്നത് നോക്കിക്കൊണ്ട് ഡോ. ബദർ പറഞ്ഞു.

ഡോക്ടർ തന്റെ ജോലി തുടർന്നപ്പോൾ സൂരജ് മുറിയിൽ നിന്ന് പുറത്തിറങ്ങി. ഉത്രയ്ക്ക് പാമ്പ് കടിയേറ്റിരിക്കാമെന്ന് ഡോക്ടർ പറഞ്ഞതായി അയാൾ അവളുടെ ബന്ധുക്കളെ അറിയിച്ചു. ഡോക്ടറുടെ നിർദ്ദേശപ്രകാരം വീട്ടിൽ പാമ്പിനെ അന്വേഷിക്കണമെന്നും അയാൾ വിഷ്ണുവിനോട് പറഞ്ഞു. ഉടൻ തന്നെ, സങ്കടക്കയത്തിലാണ്ടു നിൽക്കുന്ന ഉത്രയുടെ മാതാപിതാക്കളെ ആശുപത്രിയിൽ വിട്ട് അവർ പാമ്പിനെ തിരയാൻ പോയി.

പരിശോധനാ മുറിക്കുള്ളിൽ തിരിച്ചെത്തിയ ഡോ. ബദർ നിരവധി നിരീക്ഷണങ്ങൾ നടത്തി – ഉത്രയുടെ കൃഷ്ണമണികൾ വികസിച്ചിരുന്നു; അവളുടെ കൈകാലുകൾ തണുത്തിരുന്നു; അവൾക്ക് നാഡിമിടിപ്പ് ഇല്ലായിരുന്നു; അവളുടെ രക്തസമ്മർദ്ദം

രേഖപ്പെടുത്താൻ കഴിയുന്നുണ്ടായിരുന്നില്ല. അവർ ഉത്രയുടെ ഇടതു കൈയിലെ രക്തം ആൽക്കഹോളിൽ മുക്കിയ പഞ്ഞി കൊണ്ട് തുടച്ചു. കൈയ്യിൽ കടിയേറ്റ നാല് പാടുകൾ വ്യക്തമായി കാണാമായിരുന്നു. തുടർന്ന് ഡോ. ബദർ ഉത്രയുടെ ഇസിജി പരിശോധന നടത്തി. ശേഷം അവർ അത്യന്തം സങ്കടകരമായ ആ നിഗമനത്തിലെത്തി : ഉത്ര മരണപ്പെട്ടിരിക്കുന്നു.

ഡോ. ബദർ നിരീക്ഷണ മുറിയോട് ചേർന്നുള്ള ഇടനാഴിയിലേക്ക് ഇറങ്ങി, രോഗിയുടെ കുടുംബത്തിൽ നിന്ന് ഒരാളെ അടുത്തേയ്ക്ക് വിളിപ്പിച്ചു. അടുത്തേയ്ക്ക് വന്ന ഉത്രയുടെ അമ്മയോട് അവർ മകളുടെ മരണവിവരം അറിയിച്ചു. ഏതൊരു മാതാപിതാക്കളുടെയും ഏറ്റവും വലിയ പേടിസ്വപ്നമായ ആ വാർത്ത കേട്ടപ്പോൾ മണിമേഖല ആകെ തകർന്നു. അവർ അല്പം അകലെ ഇരിക്കുന്ന ഭർത്താവിനെ നോക്കി. മണിമേഖലയുടെ ആ നോട്ടം വിജയസേനന്റെ ഭയവും സ്ഥിരീകരിച്ചു. കണ്ണുകൾ കൂട്ടിമുട്ടിയപ്പോൾ തന്നെ അദ്ദേഹം കരയാൻ തുടങ്ങി. ഉത്രയുടെ മരണം ഔദ്യോഗികമായി രേഖപ്പെടുത്താൻ മണിമേഖലയോട് നിരീക്ഷണ മുറിയിലേക്ക് വരാൻ അവർ ആവശ്യപ്പെട്ടു. മകളുടെ മരണവാർത്ത കേൾക്കുന്നതിനേക്കാൾ ബുദ്ധിമുട്ടാണ്, സ്ട്രെച്ചറിൽ നിർജ്ജീവമായി കിടക്കുന്ന സ്വന്തം കുഞ്ഞിനെ കാണുന്നത്. മണിമേഖല വാവിട്ട് നിലവിളിക്കാൻ തുടങ്ങി.

ഡോ. ബദർ, മണിമേഖല സ്വയം ഒന്നാശ്വസിക്കുന്നത് വരെ ക്ഷമയോടെ കാത്തുനിന്നു. അതിന് ശേഷം, അവർ ആ അമ്മയോട് ചോദിച്ചു, 'ഇത് എങ്ങനെയാണ് സംഭവിച്ചത്?'

'ഒരു പാമ്പുകടിയേറ്റ് വീണു പോയ ഞങ്ങടെ കൊച്ച് അതിൽ നിന്ന് ഒന്ന് സുഖം പ്രാപിച്ച് വരികയായിരുന്നു. ഞങ്ങളുടെ കൂടെ വീട്ടിലുണ്ടായിരുന്നു അവൾ. അപ്പോഴാണ് ഇത്...' മണിമേഖലയ്ക്ക് മുഴുമിപ്പിക്കാനായില്ല.

'അവൾക്ക് മുമ്പ് പാമ്പ് കടിയേറ്റിട്ടുണ്ടോ?'

'ഉവ്വ്, ഈയിടെ പാമ്പുകടിയേറ്റതിന് അവൾ ചികിത്സ നേടിയിരുന്നു.'

ഇത് വളരെ സംശയാസ്പദമാണെന്ന് കണ്ടെത്തിയ ഡോക്ടർ ഉത്രയുടെ മൃതദേഹം പോസ്റ്റ്മോർട്ടം ചെയ്യണമെന്ന് ആ അമ്മയോട് നിർദ്ദേശിച്ചു.

ഇതിനിടെ വിജയസേനന് സൂരജിന്റെ വിളി വന്നു.

'ഒരുവിധം ഞങ്ങളാ പാമ്പിനെ കൊന്നു. ഡ്രസിങ് റൂമിലെ

അലമാരയുടെ അടിയിൽ ഒളിച്ചിരിക്കുകയായിരുന്നു. കുറച്ച് മണ്ണെണ്ണയും ഒരു വടിയും മാത്രമേ വേണ്ടിവന്നുള്ളൂ.' സാഹചര്യങ്ങളുടെ പരിതാപകരമായ അവസ്ഥ കണക്കിലെടുക്കുമ്പോൾ സൂരജ് വല്ലാതെ ആവേശഭരിതനായത് പോലെ തോന്നി.

'അവൾ പോയി സൂരജേ. നീ വേഗം ആശുപത്രിയിലേയ്ക്ക് വാ,' വിജയസേനൻ, തന്നിൽ അവശേഷിച്ച അവസാന ഊർജ്ജമെടുത്ത് ഉറക്കെ പറഞ്ഞു.

വിവരമറിഞ്ഞ് സൂരജും വിഷ്ണുവും ഉടൻ തന്നെ ആശുപത്രിയിലേക്ക് തിരിച്ചു. ആശുപത്രിയിലേക്കു പൊയ്ക്കൊണ്ടിരിക്കുമ്പോൾ, ലക്ഷ്യം നേടിയ സംതൃപ്തി ആരും അറിയാതിരിക്കാൻ, തകർന്ന മനുഷ്യന്റെ മുഖംമൂടി അണിയാൻ സൂരജ് ശ്രദ്ധിച്ചിരുന്നു. ആശുപത്രിയിൽ നിന്ന് മടങ്ങിയെത്തിയ ഉടനെ പാമ്പിനെ എവിടെ കുഴിച്ചിടും എന്നതും അയാൾ ആലോചിച്ചിരുന്നു.

കുറച്ചു കഴിഞ്ഞപ്പോൾ വിജയസേനനെ ഡോക്ടർ നിരീക്ഷണ മുറിയിലേക്ക് വിളിച്ചു. ഉത്രയെ ഏത് പാമ്പാണ് കടിച്ചതെന്ന് കണ്ടെത്താൻ അവർ അദ്ദേഹത്തോട് ആവശ്യപ്പെട്ടു. വിശദമായ കേസ് സമ്മറി തയ്യാറാക്കുവാൻ ആ വിവരം ആവശ്യമായിരുന്നു. വിജയസേനൻ സൂരജിനെ വിളിച്ചു.

'അത് ഏത് പാമ്പായിരുന്നു?'

'അതൊരു മൂർഖൻ പാമ്പായിരുന്നു,' തെല്ലും സംശയമില്ലാതെ സൂരജ് പറഞ്ഞു.

താമസിയാതെ, ഡോ. ബദർ രജിസ്റ്ററിൽ വിവരങ്ങൾ രേഖപ്പെടുത്തി. 'മരണപ്പെട്ട ശേഷം കൊണ്ടുവന്നവരുടെ വിവരങ്ങളായിരുന്നു അതിൽ. മുൻപ് പല രോഗികളുടെ പേരുകളും അവർ അതിൽ എഴുതിച്ചേർത്തിട്ടുണ്ടെങ്കിലും, ഓരോ കേസും അവർക്ക് ചെറിയ ഹൃദയനൊമ്പരമേകിയിരുന്നു. അതിനൊപ്പം ഉത്രയുടെ കേസിന്റെ വിശദാംശങ്ങൾ അവർ തന്റെ മനോഹരമായ കൈയക്ഷരത്തിൽ രേഖപ്പെടുത്തുകയും, മൃതദേഹം പോസ്റ്റ് മോർട്ടത്തിന് റഫർ ചെയ്യുകയും ചെയ്തു.

സൂരജും വിഷ്ണുവും അല്പസമയം കഴിഞ്ഞ് ആശുപത്രിയിലെത്തിയപ്പോൾ അവരെ വരവേറ്റത് തകർന്നുപോയ വിജയസേനനും മണിമേഖലയുമാണ്. വിഷ്ണുവിനെ കെട്ടിപ്പിടിച്ച് ആ വൃദ്ധൻ കുറെ നേരം പൊട്ടിക്കരഞ്ഞു. ഉത്രയുടെ മൃതശരീരം എന്ത് ചെയ്യാൻ പോകുന്നു എന്ന് മനസ്സിലാക്കാനായി സൂരജ് നിരീക്ഷണ മുറിയിലേക്ക് പോയി.

വിഷുവിന് അപ്പോഴേക്കും ഉത്രയുടെ മരണവുമായി ബന്ധപ്പെട്ട് എന്തൊക്കെയോ സംശയം തോന്നി. അയാൾ പോലീസിൽ പരാതി നൽകാൻ തീരുമാനിച്ചു. ഉത്ര മരിച്ച അതേ ദിവസം തന്നെ, 11.30-തോടെ അഞ്ചൽ പോലീസ് സ്റ്റേഷനിലെ ഗ്രേഡ് സബ് ഇൻസ്പെക്ടർ ജെ. ജോയ് വിഷുവിന്റെ പ്രഥമ വിവര മൊഴി (എഫ്ഐഎസ്) രേഖപ്പെടുത്തി. അതിനിടെ തിരിച്ച് ഉത്രയുടെ വീട്ടിലെത്തിയ സൂരജ് പാമ്പിനെ കുഴിച്ചിട്ടു.

പോസ്റ്റ്മോർട്ടത്തിന് ആവശ്യമായ സാമ്പിളുകൾ ശേഖരിച്ച ശേഷം, ഉത്രയുടെ മൃതദേഹം, അടുത്ത ബന്ധുക്കളുടെയും സുഹൃത്തുക്കളുടെയും സാന്നിദ്ധ്യത്തിൽ അന്നു വൈകുന്നേരം സംസ്കരിച്ചു. ശ്മശാന സ്ഥലത്ത് ഒരു പോലീസ് കോൺസ്റ്റബിളും ഡ്യൂട്ടിയിൽ ഉണ്ടായിരുന്നു.

ശവസംസ്കാരം കഴിഞ്ഞയുടൻ സൂരജ് വിജയസേനനെ സമീപിച്ചു. സങ്കടവും ക്ഷീണവും ആ വൃദ്ധപിതാവിനെ ആകമാനം മൂടിയിരുന്നു.

'ധ്രുവിന്റെ കാര്യം ആലോചിക്കുമ്പോഴാണ്...?' സൂരജ് വിതുമ്പി.

'അവനെ നോക്കാൻ നമ്മൾ എല്ലാവരും ഉണ്ടാകും,' വിജയസേനൻ മരുമകന് ഉറപ്പുനൽകി.

'അതെ, പക്ഷേ ഞാൻ അവന്റെ പിതാവാണ്. അവൻ എന്റെ സംരക്ഷണത്തിലായിരിക്കുമല്ലോ.'

വിജയസേനന് സൂരജിനോട് ഒരുപാട് കാര്യങ്ങൾ പറയാനുണ്ടായിരുന്നു, പക്ഷേ തനിക്ക് നേരിടേണ്ടി വന്ന കനത്ത നഷ്ടത്തിന്റെ പശ്ചാത്തലത്തിൽ, ആ സമയത്ത് അദ്ദേഹം ചെറുതായി തലയൊന്നാട്ടുക മാത്രം ചെയ്തു.

'എന്റെ സാഹചര്യങ്ങളെക്കുറിച്ച് നിങ്ങൾറിയാം. ധ്രുവിനെ ഒറ്റയ്ക്ക് വളർത്തുന്നത് ബുദ്ധിമുട്ടായിരിക്കും. നിങ്ങൾ തുടർന്നും എനിക്ക് സാമ്പത്തിക സഹായം നൽകണം,' സൂരജ് സംയമനത്തോടെ തുടർന്നു.

ഞെട്ടിപ്പോയി, തിരിഞ്ഞ് അവനെ ഒന്നു നോക്കിയശേഷം വിജയസേനൻ മൗനം അവലംബിച്ചു.

8 മെയ് 2020

അസ്വസ്ഥനായ വിജയസേനന്റെ മനസ്സ്, ഉത്രയുടെ മരണത്തിലേക്ക് നയിച്ച സംഭവങ്ങളിലൂടെ തലങ്ങും വിലങ്ങും പായാൻ തുടങ്ങി. ശവസംസ്കാരം കഴിഞ്ഞയുടനെ സൂരജ് പണം വേണമെന്ന് ആവശ്യപ്പെട്ടത് അദ്ദേഹത്തിന്റെ മനസ്സിനെ വല്ലാതെ ഉലച്ചിരുന്നു. തലേദിവസം രാവിലെ പതിവിലും വളരെ നേരത്തെ സൂരജ് ഉണർന്നിരുന്നുവെന്നും അദ്ദേഹം ഓർമ്മിച്ചു. വിജയസേനൻ രാവിലെ ചായ ഉണ്ടാക്കുമ്പോൾ സൂരജ് ഒരു ഗ്ലാസ് ടംബ്ലർ കഴുകുകയായിരുന്നു. സൂരജിനോട് ചിലതൊക്കെ ചോദിക്കാൻ അദ്ദേഹം തീരുമാനിച്ചു.

'ഞങ്ങൾക്കിങ്ങനെയൊരു ദുരന്തം ബാധിക്കുമെന്ന് ഞാൻ സ്വപ്നത്തിൽ പോലും കരുതിയില്ല', അദ്ദേഹം പറഞ്ഞു.

സൂരജ് തലയാട്ടി.

'മുറിയിലെ ജനൽ തുറന്നു കിടക്കുകയായിരുന്നോ?'

'അതെ. പക്ഷേ രാത്രി വൈകി ഞാൻ അത് അടച്ചായിരുന്നു,' സൂരജ് മറുപടി പറഞ്ഞു.

സൂരജിന്റെ ഈ മറുപടി തെറ്റാണെന്ന് വിജയസേനന് പെട്ടെന്ന് മനസ്സിലായി. കാരണം, തന്റെ ഭാര്യ എല്ലാ രാത്രിയിലും ഉത്രയുടെ മുറി ആന്റിസെപ്റ്റിക് ലായനി ഉപയോഗിച്ച് വൃത്തിയാക്കാറുണ്ടായിരുന്നുവെന്നും, അത് കഴിയുമ്പോൾ അവർ ജനലുകൾ അടച്ചു ഭദ്രമാക്കാറുണ്ടെന്നും അദ്ദേഹത്തിന് അറിയാമായിരുന്നു.

'അപ്പോൾ പാമ്പ് ജനൽ വഴി മുറിയിൽ പ്രവേശിച്ചതായിരിക്കുമോ?'

'അതെ. ഇതുപോലെ എന്തെങ്കിലും സംഭവിക്കുമെന്ന് എനിക്കറിയാമായിരുന്നു. ഉത്രയ്ക്ക് സർപ്പദോഷം ഉണ്ടായിരുന്നല്ലോ'.

എല്ലാറ്റിനെയും അന്ധവിശ്വാസത്തോട് കൊരുത്തിടാൻ സൂരജ് കാണിച്ച വ്യഗ്രത വിജയസേനനെ കൂടുതൽ സംശയത്തിലാക്കി. തൽക്കാലത്തേക്ക് സംഭാഷണം നിർത്തി, തന്റെ സംശയങ്ങൾ മണിമേഖലയോട് പങ്കുവയ്ക്കാൻ അദ്ദേഹം തീരുമാനിച്ചു.

അതിനിടയിൽ, മണിമേഖല രാവിലെ മുതൽ ഉത്രയുടെ ചിത്രങ്ങളിലൊന്നിലേക്ക് ഉറ്റു നോക്കിയിരിക്കുകയായിരുന്നു. കിടക്കയിൽ നിന്ന് എഴുന്നേൽക്കാനുള്ള ത്രാണിപോലും അവർക്ക് അതുവരെ ലഭിച്ചിരുന്നില്ല. അവർ ഇടയ്ക്കിടെ കരയു

കയും, മകൾക്ക് വന്ന വിധിയോർത്ത് സ്വയം കുറ്റപ്പെടുത്തുകയും ചെയ്തു.

ഭർത്താവിനെപ്പോലെതന്നെ, ഉത്രയുടെ മരണത്തിലേക്ക് നയിച്ച സംഭവങ്ങളിലൂടെ അവരുടെ മനസ്സും സഞ്ചരിച്ചുകൊണ്ടിരുന്നു. പ്രത്യേകിച്ച് മെയ് 6-ന് വൈകുന്നേരം. സൂരജിനെയും അവന്റെ ഉദ്ദേശ്യങ്ങളെയും കുറിച്ച് അവർക്ക് സംശയമുണ്ടായി. അന്ന് വൈകുന്നേരം സൂരജ് അവരുടെ വസതിയിൽ അപ്രതീക്ഷിതമായിട്ടാണ് കയറിവന്നത്. രാത്രിയിൽ, ഉത്രയ്ക്ക് കൊടുക്കാൻ ഒരു ഗ്ലാസ് ജ്യൂസ് വേണമെന്ന് അയാൾ പറഞ്ഞപ്പോൾ, മണിമേഖല അമ്പരന്നു. കാരണം അല്പം മുമ്പാണ് അവർ ഉത്രയ്ക്ക് കുറച്ചു ജ്യൂസ് നൽകിയത്. എന്തായാലും, സൂരജ് നിർബന്ധിച്ചതുകൊണ്ടും, ജ്യൂസ് വേണമെന്ന് ആവശ്യപ്പെട്ടത് ഉത്രയാണ് എന്നയാൾ ഉറപ്പിച്ചു പറഞ്ഞത് കൊണ്ടും അമ്മ ജ്യൂസ് എടുത്തു നൽകി. അതിനു ശേഷം എപ്പോഴോ അടുക്കളവാതിലിലൂടെ വീടിന് പുറത്തേക്ക് ഇറങ്ങിയ സൂരജ്, കുറച്ച് കഴിഞ്ഞ് തോളിൽ ഒരു കറുത്ത ബാഗുമായി മടങ്ങിയെത്തി. അത്താഴം കഴിഞ്ഞ്, മണിമേഖല ഉത്രയുടെ മുറി അണുവിമുക്തമാക്കാൻ പോയപ്പോൾ, ജ്യൂസ് അടങ്ങിയ ഗ്ലാസ് അപ്പോഴും അതേപോലെ അവിടിരിക്കുന്നത് അവർ ശ്രദ്ധിച്ചു. പതിവുപോലെ മകളുടെ മുറി വൃത്തിയാക്കുകയും മുറിയിൽ നിന്ന് ഇറങ്ങുന്നതിന് മുമ്പ് ജനൽ അടച്ചിട്ടുണ്ടെന്ന് ഉറപ്പാക്കുകയും ചെയ്തു. അമ്മ പോയതിന് ശേഷം സൂരജ് വാതിൽ അകത്ത് നിന്ന് കുറ്റിയിട്ടിരുന്നു. മണിമേഖല തന്റെ മുറിയിലേക്ക് മടങ്ങി. അർദ്ധരാത്രി വരെ മൊബൈൽ ഫോണിൽ എന്തൊക്കെയോ നോക്കിക്കൊണ്ടിരുന്ന അവർ, അതിനുശേഷം ഉറങ്ങാൻ കിടന്നു.

ഇപ്പോൾ, ചില ചിത്രങ്ങളിലൂടെ പഴയ ഓർമ്മകളിലേയ്ക്ക് തിരികെ നടക്കാൻ കൊതിച്ച ആ അമ്മ ഉത്രയുടെ വിവാഹ ആൽബം എടുക്കാൻ തുനിഞ്ഞപ്പോഴേയ്ക്കും, വിജയസേനൻ മുറിയിലേക്ക് കയറിച്ചെന്നു. ഉത്രയുടെ മരണദിവസത്തെ സംഭവവികാസങ്ങളെക്കുറിച്ചും, സൂരജിന്റെ വ്യത്യസ്തമായ പെരുമാറ്റത്തെക്കുറിച്ചും അദ്ദേഹം ഭാര്യയോട് പറഞ്ഞു. വിജയസേനന്റെ സംശയങ്ങൾ മുഴുവനും കേട്ടശേഷം മണിമേഖല തന്റേതായ ചില നിരീക്ഷണങ്ങൾ പങ്കുവച്ചു. സൂരജിനെയും കുടുംബത്തെയും നേരിടാൻ അവർ തീരുമാനിച്ചു. അതിനുള്ള ഏറ്റവും നല്ല മാർഗ്ഗം സൂരജ് അവരിൽ നിന്ന് എടുത്ത ഭാരിച്ച വായ്പകളെക്കുറിച്ച് സംസാരിക്കുന്നതായിരിക്കുമെന്ന് അവർ അനുമാനിച്ചു.

ദുഃഖിതരായ ആ മാതാപിതാക്കൾ അന്നു വൈകുന്നേരം ശ്യാംദേവിനെ വിളിച്ചു. സൂരജുമായി ഏറ്റവും അടുത്ത് ഇടപഴകിയിരുന്നതിനാൽ അയാളുമായി സംസാരിക്കണമെന്ന് അവർ ശ്യാംദേവിനോട് ആവശ്യപ്പെട്ടു. കുടുംബത്തിന് നീതി ലഭിക്കണമെന്ന് ശ്യാംദേവും ആഗ്രഹിച്ചിരുന്നു. അദ്ദേഹം ഉടൻ തന്നെ ഈ ആവശ്യം അംഗീകരിച്ചു. അദ്ദേഹം സൂരജുമായി ഒരു സംഭാഷണം ആരംഭിച്ചു.

'സൂരജ്, സുഖമാണോ?' അയാൾ ചോദിച്ചു.

'ഞാൻ എന്റെ മനസ്സിനെ നിയന്ത്രിക്കാൻ ശ്രമിക്കുകയാണ്. വല്ലാത്തൊരു സമയമാണ്.'

'എനിക്ക് മനസ്സിലാകും. ഞാൻ ഇന്ന് ഉത്രയുടെ മാതാപിതാക്കളോട് സംസാരിക്കുകയായിരുന്നു. പുഷ്പഗിരിയിലെ ചെലവിന്റെ മുഴുവൻ ഭാരവും ചുമലിലേറ്റിയ അവർ കടുത്ത സാമ്പത്തിക ബുദ്ധിമുട്ടിലാണ്.'

'ഉം... പക്ഷേ അവർക്ക് നിറയെ സ്വത്തുണ്ടല്ലോ,' സൂരജ് എടുത്തടിച്ചു പറഞ്ഞു.

'യഥാർത്ഥത്തിൽ, അങ്ങനെയൊന്നുമില്ല. ധ്രുവിന്റെ ഭാവിക്കായി എന്തെങ്കിലുമൊന്ന് എഴുതിവയ്ക്കാമെന്ന് അവർക്കൊരു ഉറപ്പ് നൽകണം.'

'പക്ഷേ എന്റെ പക്കൽ ഒന്നുമില്ല!' സൂരജ് വല്ലാതായി.

'ഉത്രയുടെ സ്വർണ്ണാഭരണങ്ങളും അവളുടെ മാതാപിതാക്കൾ തന്ന കാറും ഇപ്പോഴും നിന്റെ പക്കലുണ്ടല്ലോ. ധ്രുവിന് നല്ല വിദ്യാഭ്യാസം ലഭിക്കുന്നുണ്ടെന്ന് ഉറപ്പാക്കാൻ അതെല്ലാം വിറ്റ് കിട്ടുന്ന പണം ഉപയോഗിക്കാം.'

'ഏയ്, അതൊന്നും ശരിയാവില്ല.' തനിക്ക് ലഭിച്ച സ്ത്രീധനത്തിന്റെ പങ്കിലേക്ക് സംഭാഷണം നീങ്ങാൻ തുടങ്ങുന്നത് കണ്ടപ്പോൾ തന്നെ സൂരജിന്റെ ഭാവം മാറി.

'വേറെ വഴിയൊന്നുമില്ല സൂരജ്. അച്ഛൻ, മരുമകൻ എന്നീ നിലകളിലുള്ള ഉത്തരവാദിത്തം നീ നിറവേറ്റണം.'

'അത്തരമൊരു ഉത്തരവാദിത്തം എനിക്കില്ല. സത്യത്തിൽ, ധ്രുവിനെ നോക്കാൻ വേണ്ടി വിജയസേനൻ എല്ലാ മാസവും എനിക്ക് പണം അയച്ചു തന്നാലേ ശരിയാവൂ.'

'എന്ത് മണ്ടത്തരമാണിത് സൂരജ്!' താൻ കേൾക്കുന്നത് വിശ്വസിക്കാനാവാതെ ശ്യാംദേവ് ശബ്ദമുയർത്തി.

'ഇനി നമുക്കിത് സംസാരിക്കേണ്ട', ആ സംഭാഷണം അവിടെ അവസാനിപ്പിച്ചുകൊണ്ട് സൂരജ് ഒഴിഞ്ഞുമാറി.

\\\\\\\\\\\\\\\\

9 മെയ് 2020

കഴിഞ്ഞ ദിവസം ഇടയ്ക്ക് വച്ച് നിന്നു പോയ സംഭാഷണം തുടരാൻ വേണ്ടി ശ്യാംദേവ് സൂരജിനെ സമീപിച്ചു. വിഷു നൽകിയ എഫ്ഐഎസിന്റെ തുടർനടപടിയായി അഞ്ചൽ പോലീസ് സ്റ്റേഷനിൽ ചോദ്യം ചെയ്യലിന് വിളിപ്പിച്ചത് സൂരജിനെ അസ്വസ്ഥനാക്കിയിരുന്നു.

'നോക്കൂ... ശ്യാംദേവ്, ഞാൻ കാറോ സ്വർണ്ണമോ വിൽക്കാൻ പോകുന്നില്ല. വാസ്തവത്തിൽ, ഉത്രയുടെ പേരിലുള്ള സ്വത്ത് വിറ്റ് അവർ പണം എനിക്ക് കൈമാറണമെന്നാണ് എനിക്ക് തോന്നുന്നത്. ഇല്ലെങ്കിൽ, സ്വത്ത് ധ്രുവിന്റെ പേരിലേക്ക് മാറ്റണം.'

'ഇത് അസംബന്ധമാണ്. ഉത്രയുടെ മാതാപിതാക്കൾക്ക് നീ മുമ്പോട്ടും കൊടുക്കാനുദ്ദേശിക്കുന്ന താങ്ങാനാവാത്ത ഭാരത്തെക്കുറിച്ചാണ് സംസാരിക്കുന്നതെന്ന് നിനക്കറിയാമോ?'

'ധ്രുവിന്റെ ഭാവി സംരക്ഷിക്കുന്നതിനെക്കുറിച്ചാണ് ഞാൻ സംസാരിക്കുന്നത്.'

ഈ പറയുന്നതൊന്നും സഹിക്കാനാവാതെ ശ്യാംദേവ് വേഗത്തിൽ ഇറങ്ങിപ്പോയി.

14 മെയ് 2020

അടുത്ത തവണ അവർ തമ്മിൽ വാക്കുതർക്കം നടന്നപ്പോൾ സൂരജിന്റെ അമ്മയും അവിടെയുണ്ടായിരുന്നു. സ്ത്രീധനമായി സൂരജിന് നൽകിയതെല്ലാം വിറ്റ് സ്ഥിരനിക്ഷേപത്തിലേക്ക് മാറ്റണമെന്നാണ് തങ്ങളുടെ ആവശ്യമെന്ന് ഉത്രയുടെ മാതാപിതാക്കൾ വ്യക്തമാക്കി. ഈ നിർദ്ദേശത്തെ ഏറ്റവും നാടകീയമായ പ്രതികരണത്തോടെയാണ് സൂരജിന്റെ അമ്മ നേരിട്ടത്. മരണം പോലും ഒരു സ്ത്രീയ്ക്ക് സ്വർണ്ണാഭരണങ്ങളോടുള്ള ഭ്രമം ഇല്ലാതാക്കില്ലെന്ന് അവർ ഊന്നിപ്പറഞ്ഞു. ശേഷം, ധ്രുവിനെ നിലത്തേക്ക് തള്ളിയിട്ടിട്ട് അവർ സ്വയം ബോധ

രഹിതയായി. സൂരജ് അവരുടെ അടുത്തേക്ക് ഓടിച്ചെന്ന് അവരെ പൊക്കിയെടുത്തു. എന്താണ് സംഭവിക്കുന്നതെന്ന് മറ്റുള്ളവർക്ക് മനസ്സിലാകും മുമ്പ്, അയാൾ അവരെ അഞ്ചൽ മിഷൻ ഹോസ്പിറ്റലിൽ എത്തിച്ചു.

കുറച്ച് കഴിഞ്ഞ്, പോലീസ് ഉത്രയുടെ മാതാപിതാക്കളുടെ വീട്ടിലെത്തി. തന്റെ അമ്മയെയും സഹോദരനെയും ഉത്രയുടെ മാതാപിതാക്കൾ ആക്രമിച്ചു എന്നാരോപിച്ച് സൂരജിന്റെ സഹോദരി ഉത്രയുടെ കുടുംബത്തിനെതിരെ പരാതി നൽകിയിട്ടുണ്ടെന്ന് അവർ വിജയസേനനെ അറിയിച്ചു. ഈ സംഭവത്തോടെ, സൂരജിനോടും കുടുംബത്തോടും ഉണ്ടായേക്കാവുന്ന അവസാന തരി സഹാനുഭൂതിയും വിജയസേനനിൽ നിന്നും മാഞ്ഞുപോയി.

സൂരജ് മകളെ കൊലപ്പെടുത്തിയതാണെന്ന് വിജയസേനനും മണിമേഖലയ്ക്കും ഇപ്പോൾ ഉറപ്പായി. മകളുടെ മരണത്തിന് കാരണം സൂരജിന്റെ അത്യാഗ്രഹമാണെന്നും, സർപ്പദോഷമല്ലെന്നും ഉത്രയുടെ മരണശേഷം അവർ കാണാനിടയായതെല്ലാം അവർക്ക് സ്ഥിരീകരണം നൽകി. അടിയന്തര നടപടി ആവശ്യപ്പെട്ടുകൊണ്ട് പോലീസ് സൂപ്രണ്ടിന് അപേക്ഷ നൽകാൻ അവർ തീരുമാനിച്ചു. അവർ സൂരജിനു മേൽ കുറ്റം ആരോപിച്ചു.

'എന്തുകൊണ്ടാണ് നിങ്ങൾ ഇതുവരെ സൂരജിനെതിരെ പരാതി നൽകാഞ്ഞത്?' എസ് പി ആരാഞ്ഞു.

'സർ, ഞങ്ങളുടെ മരുമകനെക്കുറിച്ച് ഊഹാപോഹങ്ങൾ വച്ച് പെരുമാറുന്നത് ശരിയല്ലെന്ന് ഞങ്ങൾക്ക് തോന്നി. എന്നാൽ അദ്ദേഹത്തിന്റെ സഹോദരിയുടെ വ്യാജ പരാതി ഈ വിഷയത്തിൽ ഞങ്ങൾക്കുണ്ടായിരുന്ന സംശയങ്ങൾ നീക്കി. പോലീസ് അന്വേഷണത്തിൽ കാര്യങ്ങൾ വ്യക്തമാകുമെന്ന് ഞങ്ങൾ കരുതുന്നു.'

'ഓക്കെ. എന്തുകൊണ്ടാണ് എഫ്ഐഎസ്സിൽ സൂരജിനെ പ്രതിയായി ചേർക്കാത്തത് എന്ന് എനിക്ക് ഇപ്പോൾ മനസ്സിലായി. നിങ്ങൾക്ക് വേണ്ട എല്ലാ സഹായങ്ങളും നൽകാൻ ഞാൻ ബന്ധപ്പെട്ട പോലീസ് സ്റ്റേഷനോട് നിർദ്ദേശിക്കാം.'

മകളുടെ മരണശേഷം മുന്നോട്ട് ജീവിക്കാൻ അവർക്ക് മുന്നിൽ ഒരു ലക്ഷ്യം തെളിയുകയായിരുന്നു. അവൾക്ക് നീതി ലഭിക്കുന്നത് വരെ പോരാടാൻ അവർ ദൃഢനിശ്ചയമെടുത്തു!

ഡയൽ 100

7 മെയ് 2020

സവിശേഷതകളൊന്നുമില്ലാതെ നേരം പുലരാൻ തുടങ്ങിയപ്പോഴാണ്, ആ പ്രഭാതത്തിനെയാകെ മാറ്റിമറിച്ചു കൊണ്ട് അഞ്ചലിലെ പോലീസ് സ്റ്റേഷൻ എസ്എച്ച്ഒ ആയ ഇൻസ്പെക്ടർ ഗോപാൽ നായർ ദേഷ്യത്തിൽ പൊട്ടിത്തെറിച്ചത്. തന്റെ അധികാരപരിധിയിലെ കുറ്റകൃത്യങ്ങളുടെ തോത് നിയന്ത്രിക്കാൻ കഴിയാത്തതിന്റെ നിരാശയായിരുന്നു ആ രോഷപ്രകടനത്തിന്റെ കാതൽ. തന്റെ കീഴിൽ ജോലി ചെയ്യുന്ന ഉദ്യോഗസ്ഥരോട് എന്തിനും ഏതിനും എപ്പോഴും സജ്ജരായിരിക്കാൻ അദ്ദേഹം പറഞ്ഞിരുന്നു.

അദ്ദേഹം തീരെ പ്രതീക്ഷിക്കാത്ത ഒന്നായിരുന്നു ഒരു യുവതിയുടെ കൊലപാതക വാർത്ത. അന്ന് രാവിലെ പോലീസ് സ്റ്റേഷനിൽ എത്തിയപ്പോൾ, തന്റെ സഹോദരിയുടെ മരണത്തിൽ സംശയം തോന്നിയ ഒരു യുവാവ് പൊട്ടിപ്പൊട്ടി കരയുന്നതാണ് കണ്ടത്.

'എങ്ങനെയാണ് നിങ്ങളുടെ സഹോദരി കൊല്ലപ്പെട്ടത്? അവളെ കൊല്ലാൻ കൊലയാളി ഉപയോഗിച്ച ആയുധം എന്താണ്? അവൾ സ്വാഭാവിക കാരണങ്ങളാൽ മരിച്ചതല്ലെന്ന് നിങ്ങൾക്ക് ഉറപ്പാണോ?' ഗോപാൽ നായർ ചോദ്യങ്ങളുടെ കെട്ടഴിച്ചു വിട്ടു.

'സർ, അവളെ പാമ്പ് കടിച്ചതാണ്,' വിഷു മറുപടി നൽകി.

'പിന്നെ അതെങ്ങനെ ഒരു കൊലപാതകമാകും? പാമ്പുകടി

പലപ്പോഴും മരണത്തിലേക്ക് നയിക്കും,' വിഷ്ണു പറഞ്ഞതെല്ലാം ഗോപാൽ നായർ തള്ളിക്കളഞ്ഞു.

'എനിക്കറിയാം സർ. പക്ഷേ എന്തോ അസ്വാഭാവികതയുണ്ട്. എനിക്കുറപ്പാണ്.'

വിഷ്ണു പറഞ്ഞതൊന്നും അത്ര വിശ്വാസം വന്നില്ല എങ്കിലും, അയാൾക്ക് വേണ്ട പരിചരണം നൽകാൻ പോലീസ് സ്റ്റേഷൻ ക്ലർക്കിനോട് നിർദ്ദേശിച്ച ശേഷം, ഗോപാൽ നായർ മറ്റൊരു കുറ്റകൃത്യ സ്ഥലത്തേക്ക് പോയി.

വിവാഹം കഴിഞ്ഞ് ഏഴ് വർഷത്തിനുള്ളിൽ ഒരു സ്ത്രീ അസ്വാഭാവിക കാരണത്താൽ മരിക്കുകയും, ഏതെങ്കിലും ഒരു ബന്ധു അതിൽ സംശയം പ്രകടിപ്പിക്കുകയും ചെയ്യുന്ന സന്ദർഭങ്ങളിൽ, ക്രിമിനൽ നടപടി നിയമത്തിലെ സെക്ഷൻ 174 പ്രകാരം എഫ്ഐആർ രജിസ്റ്റർ ചെയ്യണം. ഉത്രയുടെ മരണത്തിലും അങ്ങനെ തന്നെ നടന്നു. വിഷ്ണു പോലീസിനോട് പറഞ്ഞതിന്റെ അടിസ്ഥാനത്തിൽ, കേസ് രജിസ്റ്റർ ചെയ്യുകയും, ജി.എസ്.ഐ ജോയി ഇൻക്വസ്റ്റ് റിപ്പോർട്ട്[1] തയ്യാറാക്കിയ ശേഷം മൃതദേഹം പോസ്റ്റുമോർട്ടത്തിനായി യഥാവിധി അയക്കുകയും ചെയ്തു. ഒരു പകലിന്റെ കൂടുതൽ സമയവും ഇക്കാര്യങ്ങൾക്കായി ചെലവഴിച്ചു.

അതേസമയം, അതേ പോലീസ് സ്റ്റേഷനിൽ, അന്വേഷണ സമയപരിധി അടുത്തു വരുന്ന ഒരു കേസ് ഡയറി എഴുതുന്ന തിരക്കിലായിരുന്നു സബ് ഇൻസ്പെക്ടർ (എസ്ഐ) പുഷ്പകുമാർ. എത്രയും വേഗം അതെഴുതി പൂർത്തിയാക്കിയ ശേഷം, പോലീസ് സ്റ്റേഷന്റെ അധികാരപരിധിയുടെ വടക്കുഭാഗത്തുകൂടി ഒഴുകുകയും കടയ്ക്കൽ പോലീസ് സ്റ്റേഷന്റെ അതിർത്തി നിർണ്ണയിക്കുകയും ചെയ്യുന്ന ഇത്തിക്കരയാറിലേക്ക് ഇറങ്ങി, അതിന്റെ കുളിരിൽ ഒന്ന് മുങ്ങിക്കുളിക്കാൻ അദ്ദേഹം ആഗ്രഹിച്ചു. ജോലിത്തിരക്കുകൾക്കിടയിൽ ചിലപ്പോഴൊക്കെ ഒരൽപം സമയം ലഭിച്ചാൽ അദ്ദേഹം പതിവായി ചെയ്യുന്ന ഒരു കാര്യമായിരുന്നു ഇത്.

---

1 ഒരു ഇൻക്വസ്റ്റ് റിപ്പോർട്ട് തയ്യാറാക്കുമ്പോൾ, അന്വേഷണ ഉദ്യോഗസ്ഥൻ മരണത്തിന്റെ വ്യക്തമായ കാരണം വിവരിക്കുന്നു. ശരീരത്തിൽ കാണപ്പെടുന്ന മുറിവുകൾ, ഒടിവുകൾ, ചതവുകൾ, മറ്റ് മുറിവുകളുടെ മറ്റ് അടയാളങ്ങൾ എന്നിവയെക്കുറിച്ചുള്ള വിശദാംശങ്ങൾ അതിൽ ഉൾപ്പെടുത്തുന്നു. ഏത് രീതിയിൽ, അല്ലെങ്കിൽ ഏത് ആയുധം അല്ലെങ്കിൽ ഉപകരണം (എന്തെങ്കിലും ഉണ്ടെങ്കിൽ) ഉപയോഗിച്ചാണ് അത്തരം പരിക്കുകൾ ഉണ്ടാക്കിയതായി തോന്നുന്നത് എന്നതും രേഖപ്പെടുത്തുന്നു.

തയ്യാറാക്കിയ കേസ് ഡയറികൾ എസ്എച്ച്ഒയുടെ ഒപ്പിനായി കൈമാറാൻ സ്റ്റേഷനിലെ ക്ലറിക്കൽ ഡെസ്കിലെ ഹെഡ് കോൺസ്റ്റബിളിന്റെ അടുത്തേക്ക് പോയപ്പോഴാണ്, തന്നോട് പോലീസ് സ്റ്റേഷനിൽ കാത്തിരിക്കാൻ എസ്എച്ച്ഒ ആവശ്യപ്പെട്ട വിവരം പുഷ്പകുമാർ അറിഞ്ഞത്. എസ്എച്ച്ഒ ഒരു കുറ്റകൃത്യം നടന്ന സ്ഥലം സന്ദർശിച്ച ശേഷം മടങ്ങി വന്നുകൊണ്ടിരിക്കുകയാണെന്നും, എത്താൻ ഏകദേശം ഒരു മണിക്കൂർ എടുക്കുമെങ്കിലും പുഷ്പകുമാർ കാത്തിരിക്കാൻ പറയണമെന്നും അദ്ദേഹം അറിയിച്ചിരുന്നു. ഒന്ന് മുങ്ങിക്കുളിക്കാനുള്ള പുഷ്പകുമാറിന്റെ പ്രതീക്ഷകൾക്ക് മങ്ങലേറ്റു തുടങ്ങി. ഒടുവിൽ എസ്എച്ച്ഒ പൊലീസ് സ്റ്റേഷനിൽ എത്തിയപ്പോൾ വൈകുന്നേരമായിരുന്നു.

'ജയ് ഹിന്ദ്, സർ!' പുഷ്പകുമാർ തന്റെ സീനിയറെ സല്യൂട്ട് ചെയ്തു. 'സാറിനെ കണ്ടിട്ടേ പോകാമെന്ന് പറഞ്ഞിരുന്നതായി സന്തോഷ് പറഞ്ഞു,' അയാൾ ഗോപാൽ നായരോട് ചോദിച്ചു.

'ജയ് ഹിന്ദ്, പുഷ്പകുമാർ,' ഗോപാൽ നായർ മറുപടി പറഞ്ഞു. 'അതെ, പറഞ്ഞിരുന്നു. ഉത്ര കേസിലെ സംഭവസ്ഥലം നിങ്ങളൊന്ന് സന്ദർശിക്കണം. പാമ്പുകടിയേറ്റാണ് അവർ മരിച്ചതെന്ന് കരുതുന്നു. പക്ഷേ അവരുടെ ഭർത്താവ് അവരെ അപായപ്പെടുത്തിയിട്ടുണ്ടാവുമോ എന്ന് അവരുടെ സഹോദരൻ സംശയിക്കുന്നുണ്ട്. ജിഎസ്ഐ ജോയ് രേഖപ്പെടുത്തിയ റിപ്പോർട്ടിൽ വിശദാംശങ്ങളുണ്ട്. നിങ്ങൾ സമഗ്രമായ പരിശോധന നടത്തി, വിശദമായ *മഹസർ* (ക്രൈം സീൻ മാപ്പ്) തയ്യാറാക്കണം.'

'ശരി സർ. പക്ഷേ ഇപ്പോൾ ഇരുട്ടി തുടങ്ങിയിരിക്കുന്നു. ഞാൻ നാളെ അവിടെ പോകുന്നതല്ലേ നല്ലത്, സർ.'

'ശരി. ഞാൻ നിങ്ങൾ പറഞ്ഞതിനെ മനസ്സിലാക്കുന്നു. പക്ഷേ നാളെ രാവിലെ സന്ദർശനം വൈകിപ്പോയാൽ തെളിവുകൾ നശിപ്പിക്കപ്പെട്ടേക്കാം. അതിന് ഇടയാക്കരുത്. സംഭവസ്ഥലം ഇവിടുന്ന് അരമണിക്കൂർ ദൂരം പോലുമില്ല. നിങ്ങൾ നേരത്തെ പുറപ്പെട്ടോളൂ,' ഗോപാൽ നായർ പറഞ്ഞു. പിന്നെ, ഒരു നിമിഷത്തെ ആലോചനയ്ക്ക് ശേഷം അദ്ദേഹം കൂട്ടിച്ചേർത്തു, 'വീട്ടിലുള്ള ഒന്നിലും തൊടരുതെന്ന് അവിടെ ഉള്ളവരോട് പറയുക. കുറ്റകൃത്യങ്ങൾ നടന്ന സ്ഥലം പോലെ അതീവ സൂക്ഷ്മതയോടുകൂടെ തന്നെ നമ്മൾ ഇതിനെ കൈകാര്യം

ചെയ്യേണ്ടതുണ്ട്. അവിടെ എന്തെങ്കിലും മാറ്റം വരുത്താനോ സുപ്രധാന തെളിവുകളിൽ കൃത്രിമത്വം നടത്താനോ പാടില്ല.'

\\\\\\\\\\\\\\

8 മെയ് 2020

'ഈ ഗോപാൽ നായർ, നിയമങ്ങളുടെ കാര്യത്തിൽ അണുവിട വിട്ടുകൊടുക്കാത്ത ഒരു കടുംപിടുത്തക്കാരനാണ്. പക്ഷേ അദ്ദേഹത്തെ കുറ്റപ്പെടുത്താനാവില്ല. അത്ര കഠിനമായ ചുമതല യാണ് അദ്ദേഹത്തിന് നൽകിയിരിക്കുന്നത്. വാസ്തവത്തിൽ, അദ്ദേഹം തന്റെ സമീപനത്തിൽ സൂക്ഷ്മത പുലർത്തുന്നതിൽ എനിക്ക് സന്തോഷമുണ്ട്,' കോൺസ്റ്റബിൾ അരുൺ ജോർജി നൊപ്പം സംഭവസ്ഥലത്തേക്ക് മോട്ടോർ സൈക്കിൾ ഓടിച്ചു കൊണ്ട് പുഷ്പകുമാർ പറഞ്ഞു.

ഒന്നും അങ്ങനെ വിട്ടു പറയാറില്ലാത്ത അരുൺ പ്രതികരിച്ചു, 'സർ, നമ്മുടെ ചില സഹപ്രവർത്തകർ അന്വേഷണങ്ങൾ ആവശ്യത്തിലധികം നീട്ടിക്കൊണ്ടുപോയെന്ന് താങ്കൾക്കും അറിയാമല്ലോ. എപ്പോഴും സമയപരിധിയിൽ ജോലികൾ തീർക്കാൻ അവർ നന്നേ പാടുപെടുന്നുണ്ട്. ഇൻസ്പെക്ടർ ഗോപാൽ നായർ അവരെ നന്നായിത്തന്നെ കൈകാര്യം ചെയ്തിട്ടുണ്ട്. താങ്കളെപ്പോലെ അദ്ദേഹത്തിന് വിശ്വാസമുള്ള ചിലർക്കാണ്, വെല്ലുവിളികൾ നിറഞ്ഞ കേസുകൾ അദ്ദേഹം കൈമാറുന്നത്''.

'താങ്കൾ പറഞ്ഞത് ശരിയാണ് അരുൺ. ഈ ഉത്രയുടെ വിഷയത്തിൽ ഗോപാൽ നായർക്ക് എന്തോ ചില സംശയങ്ങളൊക്കെ തോന്നുന്നുണ്ടെന്ന് ഞാൻ കരുതുന്നു.'

'അതെ സർ. മൊത്തത്തിൽ സംശയാസ്പദമായ എന്തെങ്കിലും ഉണ്ടായിരിക്കാം. എങ്കിലും തുറന്ന മനസ്സോടെ നമുക്ക് ഇതിനെ സമീപിക്കാം. നമുക്ക് വേഗം പോകാം,' അരുൺ, ബുദ്ധിമുട്ടേറിയ ഒരു ദിവസത്തെ വളരെ ശ്രദ്ധയോടെ നേരിടാൻ സജ്ജനായി.

ചില സൂക്ഷ്മപരിശോധനകൾക്ക് ശേഷം പുഷ്പകുമാറും അരുണും ഒടുവിൽ ഉത്രയുടെ മാതാപിതാക്കളുടെ വസതിയായ വിഷു ഹൗസിലെത്തി. പ്രകൃതിരമണീയമായ ഒരിടത്താണ് ആ ഇരുനില വീട് നിന്നിരുന്നത്. പക്ഷേ അത് ചെറുതായി ജീർണ്ണിച്ച അവസ്ഥയിലായിരുന്നു.

'ഒരുകാലത്ത് നല്ല നിലയിൽ കഴിഞ്ഞിരുന്നവരാണെന്ന് തോന്നുന്നു. കാണുമ്പോൾ പെട്ടെന്ന് അങ്ങനെയാണ് തോന്നുന്നത്' പുഷ്പകുമാർ അരുണിനോട് പറഞ്ഞു. 'വാതിൽ തുറക്കാനായി അകത്ത് ആരെങ്കിലുമുണ്ടോയെന്ന് നോക്കൂ.'

അരുൺ മറുപടി പറഞ്ഞു, 'വയസ്സായ ഒരാളെ അകത്ത് കാണുന്നു, അയാളോട് പറയാം വാതിൽ തുറക്കാൻ. *മഹസർ* ഒരുക്കുമ്പോൾ സാക്ഷികളായി രണ്ട് അയൽക്കാരെയും കൂടെ കൊണ്ടുവരാം.'

അരുൺ പോയി വാതിലിൽ മുട്ടി. സന്ദർശനത്തിന്റെ ഉദ്ദേശ്യം വിവരിച്ചപ്പോൾ, അവർ പോലീസ് ഉദ്യോഗസ്ഥരെ അകത്തേക്ക് കൂട്ടിക്കൊണ്ടു പോയി. ഉടൻ ഒരു കപ്പ് കാപ്പി അവർക്ക് നൽകുകയും ചെയ്തു. എന്നാൽ രണ്ട് പോലീസുകാരും അത് നിരസിച്ച ശേഷം തങ്ങളുടെ കർത്തവ്യത്തിലേക്ക് കടന്നു. അരുൺ പുറത്തുപോയി ഉത്രയുടെ മാതാപിതാക്കളുടെ അയൽ വാസികളായ രണ്ടുപേരെ കൂടെ സാക്ഷികളായി കൂട്ടിക്കൊണ്ടു വന്നു.

എല്ലാവരും ഇരുന്നു കഴിഞ്ഞപ്പോൾ പുഷ്പകുമാർ അവിടെ യുണ്ടായിരുന്നവരോട് ചോദിച്ചു, 'വീട്ടിൽ എവിടെ വെച്ചാണ് പാമ്പ് കടിച്ചതെന്ന് ഇവിടെ ആർക്കെങ്കിലും അറിയാമോ?' ഉത്രയെ പാമ്പു കടിച്ചുവെന്നും, അതിനെത്തുടർന്ന് അവൾ മരിച്ചു വെന്നും അവർക്കെല്ലാം അറിയാമായിരുന്നെങ്കിലും, അവരാരും അതേക്കുറിച്ച് സംസാരിക്കാനുള്ള മാനസികാവസ്ഥയിലായി രുന്നില്ല.

പുഷ്പകുമാർ *മഹസർ* തയ്യാറാക്കാൻ തുടങ്ങി. ക്രിമിനൽ കേസുകൾ പരിഗണിക്കുമ്പോൾ കോടതിയിൽ ഹാജരാക്കുന്ന സുപ്രധാന രേഖയാണിത്. സ്ഥലത്തിന്റെ അളവുകൾ, പ്രവേശന ദിശ, ചലനത്തിന് ലഭ്യമായ ഇടങ്ങൾ, വസ്തുക്കളുടെ സ്ഥാനം, ഇര(കൾ), ആക്രമണകാരി(കൾ) എന്നിവർ നിന്നിരിക്കാൻ സാധ്യതയുള്ള സ്ഥാനം മനസ്സിലാക്കാൻ ഇത് ജഡ്ജിയെ സഹായിക്കുന്നു.

ഉത്രയുടെ കാര്യത്തിൽ, വീടിന്റെ ഒന്നാം നിലയ്ക്ക് യഥാർത്ഥ സംഭവവുമായി ബന്ധമില്ലായിരുന്നു. സൂരജിനും മകനുമൊപ്പം ഉറങ്ങാറുണ്ടായിരുന്ന താഴത്തെ നിലയിലെ കിടപ്പുമുറിയിലാണ് ഉത്രയെ പാമ്പ് കടിച്ചത്.

'താഴത്തെ നിലയിൽ തുടങ്ങി മുഴുവൻ സ്ഥലത്തിന്റെയും

രൂപരേഖ തയ്യാറാക്കേണ്ടതുണ്ട്' പുഷ്പകുമാർ പറഞ്ഞു. 'അളക്കുന്ന ടേപ്പ് കൊണ്ടുവന്നോ അരുൺ?'

'ഉണ്ട് സർ, എന്റെ കൈയിലുണ്ട്.'

'എങ്കിൽ വരൂ.'

ആ വളപ്പ് മുഴുവനും അവർ അടയാളപ്പെടുത്തി. മരങ്ങളുടെ സ്ഥാനം, ഗേറ്റ്, പൈപ്പുകൾ, കാറുകൾക്കുള്ള ഷെഡ്, ഡ്രൈവ് വേ എല്ലാം അതിൽ വരച്ചൊരുക്കി. ഒന്നാം നിലയിലേക്കുള്ള ഗോവണിപ്പടിയും സൂക്ഷ്മമായി അളന്ന് രേഖപ്പെടുത്തി. താഴത്തെ നിലയിലെയും, ഒന്നാം നിലയിലെയും എല്ലാ ഘടകങ്ങളും സവിശേഷതകളും കൃത്യമായി അടയാളപ്പെടുത്തിയ അവർ, ഉത്രയ്ക്ക് പാമ്പുകടിയേറ്റ മുറിയിൽ കൂടുതൽ ശ്രദ്ധ ചെലുത്തി.

'എല്ലാവരും ശ്രദ്ധിക്കണം! ഒന്നും തൊടുകയോ ചലിപ്പിക്കുകയോ ചെയ്യരുത്. ഈ സ്ഥലം ഇപ്പോഴുള്ളതുപോലെ തന്നെ ഉണ്ടാവണം. അതിനാൽ ഇക്കാര്യത്തിൽ ജാഗ്രത പാലിക്കുക. അരുണും രണ്ട് സാക്ഷികളും വരൂ. പക്ഷേ ദയവായി വളരെ ജാഗ്രത പാലിക്കുക. ഞാൻ ആവർത്തിക്കുന്നു, ഈ മുറിയിൽ ഒന്നും തൊടുകയോ അനക്കുകയോ ചെയ്യരുത്,' അവർ ഉത്രയുടെ കിടപ്പുമുറിയിലേക്കുള്ള വാതിലിനടുത്തെത്തിയ ഉടൻ പുഷ്പകുമാർ ഉറക്കെ എല്ലാവരോടുമായി പറഞ്ഞു.

വീടിന്റെ വടക്ക് കിഴക്ക് ഭാഗത്താണ് മുറി സ്ഥിതി ചെയ്യുന്നത്. അതിൽ ആകെ രണ്ട് കട്ടിലുകൾ മാത്രമേ ഉണ്ടായിരുന്നുള്ളൂ; ഒന്ന് കിഴക്ക് വശത്തും, മറ്റൊന്ന് പടിഞ്ഞാറ് വശത്തും.

'ദമ്പതികൾ വെവ്വേറെ കിടക്കകളിൽ ആണ് ഉറങ്ങിയിരുന്നത് എന്ന് തോന്നുന്നു. അവർക്ക് ഒരു ചെറിയ കുട്ടി ഉള്ളതിനാൽ അത് തികച്ചും സ്വാഭാവികമാണ്. കുഞ്ഞ് ഉത്രയ്ക്കൊപ്പമാവണം ഉറങ്ങിയിരിക്കുക,' പുഷ്കുമാർ പറഞ്ഞു.

താൻ തയ്യാറാക്കിക്കൊണ്ടിരുന്ന മഹസറിൽ, കിഴക്ക് ഭാഗത്തായി സ്ഥിതി ചെയ്യുന്ന രണ്ട് ജാലകങ്ങൾ അദ്ദേഹം വ്യക്തമായി അടയാളപ്പെടുത്തി. മുമ്പെപ്പോഴോ മുറിയിൽ ഒരു എയർ കണ്ടീഷണർ ഉണ്ടായിരുന്നതായും, അത് സ്ഥാപിക്കാൻ ഉദ്ദേശിച്ചുള്ള ഭിത്തിയിലെ ദ്വാരങ്ങൾ അടച്ചതായും അദ്ദേഹം കണ്ടെത്തി. വടക്ക് ഭാഗത്ത് ഒരു ഡ്രസ്സിംഗ് റൂമും പടിഞ്ഞാറ് ഒരു കുളിമുറിയും ഉണ്ടായിരുന്നു. മൊത്തത്തിൽ മൂന്ന് വാതിലുകളുടെയും അളവുകളും സ്ഥാനങ്ങളും മഹസറിൽ അദ്ദേഹം രേഖപ്പെടുത്തി.

കട്ടിലിന്റെ അടിവശത്ത് അസാധാരണമായ എന്തെങ്കിലും

ഉണ്ടോയെന്ന് പരിശോധിക്കാൻ പുഷ്പകുമാർ അരുണിനോട് ആവശ്യപ്പെട്ടു. തൊട്ടടുത്തുള്ള ഡ്രസിങ് റൂമിലും കുളിമുറിയിലും വിശദമായ പരിശോധനയും നടത്തി.

പുഷ്പകുമാറും അരുണും ജനാലകൾക്കരികിലേക്ക് നടന്ന് അപ്പുറത്തുള്ള രംഗം നോക്കി. കുറച്ചു കഴിഞ്ഞപ്പോൾ അരുൺ പുഷ്പകുമാറിന്റെ നേരെ തിരിഞ്ഞ് പറഞ്ഞു, 'പാമ്പ് പ്രവേശിച്ചത് ഈ ജനാലകളിലൂടെയായിരിക്കാം. അവയുടെ അളവുകളും, തറനിരപ്പിൽ നിന്നുള്ള അവയുടെ കൃത്യമായ ഉയരവും രേഖപ്പെടുത്തേണ്ടതുണ്ട്.'

'അരുൺ, ഒരു പാമ്പ് മുറിയിൽ കയറി ഉത്രയെ കടിച്ചു എന്നതും, അതിന്റെ വിഷം അവളുടെ ജീവൻ അപഹരിച്ചു എന്നതുമാണ് വസ്തുത. കൂടുതൽ അന്വേഷണങ്ങൾ നടത്തിയാൽ മാത്രമേ അത് മുറിയിൽ എങ്ങനെ കയറിക്കൂടി എന്ന് കണ്ടെത്താനാകൂ,' പുഷ്പകുമാർ മറുപടി നൽകി. *മഹസർ* തയ്യാറാക്കി പൂർത്തിയാക്കിയ ശേഷം അദ്ദേഹം കൂട്ടിച്ചേർത്തു, 'ഒരു സ്ത്രീ പാമ്പുകടിയേറ്റ് മരിച്ച ലളിതമായ ഒരു കേസാണിത്. എനിക്ക് അതിൽ അസ്വാഭാവികതയൊന്നും തോന്നുന്നില്ല. മുറിയിൽ കിടക്കുന്ന ഈ കുറച്ച് വസ്തുക്കളിൽ നിന്ന്, ഈ മരണത്തിൽ അവയുടെ സ്ഥാനം അപ്രസക്തമാണെന്ന് എനിക്ക് പറയാൻ കഴിയും. ഈ ഘട്ടത്തിൽ ഇവയൊന്നും നമ്മൾ കൈവശം എടുക്കേണ്ടതില്ല എന്ന് തോന്നുന്നു.'

'ശരി സർ. ഇവിടെയുള്ളവരോട് ഇതൊന്നും മാറ്റരുതെന്നും, മുറി വൃത്തിയാക്കുന്നതിനോ അതിനുള്ളിൽ സൂക്ഷിച്ചിരിക്കുന്ന വസ്തുക്കളിൽ തൊടുന്നതിനോ മുമ്പ് നമ്മുടെ അനുമതി നേടണമെന്നും നമുക്ക് പറയാം,' കോൺസ്റ്റബിൾ മറുപടിയായി പറഞ്ഞു.

'ഈ വാതിലുകളിൽ നമുക്ക് കോർഡൻ ടേപ്പ് ഇട്ടുവയ്ക്കാം,' പുഷ്പകുമാർ അരുണിനോട് പറഞ്ഞു. 'ഇൻസ്പെക്ടർ ഗോപാൽ നായർ എന്നോട് കൃത്യമായ ഒരു ചിത്രം തയ്യാറാക്കുവാൻ പറഞ്ഞിട്ടുണ്ടായിരുന്നു. ഈ സംഭവത്തിന്റെ അന്വേഷണത്തെ അദ്ദേഹം വളരെ ഗൗരവത്തോടെയാണ് കാണുന്നത് എന്ന് തോന്നുന്നു.'

പോലീസ് സ്റ്റേഷനിൽ തിരിച്ചെത്തിയ പുഷ്പകുമാർ, താൻ നിരീക്ഷിച്ച കാര്യങ്ങൾ എസ്എച്ച്ഒ ഗോപാൽ നായരോട് വിവരിച്ചു. 'സർ, ഇത് അത്ര സങ്കീർണ്ണമായ ഒരു കേസല്ല എന്ന്

തോന്നുന്നു. കൊലപാതകത്തിന്റെ ഒരു രംഗം പരിശോധിക്കുന്നത് പോലെതന്നെ ഗൗരവത്തോടെയാണ് ഞാൻ ഈ മഹസറും തയ്യാറാക്കിയിരിക്കുന്നത്. പക്ഷേ, പാമ്പുകടിയാണ് ആ സ്ത്രീയുടെ മരണകാരണം എന്ന് തന്നെയാണ് എനിക്ക് തോന്നുന്നത്.'

'നമുക്കിതിൽ തൃപ്തി വന്നാലും ഉത്രയുടെ കുടുംബം അതിൽ തൃപ്തരാകാൻ പോകുന്നില്ല. നമ്മുടെ കരിയറിൽ നമ്മൾ എത്രയോ ഗുരുതരമായ കുറ്റകൃത്യങ്ങൾ കണ്ടിട്ടുണ്ട്. വാസ്തവത്തിൽ, കിലോമീറ്ററുകൾ അകലെ നിന്ന് പോലും ഒരു കുറ്റകൃത്യം മണത്തറിയാനുള്ള അസാമാന്യമായ കഴിവ് എനിക്കുണ്ട്,' ഗോപാൽ നായർ വീമ്പിളക്കി.

9 മെയ് 2020

പ്രതീക്ഷിച്ച പൊട്ടിത്തെറികൾക്ക് ശേഷവും സൂരജിന്റെ മനസ്സ് വെമ്പുകയായിരുന്നു. കഠിനഹൃദയനായ കൊലയാളികളിൽ പൊതുവെ കാണപ്പെട്ടിരുന്ന ഒരു അധികാര ശക്തി അയാൾക്ക് അനുഭവപ്പെട്ടു – ശസ്ത്രക്രിയയ്ക്കായുള്ള സ്കാൽപെൽ കൈയിലെടുത്ത ഒരു സർജന്, ഒരു നെഞ്ചിൻകൂട് മുറിക്കുമ്പോൾ അനുഭവപ്പെടുന്ന അതേ വികാരാവേശം. ഒരു നേരിയ നിമിഷത്തേക്ക്, ഒരു ജീവൻ പോലും എടുക്കാൻ തക്ക ദൈവതുല്യമായ ശക്തി ആ വ്യക്തിയിൽ ആവേശിക്കുന്നു. തലച്ചോറിനുള്ളിലെ ചിന്തകൾക്ക് ഒന്ന് നിറം മാറിയാൽ, അവിടെ ഒരു സൂരജ് ജന്മമെടുക്കുന്നു!

ചോദ്യം ചെയ്യൽ മുറിക്കുള്ളിൽ പോലും താൻ എന്തോ വലിയ കാര്യം നേടിയെന്ന ഭാവത്തിൽ ഇരിക്കുകയായിരുന്നു സൂരജ്. ഉത്രയുടെ മരണം തനിക്ക് നൽകിയ സന്തോഷത്തിന്റെ കുളിർമയിൽ മുഴുകിയിരിക്കുകയായിരുന്ന അയാൾ തനിക്ക് ചുറ്റും നടക്കുന്ന സംഭവങ്ങളുടെ ഗൗരവം ശ്രദ്ധിച്ചിരുന്നില്ല. കൊടും കുറ്റവാളികൾ പോലും ആപത്ത് മണത്ത് മുൻകരുതൽ എടുത്തേക്കാവുന്ന സന്ദർഭങ്ങൾ ഉണ്ട്. എന്നാൽ അതുപോലെയുള്ള സന്ദർഭത്തിൽ ആയിരുന്നിട്ട് പോലും സൂരജിൽ പ്രകടമായിരുന്നത് അഹങ്കാരവും അലംഭാവവുമായിരുന്നു.

ആർക്കും അത്ര പെട്ടെന്ന് വായിച്ചെടുക്കാനാവാത്ത ഒരു

ഭാവത്തോടെയാണ് പുഷ്പകുമാർ ചോദ്യം ചെയ്യൽ മുറിയിലേക്ക് കടന്നു ചെന്നത്. സൗമ്യമായ ചോദ്യം ചെയ്യൽ രീതികൾ അവലംബിക്കുന്നതിൽ പേരു കേട്ട വ്യക്തിയായിരുന്ന അദ്ദേഹം. തന്നെ ഏൽപ്പിച്ചിരിക്കുന്ന, സൂരജുമായുള്ള ഒരേയൊരു കൂടിക്കാഴ്ച യിൽ തന്നെ കേസിന്റെ അന്തിമ നിഗമനത്തിലെത്തുക എന്ന ദൗത്യം,വളരെബുദ്ധിമുട്ടേറിയതാണെന്ന്അദ്ദേഹത്തിന്തോന്നി. മേശയ്ക്ക് അപ്പുറം, സൂരജിന് എതിരെയുള്ള കസേരയിൽ ഇരുന്ന പ്പോൾത്തന്നെ സമയം പാഴാക്കാതെ അദ്ദേഹം ആദ്യത്തെ ചോദ്യത്തിലേക്ക് കടന്നു. 'സൂരജ്, നിങ്ങളുടെ ഭാര്യയുടെ മരണ ത്തിലേക്ക് നയിച്ച സാഹചര്യങ്ങളെക്കുറിച്ച് പറയൂ. എങ്ങനെ യാണ് ഉത്രയ്ക്ക് പാമ്പ് കടിയേറ്റത്?'

ചോദ്യത്തിന് ഉത്തരം നൽകുന്നതിനുപകരം, സൂരജ് കരയാൻ തുടങ്ങി. അല്പനേരം കഴിഞ്ഞാണ് അയാൾ സ്വയം നിയന്ത്രിച്ചത്. 'സർ, ഞാൻ അനുഭവിക്കുന്ന വേദന നിങ്ങൾ മനസ്സിലാക്കണം. എനിക്ക് എന്റെ ജീവിത പങ്കാളിയെ നഷ്ടപ്പെട്ടു. ഇതിലും വലിയ ദുരന്തം മറ്റെന്തുണ്ട്?'

'എനിക്കറിയാം സൂരജ്, ഇത് നിങ്ങൾക്ക് ബുദ്ധിമുട്ടായിരി ക്കുമെന്ന്. പക്ഷേ, ഇതിലേക്ക് നയിച്ച സാഹചര്യങ്ങളെക്കുറിച്ച് നിങ്ങൾ പറയണം.'

'സർ, ഉത്ര ഒരു വെറും പാവമായിരുന്നു. നിഷ്കളങ്ക. എല്ലാ വരെയും എളുപ്പം വിശ്വസിക്കും. അപകടസാധ്യത ഞാൻ ചൂണ്ടിക്കാണിച്ചിട്ടും അവൾ വേണ്ടത്ര മുൻകരുതലുകൾ എടുത്തില്ല. ഇതാദ്യമായിട്ടല്ല അവളെ പാമ്പ് കടിക്കുന്നത്'.

നേരത്തെ ചേനത്തണ്ടൻ കടിച്ച കാര്യം എഫ്ഐആറിൽ പുഷ്പകുമാർ വായിച്ചിരുന്നു. എന്നിട്ടും അദ്ദേഹം അത് ആദ്യമായി കേൾക്കുന്നത് പോലെ നടിച്ചു. 'ശരിക്കും? എപ്പോഴാണ് അത് സംഭവിച്ചത്?' അദ്ദേഹം ചോദിച്ചു.

'അത് നടന്നത് മാർച്ചിലായിരുന്നു സർ. ഒരു ചേനത്തണ്ടൻ അവളുടെ കാലിൽ കടിച്ചതിനാൽ അവൾക്ക് ഏഴാഴ്ചയിലേറെ ആശുപത്രിയിൽ കഴിയേണ്ടിവന്നു. ആ സമയം മുഴുവൻ ഞാൻ അവളെ നോക്കി. അവൾക്ക് ഏറ്റവും മികച്ച ചികിത്സ ലഭ്യമാ ക്കാൻ ഞാൻ ധാരാളം പണം ചിലവഴിച്ചു. എനിക്കവളെ ഒത്തിരി ഇഷ്ടമായിരുന്നു സർ. ഞാൻ അവൾക്ക് നൽകിയ സ്നേഹവും ശ്രദ്ധയും കൊണ്ടാണ് അവളുടെ ജീവനു നേരിട്ട ആ പരീക്ഷണഘട്ടം അവൾ അതിജീവിച്ചത്.' ഇതെല്ലാം പറയു

മ്പോൾ സൂരജ് ദൈവത്തോടുള്ള വ്യാജമായ നന്ദി പ്രകടിപ്പിക്കാനെന്ന മട്ടിൽ ഉത്തരത്തിലേക്ക് നോക്കി.

'ഒരേ വ്യക്തിക്ക് ഇത്ര പെട്ടെന്ന് തുടർച്ചയായി രണ്ടു തവണ പാമ്പുകടിയേറ്റത് അസാധാരണമല്ലേ? വെറും രണ്ടു മാസത്തിനുള്ളിൽ ഇതെല്ലാം സംഭവിച്ചു, അല്ലേ?'

'അതെ, സർ. അത് അസാധാരണമായി തോന്നുന്നുവെന്നത് നേരാണ്. എന്നിരുന്നാലും, ഉത്രയുടെ അന്ത്യം പാമ്പ് വിഷം മൂലമാകുമെന്ന് ശാപമുണ്ടെന്ന് എനിക്കറിയാമായിരുന്നു. ചിലർ ഇങ്ങനെയൊരു ശാപത്തോടെയാണ് ജനിക്കുന്നതെന്ന് ഒരിക്കൽ ഒരു ജ്യോത്സ്യൻ എന്നോട് പറഞ്ഞിട്ടുണ്ടായിരുന്നു.'

'നിങ്ങൾ അതിൽ വിശ്വസിക്കുന്നുണ്ടോ?'

'ഉവ്വ് സർ. ഇപ്പോൾ എന്റെ പ്രിയപ്പെട്ടവൾക്ക് ഇങ്ങനെ സംഭവിച്ചതിനാൽ, ജ്യോത്സ്യൻ പറഞ്ഞതിനെ അംഗീകരിക്കുകയല്ലാതെ എനിക്ക് മറ്റ് മാർഗ്ഗമില്ല.'

'നിങ്ങളുടെ പ്രദേശത്ത് അപകടകാരികളായ പാമ്പുകളെ കണ്ടിട്ടുണ്ടോ?'

'ഉവ്വ് സർ, ഞാൻ കണ്ടിട്ടുണ്ട്. അതുകൊണ്ടാണ് ശ്രദ്ധിക്കണമെന്ന് ഞാൻ ഉത്രയ്ക്ക് മുന്നറിയിപ്പ് നൽകിയത്. പക്ഷേ അവൾ എന്റെ ഉപദേശം നിസ്സാരമായി എടുത്തു.' ഒരു നിമിഷത്തെ മൗനത്തിനു ശേഷം സൂരജ് കൂട്ടിച്ചേർത്തു. 'ആദ്യ സംഭവത്തിന് ശേഷം അവളെ എന്റെ വീട്ടിൽ നിന്ന് അവളുടെ മാതാപിതാക്കളുടെ വീട്ടിലേക്ക് കൊണ്ടുപോയില്ലായിരുന്നെങ്കിൽ എന്ന് ഞാൻ ആഗ്രഹിക്കുന്നു! എങ്കിൽ ഒരുപക്ഷേ അവൾ ഇന്ന് ജീവിച്ചിരുന്നേനെ!'

പാമ്പുകടി ആകസ്മികമായിരുന്നു എന്ന നിഗമനത്തിലേക്കാണ് ചോദ്യം ചെയ്യൽ നീങ്ങുന്നതെന്ന് പുഷ്പകുമാറിന് മനസ്സിലായി. എന്നാൽ ഗോപാൽ നായരുമായി തന്റെ നിഗമനങ്ങൾ പങ്കുവെക്കുന്നതിന് മുമ്പ് ഇക്കാര്യത്തിൽ ഉറപ്പുണ്ടായിരിക്കണമെന്ന് അദ്ദേഹം മനസ്സിൽ കരുതി. അദ്ദേഹം സൂരജിനോട് ചോദിച്ചു, 'നിങ്ങളുടെ മൊബൈൽ നമ്പർ എന്താണ്?'

നിസ്സംഗതയോടെ സൂരജ് തന്റെ ഫോൺ നമ്പർ പറഞ്ഞു കൊടുത്തു. എസ്ഐ അത് രേഖപ്പെടുത്തിയപ്പോൾ സൂരജിന്റെ ചുണ്ടുകളിൽ ഒരു ചെറുപുഞ്ചിരി വിരിഞ്ഞു. ഈ നീക്കം അവൻ നേരത്തെ തന്നെ മുൻകൂട്ടി കണ്ടിരുന്നു. അതുകൊണ്ടു തന്നെ അവൻ തന്റെ കോൾ ലോഗുകൾ മുൻകൂട്ടി ഡിലീറ്റ് ചെയ്തിരുന്നു.

കുറച്ച് കഴിഞ്ഞ് ഒരു വിജിഗീഷുവിന്റെ ഭാവത്തോടെ സൂരജ് പോലീസ് സ്റ്റേഷൻ വിട്ടു. അയാൾക്ക് തന്റെ സന്തോഷം മറച്ചുവെക്കാനായില്ല.

\\\\\\\\\\\\\\\\

10 മെയ് 2020

പുഷ്പകുമാർ ഒരു വിഡ്ഢിയായിരുന്നില്ല. സൂരജ് തനിക്കുചുറ്റും പടുത്തുയർത്തിയ കോട്ട പുഷ്പകുമാറിന് മുന്നിൽ അത്ര ശക്തമായിരുന്നില്ല. പരിചയസമ്പന്നനായ ആ പോലീസുകാരന്റെ കണ്ണിൽ അതിലെ വിള്ളലുകൾ തെളിഞ്ഞു തുടങ്ങിയിരുന്നു. ഒരു കള്ളത്തരത്തിന്റെ സാധ്യത അദ്ദേഹം പൂർണ്ണമായും തള്ളിക്കളഞ്ഞിരുന്നില്ല. അതിനാൽ സൂരജിന്റെ ഹ്രസ്വമായ ചോദ്യം ചെയ്യലിൽ താൻ കണ്ടെത്തിയതിനെ മാത്രം അടിസ്ഥാനമാക്കിയുള്ള ഒരു നിഗമനത്തിൽ എത്തിച്ചേരാൻ അദ്ദേഹം തയ്യാറായില്ല.

സൂരജിന്റെ കോൾ റെക്കോർഡുകൾ പരിശോധിക്കാൻ അയാളുടെ നമ്പർ സൈബർ സെല്ലിലേക്ക് കൈമാറി. പാമ്പുകളുടെ പെരുമാറ്റം മനസ്സിലാക്കാൻ പാമ്പ് രക്ഷാപ്രവർത്തകനായ എ. പ്രശാന്തനെ വിളിച്ചു. അറക്കൽ ഗ്രാമത്തിൽപ്പെട്ട പ്രശാന്തൻ സാധാരണക്കാരനായ ഒരു മധ്യവയസ്കനായിരുന്നു. പാമ്പുകളെ രക്ഷിക്കുന്നതിൽ ഒരു ദശാബ്ദത്തിലേറെ പരിചയമുള്ള അദ്ദേഹത്തിന്, അവയുടെ മനഃശാസ്ത്രത്തെക്കുറിച്ചും, വ്യത്യസ്ത സാഹചര്യങ്ങളിൽ അവയുടെ പെരുമാറ്റത്തെക്കുറിച്ചും ആഴത്തിലുള്ള അറിവുണ്ടായിരുന്നു.

പുഷ്പകുമാർ ചോദിച്ചു, 'പ്രശാന്തൻ, സർപ്പദോഷം മൂലം ആളുകൾ മരിക്കുന്നതിനെക്കുറിച്ച് നിങ്ങൾ കേട്ടിട്ടുണ്ടോ? അതൊരു യഥാർത്ഥ പ്രതിഭാസമാണോ?'

പ്രശാന്തൻ വളരെ ആത്മവിശ്വാസത്തോടെ മറുപടി പറഞ്ഞു, 'സർ, ഇത് തികച്ചും അസംബന്ധവും, അശാസ്ത്രീയവുമാണ്. പാമ്പുകടി പോലുള്ള കാര്യങ്ങളിൽ അമാനുഷിക ഘടകങ്ങൾ കുത്തിക്കയറ്റുന്നവരോട് എനിക്ക് ഒരു ബഹുമാനവുമില്ല.'

'എന്നാൽ പ്രശാന്തൻ, ഒരു സ്ത്രീയെ ആദ്യം ഒരു ചേനത്തണ്ടനും പിന്നീട് ഏതാനും ആഴ്ചകൾക്കുശേഷം മറ്റൊരു അപകടകാരിയായ പാമ്പും കടിച്ച സംഭവത്തെക്കുറിച്ച്

എനിക്കറിയാം. രണ്ടാമത്തെ കടിയേറ്റ് അവൾ മരണത്തിന് കീഴടങ്ങി. അവൾ ശപിക്കപ്പെട്ടവളാണെന്നല്ലേ ഇതിനർത്ഥം?'

'ഇല്ല സർ, ഒരിക്കലുമില്ല. മറിച്ച്, സർപ്പദോഷം വെറും മിഥ്യയാണെന്നും ഇത് തെളിയിക്കുന്നു. കാരണം അവൾ ശരിക്കും ശപിക്കപ്പെട്ടിരുന്നവളായിരുന്നെങ്കിൽ ആദ്യം കടിയേറ്റപ്പോൾ തന്നെ മരിക്കുമായിരുന്നല്ലോ.'

'പക്ഷേ അവൾക്ക് കൃത്യസമയത്ത് വൈദ്യസഹായം ലഭിച്ചത് കാരണം അവൾ രക്ഷപ്പെട്ടു...'

'വൈദ്യസഹായം ലഭിച്ചാലും ഇല്ലെങ്കിലും, യഥാർത്ഥത്തിൽ ശാപമുണ്ടായിരുന്നെങ്കിൽ അവളെ രക്ഷിക്കാൻ കഴിയുമായിരുന്നില്ല. ശാപം ഉള്ളതുകൊണ്ടാണ് അവളെ രണ്ടുതവണ കടിച്ചതെന്ന് ആരെങ്കിലും അവകാശപ്പെടുന്നുണ്ടെങ്കിൽ, ഞാൻ ആ വ്യക്തിയോട് കുറച്ച് ചോദ്യങ്ങൾ ചോദിക്കാം. ആ വ്യക്തി പറയുന്നത് വിവരക്കേടാണെന്ന് ഞാൻ തെളിയിക്കാം. സർപ്പദോഷത്തെക്കുറിച്ച് പറയുന്ന മിക്ക ആളുകളും പാമ്പുകളെക്കുറിച്ചുള്ള അന്തർലീനമായ ഭയം മുതലെടുക്കാനുള്ള അവസരം തേടുകയാണ്. അത്തരം സാഹചര്യങ്ങളിൽ, ആളുകൾ തങ്ങളെത്തന്നെ സുരക്ഷിതരാക്കാൻ ഏതറ്റം വരെയും പോകുകയും അതിനായി വലിയ തുകകൾ ചെലവഴിക്കാൻ തയ്യാറാവുകയും ചെയ്യുന്നു.'

'ഈ സ്ത്രീയുടെ കാര്യത്തിൽ, മാതാപിതാക്കളുടെ വീടിന്റെ താഴത്തെ നിലയിലെ അവളുടെ മുറിയിൽ വെച്ചാണ് രണ്ടാമത് അവൾക്ക് കടിയേറ്റത്. മാതാപിതാക്കൾ, ഭർത്താവ്, മകൻ, സഹോദരൻ എന്നിവർക്കൊപ്പമാണ് അവൾ അവിടെ താമസിച്ചിരുന്നത്. പക്ഷേ, ഇവരിൽ ഒരാൾക്ക് എങ്ങനെയാണ് ഇത്രയും വൃത്തികെട്ട തന്ത്രം പുറത്തെടുക്കാൻ കഴിഞ്ഞത് എന്നത് എന്നെ കുഴപ്പിക്കുന്നു!' പുഷ്പകുമാർ പറഞ്ഞു. 'എന്തായാലും പ്രശാന്തൻ ഇപ്പോ പൊയ്ക്കൊള്ളൂ.' അയാൾ എഴുന്നേറ്റ് പോകാൻ തിരിഞ്ഞപ്പോൾ, 'നന്ദി!' എന്ന് അദ്ദേഹം കൂട്ടിച്ചേർത്തു.

16 മെയ് 2020

പുഷ്പകുമാറും അരുൺ ജോർജും സൂരജിന്റെ വീട്ടിലേക്ക്

പോകുമ്പോൾ പുഷ്പകുമാർ പറഞ്ഞു, 'അരുൺ, ഈ കേസ് ഒരുപാട് സമയമെടുക്കുന്നു. ആദ്യമായി *മഹസർ* തയ്യാറാക്കാൻ പോയപ്പോൾ, ഇതൊരു പതിവ് പാമ്പുകടിയേറ്റ കേസ് മാത്രമാണെന്നും, ഒന്നോ രണ്ടോ ദിവസത്തിനുള്ളിൽ നമ്മുടെ അന്വേഷണം അവസാനിക്കുമെന്നും നമ്മൾ കരുതി. ഇപ്പോൾ, സംഭവം നടന്ന് പത്ത് ദിവസം കഴിഞ്ഞിട്ടും ഇത് അത്ര ശരിയായ ഒന്നായി എനിക്ക് തോന്നുന്നില്ല.'

'അതെ സർ. അന്വേഷണം പുരോഗമിക്കുമ്പോൾ കഥയെ സങ്കീർണ്ണമാക്കുന്ന വളവുകളും തിരിവുകളും ഉരുത്തിരിഞ്ഞു വരുന്നത് അപരിചിതമല്ല. ഈ സാഹചര്യത്തിലും നമുക്ക് ഒരു നിഗമനത്തിലെത്താൻ കഴിയുന്നില്ല. നമ്മുടെ അന്വേഷണ ത്തിന്റെ അന്തിമഫലം നമ്മിൽ നിന്നും വളരെ അകലെയാണ്. ഇത് ഒരു ലളിതമായ പാമ്പുകടിയായിട്ടാണ് ആദ്യം നമുക്ക് തോന്നിയത്. പക്ഷേ ഇപ്പോൾ അതങ്ങനെയല്ല,' അരുൺ പ്രതികരിച്ചു.

'നിങ്ങൾക്കറിയാമോ, ഉത്രയുടെ മാതാപിതാക്കൾ രണ്ട് ദിവസം മുമ്പ് എസ് പിയെ കണ്ടിരുന്നു. സൂരജിന്റെ സഹോദരി അവർക്കെതിരെ നൽകിയ വ്യാജ പീഡന പരാതിയാണ് അങ്ങനെ ചെയ്യാൻ അവരെ പ്രേരിപ്പിച്ചത്. മകളുടെ മരണത്തിൽ മരുമകന് പങ്കുണ്ടെന്ന് ഇപ്പോൾ അവർക്ക് ഏറെക്കുറെ ഉറപ്പാണ്.'

'ശരിക്കും? അത് ഈ അന്വേഷണത്തെ ഒന്നുകൂടി പ്രയാസകരമാക്കും.'

'അതെ. എസ് പി എന്ത് തീരുമാനമാണ് എടുക്കുന്നതെന്ന് നോക്കാം.'

അവർ വണ്ടി ഓടിച്ചുകൊണ്ടിരുന്നപ്പോൾ പുഷ്പകുമാർ അരുണിനോട് ചോദിച്ചു, 'താങ്കൾ അന്ധവിശ്വാസിയാണോ അരുൺ? സർപ്പദോഷം പോലെയുള്ള ഒന്നിൽ താങ്കൾ വിശ്വസി ക്കുന്നുണ്ടോ?'

'സർ, എന്റെ ഗ്രാമത്തിൽ, ഒരു കുട്ടി ജനിച്ചാൽ എല്ലാ വീട്ടിലും വിളിക്കുന്ന ഒരാളുണ്ട്. നവജാതശിശുവിനെ പാമ്പ് മൂലമുണ്ടാകുന്ന ഏത് ഉപദ്രവത്തിൽ നിന്നും സംരക്ഷിക്കാൻ അദ്ദേഹത്തിന് ശക്തിയുണ്ടെന്ന് ആളുകൾ വിശ്വസിക്കുന്നതിനാ ലാണ് അദ്ദേഹത്തെക്കൊണ്ട് ചില ആചാരങ്ങൾ ചെയ്യിക്കുന്നത്. അയാൾക്ക് ഉണ്ടെന്ന് അവകാശപ്പെടുന്ന അധികാരങ്ങളൊന്നും

യഥാർത്ഥത്തിൽഉണ്ടെന്ന്എനിക്ക്ഒരിക്കലുംബോധ്യപ്പെട്ടിട്ടില്ല. എന്നിട്ടും, ഞാൻ അയാൾക്കെതിരെ ഒന്നും പറയാറില്ല. കാരണം അയാളുടെ വികാരം വ്രണപ്പെടുത്താനോ അയാളിൽ വിശ്വസിക്കുന്നവരുടെ വികാരങ്ങൾ വ്രണപ്പെടുത്താനോ ഞാൻ ആഗ്രഹിക്കുന്നില്ല.'

'ഹഹ... അരുൺ! അങ്ങനെ ചെയ്യുന്നതിലൂടെ നിങ്ങൾ അത്തരം അസംബന്ധങ്ങൾ ആളുകളുടെ മനസ്സിനെ ഭരിക്കാൻ അനുവദിക്കുക കൂടിയാണ് ചെയ്യുന്നത്.'

താമസിയാതെ, സൂരജ് താമസിച്ചിരുന്ന വീട്ടിലേക്ക് എത്തിയതോടെ അവർ തമ്മിലുള്ള സംഭാഷണം മുറിഞ്ഞു. സൂരജിന്റെ പേരിൽ നിന്ന് പ്രചോദനം ഉൾക്കൊണ്ട വീട്ടുപേരായിരുന്നു അതിന് : ശ്രീ സൂര്യ.

'നമുക്ക് ചുമതലകൾ നൽകിയിട്ടുണ്ട്, അരുൺ. ഉത്രയുടെ മരണവുമായി ബന്ധമുണ്ടെന്ന് കരുതുന്ന എല്ലാ വസ്തുക്കളും ശേഖരിക്കണം. മാർച്ചിൽ ഈ വീട്ടിൽ വെച്ചാണ് ഉത്രയെ ചേനത്തണ്ടൻ കടിച്ചതെന്ന് അറിയാമല്ലോ. പരിസരം പരിശോധിക്കുമ്പോൾ അത് മനസ്സിൽ ഓർക്കണം.'

'ശരി സർ.'

ശ്രീസൂര്യയിലേക്കുള്ള അവരുടെ സന്ദർശനത്തിനൊടുവിൽ, പുഷ്പകുമാറും അരുണും ശേഖരിച്ച് റിക്കവറി മെമ്മോയിൽ രേഖപ്പെടുത്തിയ സാധനങ്ങളിൽ, എസ്ട്രോണ ഫോർട്ട് ബോളസ് ഗുളികകളുടെ[2] ഒരു സ്ട്രിപ്പ് അടങ്ങിയ ഒരു ബാഗും ഉണ്ടായിരുന്നു.

പുഷ്പകുമാറിന്റെ നിർദ്ദേശപ്രകാരം ജിഎസ്ഐ ജോയ്, പുഷ്പഗിരി മെഡിക്കൽ കോളജ് ആശുപത്രിയിൽ നിന്ന് ഉത്രയുടെ ചികിത്സയുടെ വിശദാംശങ്ങൾ ശേഖരിച്ചു.

മെയ് 22-ന് പോലീസ് സൂപ്രണ്ട് ഉത്ര കേസിന്റെ അന്വേഷണം ജില്ലാതല ക്രൈം ബ്രാഞ്ചിന് (സിബി) കൈമാറി.

2 Estrona Forte Bolus + Minarex Bolus എന്നത്, ക്ഷീരമൃഗങ്ങളിൽ അവികസിത ജനനേന്ദ്രിയ അവയവങ്ങളുടെ വളർച്ചയെ പ്രോത്സാഹിപ്പിക്കുകയും, അണ്ഡോത്പാദന താപം ഉത്തേജിപ്പിക്കുകയും, ഈസ്ട്രസ് ചക്രം നിയന്ത്രിക്കുകയും ചെയ്യുന്ന പ്രധാനപ്പെട്ട ധാതുക്കളും ഔഷധ സസ്യങ്ങളും അടങ്ങിയ ഭസ്മങ്ങളുടെ സവിശേഷമായ സംയോജനമാണ്.

ഡിവൈഎസ്പി അശോകനായിരുന്നു സിബിയുടെ നേതൃത്വം. സമഗ്രമായ അന്വേഷണങ്ങൾക്കും, വിദഗ്ധമായ ചോദ്യം ചെയ്യലിലൂടെ ഏറ്റവും ചെറിയ വിശദാംശങ്ങൾ പോലും പുറത്തെടുക്കാനുള്ള കഴിവിനും അശോകൻ അറിയപ്പെട്ടിരുന്നു. അദ്ദേഹത്തെ സഹായിക്കാൻ തിരഞ്ഞെടുക്കപ്പെട്ട അന്വേഷകരുടെ ഒരു സംഘം ഉണ്ടായിരുന്നു. കൂടാതെ മറ്റുള്ളവരുമായി കൂടിയാലോചിച്ച് കുറ്റവാളികളുടെയും കൂട്ടാളികളുടെയും ഒരു ലിസ്റ്റ് തയ്യാറാക്കിയിരുന്നു. ഉത്രയുടെ മരണത്തെക്കുറിച്ചുള്ള അശോകന്റെ അന്വേഷണം ആരംഭിച്ചത് മെയ് 23-നാണ്.

23 മെയ് 2020

അശോകൻ തന്റെ ടീമിനൊപ്പം രഹസ്യമായി കൂടിക്കാഴ്ച നടത്തി. എല്ലാവരുടെയും മനസ്സിൽ നിറഞ്ഞുനിൽക്കുന്ന ഒരു ചോദ്യത്തോടെയാണ് അശോകൻ ആ കൂടിയാലോചനയ്ക്ക് തുടക്കം കുറിച്ചത് : 'ഇതൊരു കൊലപാതക കേസാണോ അതോ പാമ്പുകടിയേറ്റുള്ള സാധാരണ മരണമാണോ?'

മുറിയിൽ നിശബ്ദത തളം കെട്ടി നിന്നു. കുറച്ചു കഴിഞ്ഞപ്പോൾ അശോകൻ വീണ്ടും അതേ ചോദ്യം ചോദിച്ചു. വേഗമേറിയ നിഗമനങ്ങളിൽ എത്തിച്ചേരാൻ പേരുകേട്ട ജിഎസ്ഐ രമേഷ് കുമാർ ഇത്തവണ മറുപടി പറഞ്ഞു, 'സർ, ഈ പ്രദേശത്ത് പാമ്പുകടി പതിവാണ്. നമ്മൾ എന്തിന് ആരെയെങ്കിലും സംശയിക്കണം?'

'അനിൽകുമാർ എന്തു പറയുന്നു?' അശോകൻ ചോദിച്ചു.

മൂർച്ചയുള്ള വിശകലനബുദ്ധിയും, എല്ലായ്പ്പോഴും പ്രശ്നങ്ങളെ വിവിധ കോണുകളിൽ നിന്ന് നോക്കാനുള്ള കഴിവും ഉള്ള ജിഎസ്ഐ അനിൽകുമാർ പ്രതികരിച്ചു, 'സർ, എന്റെ അഭിപ്രായത്തിൽ, ഉത്രയെ കൊല്ലാൻ ഒരാൾക്ക് ഉണ്ടായേക്കാവുന്ന ഉദ്ദേശ്യങ്ങൾ നാം പരിശോധിക്കേണ്ടതുണ്ട്. അവളുടെ മരണത്തിൽ നിന്ന് എന്തെങ്കിലും നേടാൻ സാധ്യതയുള്ള ആളുകൾ ആരായിരുന്നു? ഉൾപ്പെട്ടിരിക്കുന്ന നേട്ടങ്ങൾ എന്തായിരിക്കാം? ഒരു കുഞ്ഞിന്റെ അമ്മയെ കൊല്ലുന്നതിൽ നിന്ന് എന്ത് നേടാനാകും? അതും ഭിന്നശേഷിയുള്ള, മാനസികശേഷി കുറവായ ഒരു സ്ത്രീയെ? മാത്രമല്ല, പാമ്പുകളെ കൊലപാതകത്തിനുള്ള ആയുധമായി ഉപയോഗിക്കുന്നതായി നാമിതുവരെ കേട്ടിട്ടില്ല.'

തുടർന്ന്, ജില്ലാ മോർച്ചറിയിൽ ഡ്യൂട്ടിയിലുണ്ടായിരുന്ന കോൺസ്റ്റബിൾ അല്പം മുമ്പ് വിളിച്ച് മരിച്ചയാളുടെ ആന്തരാ

വയവങ്ങൾ പരിശോധിച്ചതിൽ പാമ്പിൻ വിഷം ഉള്ളിൽ ചെന്നിട്ടുണ്ടെന്നും, ഈ വിഷബാധയാണ് മരണകാരണം എന്ന് തിരിച്ചറിഞ്ഞതായും അശോകൻ അവിടെയുണ്ടായിരുന്ന എല്ലാവരെയും അറിയിച്ചു.

അനിൽകുമാർ തുടർന്നു, 'മരണകാരണം പാമ്പ് വിഷം ഉള്ളിൽ ചെന്നതാണെന്നതിൽ യാതൊരു സംശയമില്ല. ഉത്രയുടെ ശരീരത്തിൽ ഈ വിഷം എങ്ങനെയാണ് പ്രവേശിച്ചത്, അവളുടെ മരണത്തിന് കാരണമായത് ഏതെങ്കിലും മനുഷ്യനാണോ എന്നതൊക്കെ നമ്മൾ ഇപ്പോൾ പരിശോധിക്കേണ്ടതുണ്ട്.'

ഇത്തരം ചർച്ചകളിൽ അവസാനമായി പ്രതികരിക്കാറുണ്ടായിരുന്ന ഗ്രേഡ് അസിസ്റ്റന്റ് സബ് ഇൻസ്പെക്ടർ (ജിഎഎസ്ഐ) മനോജ് കുമാർ പെട്ടെന്ന് സംസാരിച്ചു, 'സർ, എന്റെ മനസ്സിൽ തോന്നിയ ഒരു കാര്യം പറയട്ടെ – ഉത്രയെ കൊന്നതിൽ നിന്ന് ഒരാൾക്ക് മാത്രമേ എന്തെങ്കിലും നേട്ടമുണ്ടാകൂ. അത് അവളുടെ ഭർത്താവാണ്. അവളുമായുള്ള സൂരജിന്റെ ബന്ധം എല്ലാ തലങ്ങളിൽ നിന്നും പരിശോധിക്കേണ്ടതുണ്ട്. പാമ്പ് ഈ രംഗത്തിലേക്ക് കടന്നുവന്നതിൽ അയാൾ വഹിച്ച പങ്ക് എന്തായിരിക്കുമെന്ന് നോക്കണം. ഇത്രയും ക്രൂരമായ ഒരു നടപടി സ്വീകരിക്കാൻ അവനെ പ്രേരിപ്പിച്ചതെന്തായിരിക്കാം?' ഒരു നിമിഷത്തെ ആലോചനയ്ക്ക് ശേഷം അയാൾ വീണ്ടും തുടർന്നു, 'പക്ഷേ മരണം പാമ്പുകടിയേറ്റാണ്. ഇത് നടത്താൻ അയാൾക്ക് എങ്ങനെ സാധിച്ചു? പാമ്പിനെ ഉപയോഗിച്ച് ഒരാളെ കൊല്ലുന്നത് കേട്ടുകേൾവിയില്ലാത്ത കാര്യമാണ്...'

അശോകൻ തലയാട്ടി പറഞ്ഞു, 'അല്ല, പാമ്പുകളെ ഉപയോഗിച്ച് കൊലപാതകം നടത്തുന്നത് തീർത്തും അജ്ഞാതമായ ഒരു പ്രതിഭാസമല്ല. മറ്റു ചില സംസ്ഥാനങ്ങളിൽ പാമ്പിനെ ഉപയോഗിച്ചുള്ള കൊലപാതകങ്ങൾ നടന്നതായി കേട്ടിട്ടുണ്ട്. ആ കേസുകൾ ഇപ്പോൾ എനിക്കോർമ്മയില്ല. പക്ഷേ ഇത്തരമൊരു സംഭവം നമ്മുടെ രാജ്യത്ത് ഇതാദ്യമല്ലെന്ന് എനിക്ക് ഉറപ്പായും അറിയാം. കേരളത്തിൽ ഇത് നടാടെയാണെന്നേയുള്ളൂ. മകളുടെ മരണത്തിന് ഉത്തരവാദി മരുമകനാണെന്ന ആരോപണവുമായി ഉത്രയുടെ മാതാപിതാക്കൾ രംഗത്ത് വന്നിട്ടുണ്ട്. അവരുടെ സംശയം നിസ്സാരമായി തള്ളിക്കളയാനാവില്ല. ഈ കേസ് നമ്മൾ ആഴത്തിൽ അന്വേഷിക്കേണ്ടതുണ്ട്.'

അപ്പോൾ പെട്ടെന്ന് പ്രതികരിച്ചത് മനോജ് കുമാറാണ്, 'സർ, മരണകാരണം പാമ്പുകടിയാണെന്ന് നമ്മളെല്ലാം അംഗീകരിച്ചതാണ്. മറുവശത്ത്, വിജയസേനനും മണിമേഖലയും ഉന്നയിച്ച സംശയം നമ്മൾ തള്ളിക്കളയുന്നില്ല താനും. അതിനെന്താ കാരണം?'

അനിൽകുമാർ തന്റെ ചിന്തകൾ പങ്കുവച്ചു, 'വിചിത്രമായ സംഭവങ്ങൾ എപ്പോൾ വേണമെങ്കിലും നടക്കാം, മനോജ് കുമാർ. എത്ര അവിശ്വസനീയമായി തോന്നിയാലും, ഒന്നും ഇപ്പോൾ നാം തള്ളിക്കളയരുത്. അതുപോലെ, നമ്മളിപ്പോൾ ഈ കേസ് ഏറ്റെടുത്തിരിക്കുകയാണല്ലോ. അന്വേഷണവുമായി മുന്നോട്ട് പോകുമ്പോൾ, നമുക്ക് മുന്നിൽ വ്യത്യസ്ത സാധ്യതകൾ വന്നേക്കാം—'

അശോകൻ ഇടയ്ക്ക് കയറി പറഞ്ഞു, 'മാർച്ചിലും ഉത്രയെ ചേനത്തണ്ടൻ കടിച്ചു എന്നുള്ളത് നമ്മൾ മറക്കരുത്. അത് വെറും രണ്ട് മാസം മുമ്പാണ്. ഒരു പാമ്പുകടിയേറ്റയാൾ അതിൽ നിന്നും അതിജീവിച്ചു വന്ന് മറ്റൊരു പാമ്പിന് എങ്ങനെ ഇരയായി എന്നത് ചോദ്യങ്ങൾ ഉയർത്തുന്നില്ലേ? എന്തോ ഒരു അപാകത സംശയിക്കാനുള്ള നല്ലൊരു കാരണമായാണ് ഞാൻ ഇതിനെ കാണുന്നത്.'

കുറച്ചു കഴിഞ്ഞപ്പോൾ അശോകൻ കസേരയിൽ നിന്നും എഴുന്നേറ്റ് മുറിയിൽ ഉലാത്താൻ തുടങ്ങി. അഗാധമായ ആലോചനയിൽ മുഴുകിയിരുന്ന ഒരു മനുഷ്യന്റെ ചലനങ്ങളായിരുന്നു അദ്ദേഹത്തിന്റേത്. ഓരോ തവണ തിരിയുമ്പോഴും അദ്ദേഹം മുറിയിൽ കൂടിയിരുന്ന സംഘത്തെ നോക്കി. അവരെല്ലാം വർഷങ്ങളുടെ അനുഭവസമ്പത്തും, തൊഴിലിൽ ഉയർന്ന തലത്തിലുള്ള വൈദഗ്ധ്യവുമുള്ള കുറ്റാന്വേഷകരായിരുന്നു. ഒരോരുത്തരും പങ്കുവച്ച ആശയങ്ങൾ മനസ്സിലിട്ട് അയവിറക്കുന്നതുപോലെയായിരുന്നു അദ്ദേഹത്തിന്റെ ചലനങ്ങൾ.

'നിങ്ങൾ എല്ലാവരും പ്രബലമായ പോയിന്റുകൾ പറഞ്ഞു,' അശോകൻ കസേരയിൽ ഇരുന്നുകൊണ്ട് പറഞ്ഞു. അദ്ദേഹം രമേഷ് കുമാറിന്റെ കണ്ണുകളിലേക്ക് നോക്കി തുടർന്നു, 'അതെ, ഇതിന് പിന്നിലെ ഉദ്ദേശ്യലക്ഷ്യം വെളിച്ചത്ത് കൊണ്ടുവരാൻ സാധിച്ചാൽ, അത് ചെയ്യാൻ സാധ്യതയുള്ളവരടക്കം പലരിലേക്കും അത് വിരൽ ചൂണ്ടും എന്നുറപ്പാണ്.' അദ്ദേഹം അടുത്തതായി അനിൽകുമാറിനെ നോക്കി, 'ഇരയുടെ രക്തത്തിലേക്ക്

പാമ്പിന്റെ വിഷം എത്തിയത് എങ്ങനെ എന്ന് ടോക്സിനോളജിസ്റ്റുകളുടെ[3] സഹായത്തോടെ കണ്ടെത്തേണ്ടതുണ്ട്. പാമ്പുപിടുത്തക്കാരും മെഡിക്കൽ ഡോക്ടർമാരും എന്നതുപോലെ ഹെർപെറ്റോളജിസ്റ്റുകളുടെ സഹായവും നമുക്ക് വേണ്ടി വന്നേക്കും.' അശോകൻ തന്റെ ചിന്തകൾ സംഗ്രഹിക്കാൻ ശ്രമിക്കുന്നതിനിടയിൽ കുറച്ച് നിമിഷങ്ങൾ നിശബ്ദനായി. പിന്നീട് അദ്ദേഹം ജിഎഎസ്ഐ മനോജ് കുമാറിന്റെ നേരെ തിരിഞ്ഞ് പറഞ്ഞു, 'കൊലപാതകം പോലെ തീവ്രമായ എന്തെങ്കിലും ചെയ്യാൻ ഏറ്റവും വ്യക്തമായ കാരണമുള്ളത് സൂരജിനാണെന്ന് എനിക്കും തോന്നുന്നു. നമുക്ക് അവനെ നമ്മുടെ പ്രൈം സസ്പെക്റ്റ് ആയി നിലനിർത്താം. പക്ഷേ നമ്മുടെ എല്ലാ ചിന്തകളും ഈ ഒരു ബിന്ദുവിൽ മാത്രം ഒതുങ്ങിപ്പോകരുത്. നിങ്ങളെല്ലാവരും ഇതിനെപ്പറ്റി നിരന്തരം ആലോചിച്ചുകൊണ്ടേയിരിക്കുക. പ്രത്യക്ഷത്തിൽ കാണപ്പെടുന്ന വസ്തുതകളൊന്നും നിങ്ങളുടെ ചിന്താസരണിയെ പരിമിതപ്പെടുത്തരുത്.'

അശോകൻ തന്റെ മേശവലിപ്പിൽ നിന്ന് ഒരു ഫയൽ എടുത്ത്, അതിനുള്ളിൽ നിന്ന് ഉത്സാഹത്തോടെ ഒരു കവർ പുറത്തെടുത്തു. 'ഇത് സൈബർ സെല്ലിൽ നിന്ന് വന്നതാണ്,' അദ്ദേഹം പറഞ്ഞു. അതിന്റെ ഉള്ളടക്കത്തിലേക്ക് എത്രയും വേഗം ഊളിയിടാനുള്ള അദ്ദേഹത്തിന്റെ വ്യഗ്രത സ്പഷ്ടമായിരുന്നു. ആ കവർ തുറന്ന് അതിനുള്ളിലെ കടലാസുകെട്ട് വേഗത്തിൽ പുറത്തെടുത്തു. അവയെല്ലാം ഒരു മൊബൈൽ ഫോൺ സേവന ദാതാവ് നൽകിയ വൃത്തിയായി അച്ചടിച്ച സ്റ്റേറ്റ്മെന്റുകൾ ആയിരുന്നു.

'ഇത് സൂരജിന്റെ കോൾ റെക്കോർഡുകളാണ്. നമുക്ക് ഇവ സൂക്ഷ്മമായി പരിശോധിക്കാം.'

മേശയ്ക്ക് ചുറ്റും ഇരിക്കുന്നവരുടെയെല്ലാം ശ്രദ്ധ അശോകന്റെ കൈകളിലെ കടലാസിൽ പതിഞ്ഞു. എല്ലാവരും അതിലേയ്ക്ക് ഉറ്റുനോക്കി.

'നിങ്ങൾക്കെല്ലാം അറിയാവുന്നതുപോലെ, കോൾ റെക്കോർഡുകളുടെ പരിശോധന ചിട്ടയായിത്തന്നെ ചെയ്യേണ്ട ഒന്നാണ്. സൂരജ് ആവർത്തിച്ച് വിളിക്കുകയോ അല്ലെങ്കിൽ അയാൾക്ക് നിരന്തരം കോളുകൾ ലഭിക്കുകയോ ചെയ്യേക്കാവുന്ന ഏതെങ്കിലും നമ്പർ ശ്രദ്ധയിൽ പെടുന്നുണ്ടോ എന്ന് നോക്കാം.

3 വിഷത്തെ കുറിച്ച് അറിവുള്ള വിദഗ്ദ്ധർ.

ഞാൻ പേജുകൾ എല്ലാവർക്കുമായി വീതിക്കാം. നമുക്ക് ലഭിക്കുന്ന പേജുകളിൽ ആവർത്തിച്ച് ദൃശ്യമാകുന്ന ഏത് നമ്പറും നമ്മൾ ഹൈലൈറ്റ് ചെയ്യണം.'

അടുത്ത ഏതാനും മണിക്കൂറുകൾ എല്ലാവരും ആ കടലാസുകൾ സസൂക്ഷ്മം പരിശോധിക്കുന്നതിൽ മുഴുകി. ഒടുവിൽ, അവർ ഓരോരുത്തരും ഹൈലൈറ്റ് ചെയ്ത നമ്പറുകൾ പരസ്പരം പങ്കുവയ്ക്കുകയും, ഒരു പ്രത്യേക നമ്പറിലേക്ക് ധാരാളം കോളുകൾ വിളിച്ചതായി കണ്ടെത്തുകയും ചെയ്തു. ഭാഗ്യവശാൽ, അവരുടെ സ്റ്റേഷന്റെ രേഖകളിൽ നിന്ന് ആ നമ്പറിന്റെ ഉടമയെ കണ്ടെത്താനും അവർക്ക് കഴിഞ്ഞു. ചാവരുകാവ് സുരേഷ് എന്ന പാമ്പുപിടുത്തക്കാരന്റേതായിരുന്നു ആ നമ്പർ. ഒരു യൂട്യൂബ് ചാനലിൽ പാമ്പ് പിടിക്കുന്നതിന്റെ വീഡിയോകൾ പങ്കുവച്ച് അത്യാവശ്യം പ്രശസ്തി നേടിയ ആ പാമ്പുപിടുത്തക്കാരനെക്കുറിച്ച് തനിക്ക് അറിയാമെന്ന് അശോകൻ പറഞ്ഞു. ചാവരുകാവ് സുരേഷിന്റെ യൂട്യൂബ് ചാനൽ എടുത്തപ്പോൾ, ചാനലിലെ പ്രൊഫൈൽ ഇമേജിൽ കയ്യിൽ പാമ്പുമായി നിൽക്കുന്ന ഒരാളെ കണ്ടത്, അശോകൻ പറഞ്ഞതിന് വിശ്വാസ്യത നൽകി.

'സർ, ഈ പാമ്പുപിടുത്തക്കാരൻ ഇതിൽ എന്തോ ഒരു പങ്കു വഹിച്ചിട്ടുണ്ടെന്ന് തോന്നുന്നു. ഈയിടെയായി ഇയാൾ സൂരജുമായി നിരന്തരം ബന്ധപ്പെട്ടിട്ടുണ്ട്. ഇത് നമുക്ക് സഹായകമായ ഒരു വിവരം അല്ലേ?' അങ്ങനെ പറഞ്ഞുകൊണ്ട് മനോജ്കുമാർ അശോകന്റെ മുഖഭാവം പരിശോധിച്ചു; താൻ പറഞ്ഞത് സീനിയർ അംഗീകരിക്കുന്നുണ്ടോ എന്നായിരുന്നു അയാളുടെ ചിന്ത.

അശോകൻ സമ്മതിച്ചു, 'ഉറപ്പായും മനോജ്കുമാർ. സംശയത്തിന്റെ സൂചിമുന ഇപ്പോൾ സൂരജിനും സുരേഷിനും നേരെയാണെന്ന് ആർക്കും നിഗമനം ചെയ്യാം. ഈ രണ്ടു പേരെയും ചോദ്യം ചെയ്യാവുന്ന ഒരു ഘട്ടത്തിൽ നാം എത്തിയിരിക്കുന്നു. അതോടെ നമുക്ക് കുറച്ചുകൂടി വ്യക്തത ഉണ്ടാവുമെന്ന് പ്രതീക്ഷിക്കാം.' ഒന്ന് നിർത്തിയ ശേഷം അദ്ദേഹം പറഞ്ഞു, 'നമുക്ക് അവരെ കൂട്ടിക്കൊണ്ടു വരാം!'

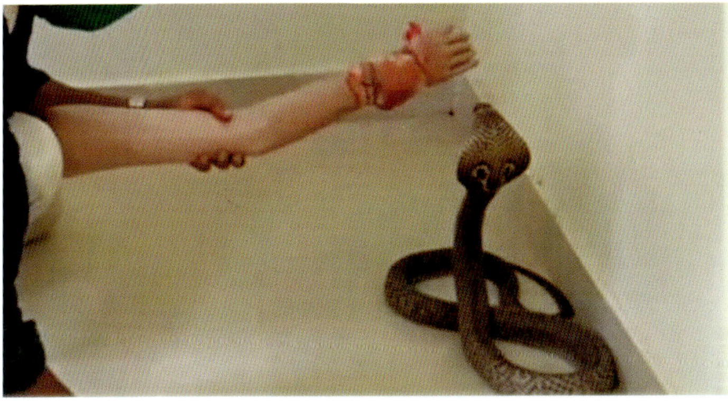

സ്വാഭാവികമായി ഉണ്ടാക്കിയ ഒരു പാമ്പുകടിയുടെ ദൃശ്യം

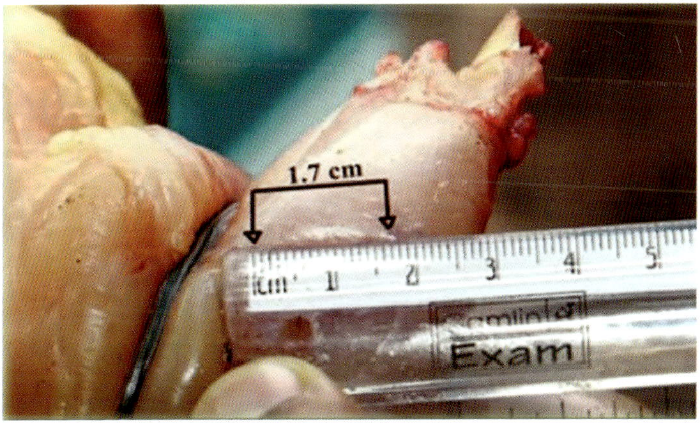

ഒരു സ്വാഭാവിക പാമ്പുകടിയുടെ അളവ്

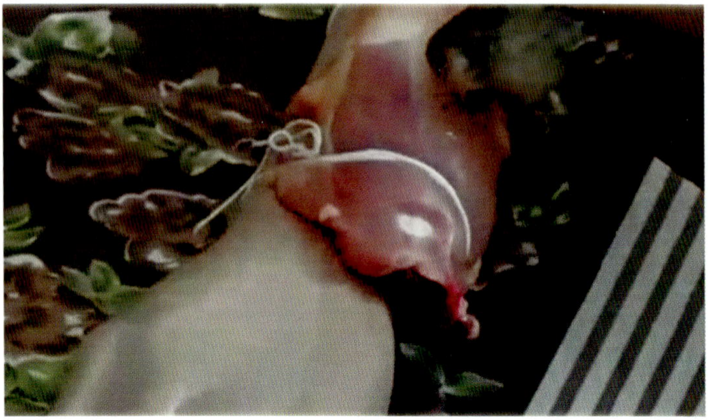

ഒരു പ്രചോദിതമായ പാമ്പുകടിയുടെ ചിത്രം

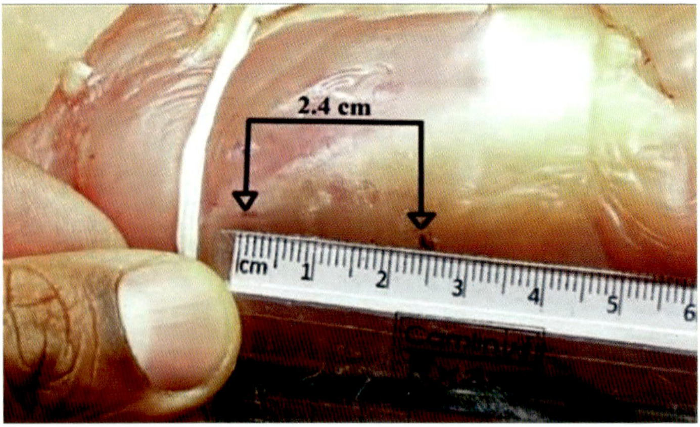

ഒരു പ്രചോദിതമായ പാമ്പുകടിയുടെ അളവ്

സൂരജും (ഇടത്ത്) സുരേഷും

സൂരജ് ഭാര്യ ഉത്രയോടൊപ്പം. ഉത്രയുടെ സ്ത്രീധനത്തിന്റെ ഭാഗമായിരുന്ന അവൾ ധരിച്ചിരുന്ന ആഭരണങ്ങൾ, അത് വിട്ടുകൊടുക്കാൻ സൂരജ് തയ്യാറായില്ല

സംഭവം നടന്നതായ കിടപ്പുമുറി

ചോദ്യം ചെയ്യൽ

23 മെയ് 2020

സൂരജിനെ ചോദ്യം ചെയ്യുന്നതിന് മുമ്പ് അശോകൻ എസ്ഐ പുഷ്പകുമാറുമായി കുറിപ്പുകൾ കൈമാറി. പുഷ്പകുമാറുമായുള്ള ആശയവിനിമയത്തിൽ സൂരജ് പ്രകടിപ്പിച്ച ആത്മവിശ്വാസത്തെക്കുറിച്ച് അറിഞ്ഞപ്പോൾ അദ്ദേഹം അത്ഭുത പ്പെട്ടില്ല. പോലീസ് സ്റ്റേഷനിലെ ചോദ്യം ചെയ്യൽ മുറിയുടെ പ്രതികൂല പരിമിതികൾക്കുള്ളിൽ പിടിക്കപ്പെടുമ്പോഴും ചില മനസ്സുകളിൽ കുറ്റബോധവും ആത്മാഭിമാനവും ലവലേശം പോലും ഉണ്ടാവില്ലെന്ന്, തന്റെ ഇത്രയും കാലത്തെ അനുഭവത്തിന്റെ വെളിച്ചത്തിൽ അശോകന് അറിയാമായിരുന്നു. ലഭ്യമായ വിവര ങ്ങളിലൂടെ കടന്നുപോകുമ്പോൾ തനിക്ക് പിടികിട്ടാത്ത ചില സാങ്കേതിക പദങ്ങൾ മനസ്സിലാക്കാൻ അദ്ദേഹം എസ് പി ഹരിശങ്കറുമായി സംസാരിക്കുകയും ചെയ്തു. സൂരജിന്റെ ധൈര്യം തകർക്കാൻ ഒരു തന്ത്രം മെനഞ്ഞ അശോകൻ, അവനെ പോലീസ് സ്റ്റേഷനിലേക്ക് വിളിപ്പിച്ചു.

സൂരജിനെ കാത്തിരിപ്പിക്കുക എന്നതായിരുന്നു അശോകന്റെ തന്ത്രത്തിന്റെ ആദ്യഭാഗം. സൂരജ് പോലീസ് സ്റ്റേഷനിൽ എത്തിയപ്പോൾ ഉച്ചയായിരുന്നു. അത്യുഷ്ണം നിറഞ്ഞ കാലാവസ്ഥയായിരുന്നു അന്ന്. താൻ സംശയിക്കുന്ന വ്യക്തി അക്ഷരാർത്ഥത്തിൽ ചൂടിൽ എരിപിരി കൊള്ളണമെന്ന് അശോകൻ കണക്കുകൂട്ടി. അതിനാൽ, ചോദ്യം ചെയ്യൽ മുറിയിലെ വൈദ്യുതി ബന്ധം വിച്ഛേദിക്കാനും സൂരജിനെ നിശ്ചലമായ ഫാനിനു കീഴിൽ, ചൂടിലും ഈർപ്പത്തിലും കുറച്ചു

നേരം ഇരുത്താനും ഡ്യൂട്ടിയിലുണ്ടായിരുന്ന ഹോം ഗാർഡിനോട് അദ്ദേഹം നിർദ്ദേശിച്ചു.

ഏതാണ്ട് ഒരു മണിക്കൂറിനു ശേഷം അശോകൻ ചോദ്യം ചെയ്യൽ മുറിയിലേക്ക് കയറിച്ചെന്നപ്പോൾ സൂരജിന്റെ മുഖത്ത് ഒരു ദേഷ്യം ഉണ്ടായിരുന്നു. അശോകനെ സംശയിക്കുന്നത് പോലെ അയാൾ കുറച്ചുനേരം തുറിച്ചുനോക്കി.

'പുഷ്പകുമാറുമായുള്ള നിങ്ങളുടെ സംഭാഷണം നന്നായി കഴിഞ്ഞു എന്നറിഞ്ഞു. നിങ്ങളെ സംശയിക്കാൻ കാരണമൊന്നു മില്ലെന്നാണ് അദ്ദേഹം പറഞ്ഞത്,' അശോകൻ കള്ളം പറഞ്ഞു.

'അത് കുഴപ്പമില്ലാതെ കഴിഞ്ഞു. ഫാൻ ഒന്ന് ഓണാക്കൂ.' സൂരജ് നെറ്റിയിലെ വിയർപ്പ് തുള്ളികൾ തുടച്ചു.

'ഫാൻ പ്രവർത്തിക്കുന്നില്ല. ഭാഗ്യവശാൽ, ഞങ്ങൾ ക്രൈം ബ്രാഞ്ചിൽ നിന്നുള്ളവർക്ക് ഈ ചൂടൊക്കെ ശീലമാണ്!' അശോകൻ പരിഹാസ സ്വരത്തിൽ പറഞ്ഞു.

'ഇങ്ങനെയാണോ നിങ്ങൾ ഒരു നിരപരാധിയോട് പെരുമാറുന്നത്?' സൂരജ് ദേഷ്യത്തോടെ കൈകൾ ഉയർത്തി ക്കൊണ്ട് ചോദിച്ചു.

'സുഖസൗകര്യങ്ങളൊക്കെയാണ് ശീലം, അല്ലേ?'

'എന്നു വെച്ചാൽ?'

'ഒന്നുമില്ല. നിങ്ങളുടെ വിവാഹത്തിന് ശേഷം നിങ്ങളുടെ ജീവിതനിലവാരം ഗണ്യമായി മെച്ചപ്പെട്ടുവെന്ന് കേസ് ഡയറി ക്കുറിപ്പുകളിൽ കണ്ടിരുന്നത് ഓർത്തതാണ്.'

സൂരജിന്റെ മുഖത്ത് ആദ്യമായി ചെറിയൊരു ഭയം തെളിഞ്ഞു.

അശോകൻ തുടർന്നു, 'അപ്പോൾ, നിങ്ങൾക്ക് സ്ത്രീധനമായി എത്ര പണം ലഭിച്ചു?'

'സർ! അങ്ങനെയൊന്നും ഞങ്ങൾ ആവശ്യപെട്ടിട്ടില്ല,' സൂരജ് പറഞ്ഞു.

'അതെയോ? വിചിത്രം. നിങ്ങളുടെ ഭാര്യയുടെ, ക്ഷമിക്കണം, നിങ്ങളുടെ മരിച്ചുപോയ ഭാര്യയുടെ മാതാപിതാക്കൾ മറിച്ചാണ് ചിന്തിക്കുന്നതെന്നാണല്ലോ ഞാൻ അറിഞ്ഞത്.'

'സർ, സത്യസന്ധമായി പറഞ്ഞാൽ, അവർക്ക് ഒരിക്കലും എന്നെ ഇഷ്ടമായിരുന്നില്ല. അതുകൊണ്ട് അവർ എന്നെക്കുറിച്ച് എന്തെങ്കിലുമൊക്കെ അസംബന്ധങ്ങൾ പ്രചരിപ്പിച്ചാൽ പോലും എനിക്കതിൽ അത്ഭുതമില്ല.'

'അല്പം മനസ്സലിവ് കാണിക്കു സൂരജ്. വളരെ കഴിവുള്ള ഒരു മകളെയാണ് അവർക്ക് നഷ്ടമായത്.'

'കഴിവോ?' സൂരജ് പരിഹസിച്ചു.

'നിങ്ങൾക്ക് അംഗീകരിക്കാനാവാത്ത എന്തെങ്കിലുമാണോ ഞാൻ പറഞ്ഞത്?'

സൂരജ് കുറച്ചു നേരം മിണ്ടാതെ എന്തൊക്കെയോ പിറുപിറുത്തു.

'സൂരജ്, എനിക്ക് തോന്നുന്നത്, നീ നിന്റെ ഉള്ളിൽ പലതും അടക്കിവെച്ചിട്ടുണ്ടെന്നാണ്. നമുക്കൊരു ഇടവേള ആയാലോ?' അശോകൻ ചോദിച്ചു. പക്ഷേ സൂരജ് മറുപടി പറയുന്നതിന് മുമ്പ് തന്നെ അയാൾ മുറിയിൽ നിന്ന് ഇറങ്ങിക്കഴിഞ്ഞിരുന്നു.

ഹ്രസ്വമായ ഈ സംഭാഷണം സൂരജിനെ വല്ലാതെ അസ്വസ്ഥനാക്കി. അശോകൻ എന്തോ കരുതിക്കൂട്ടിയാണ് നിൽക്കുന്നതെന്ന് അയാൾക്ക് മനസ്സിലായി. എങ്ങനെയും അയാളെ മറികടക്കണമെന്ന് സൂരജ് തീവ്രമായി ആഗ്രഹിച്ചു. ഒരു മുഴുനീള ചോദ്യം ചെയ്യലിൽ താൻ ഒഴിവാക്കേണ്ട കാര്യങ്ങൾ എന്തൊക്കെയെന്ന് അയാൾ മനസ്സിൽ കണക്ക് കൂട്ടി. സുരേഷായിരുന്നു ആ പട്ടികയിൽ ഒന്നാം സ്ഥാനത്ത്.

അരമണിക്കൂറിനുശേഷം തിരികെ വന്ന അശോകൻ, കൈയിലിരുന്ന കടലാസുകെട്ട് മുറിയുടെ ഒരു കോണിൽ ഒതുക്കിയിട്ടിരുന്ന മേശപ്പുറത്തേക്ക് വച്ചു. അപ്പോഴേക്കും സൂരജ് വിയർത്തു കുളിച്ചിരുന്നു. അശോകൻ അയാൾക്ക് ഒരു ടവൽ കൈമാറി. പക്ഷേ സൂരജ് അത് നിരസിച്ചു.

'അപ്പോൾ നമ്മൾ എവിടെയായിരുന്നു പറഞ്ഞുനിർത്തിയത്?' അശോകൻ ചോദിച്ചു. 'ങാ... തന്റെ ഭാര്യയുടെ അച്ഛനമ്മമാരെ തനിക്ക് തീരെ ഇഷ്ടമല്ല, അല്ലേ?'

'അങ്ങനെ ഒന്നുമില്ല സർ. നേരെമറിച്ച്, ഞാൻ അവരോട് എപ്പോഴും നല്ല രീതിയിലേ പെരുമാറിയിട്ടുള്ളൂ.'

'അത് അങ്ങനെയാണെന്ന് എനിക്ക് ഉറപ്പുണ്ട്. സത്യത്തിൽ, വിജയസേനന്റെ ബാങ്ക് സ്റ്റേറ്റ്മെന്റിലും അത് വ്യക്തമായി പ്രതിഫലിക്കുന്നുണ്ട്!'

'സർ, ഞാൻ ആ പണം തിരികെ നൽകാൻ തുടങ്ങുകയായിരുന്നു.'

'അപ്പോൾ ഒരിക്കലും താങ്കൾ സ്ത്രീധനം ആവശ്യപ്പെട്ടിരുന്നില്ലേ?'

'ഇല്ല സർ. എന്റെ ഭാര്യയെയും കുഞ്ഞിനെയും നന്നായി നോക്കണം എന്നുള്ളത് കൊണ്ട് മാത്രമാണ് ഞാൻ പണം കടം വാങ്ങിയത്.'

അശോകൻ മുറിയിലെ മേശയുടെ അടുത്തേക്ക് നീങ്ങി അവിടെ സൂക്ഷിച്ചിരുന്ന കടലാസ്സുകൾ മറിച്ചു നോക്കാൻ തുടങ്ങി. ഇവയിൽ ഭൂരിഭാഗവും ശൂന്യമായ കടലാസ്സുകളായിരുന്നു എന്നത് സൂരജിന് അറിയില്ലായിരുന്നു. ചോദ്യം ചെയ്യലിൽ സൂരജിന്റെ മാനസിക സമ്മർദ്ദം വർദ്ധിപ്പിക്കുന്നതിനുള്ള നാടകീയമായ ഉപാധികളായിരുന്നു അവ. അശോകൻ നൂറോളം കടലാസ്സുകൾ ഒന്നൊന്നായി മറിച്ചിടുന്നത് നോക്കിനിൽക്കെ, ആ പോലീസുകാരൻ പുറത്തേയ്ക്ക് ഇറക്കിവിടാൻ പോകുന്ന ഭൂതത്തിന് വേണ്ടി കാത്തിരിക്കുകയായിരുന്ന അവന്റെ ഹൃദയം ഉച്ചത്തിൽ മിടിക്കുന്നുണ്ടായിരുന്നു.

ഒടുവിൽ, അശോകൻ അവയുടെ നടുവിൽ നിന്ന് ഒരു കടലാസ് എടുത്ത് സൂരജിന്റെ മുഖത്തിന് നേരെ പിടിച്ചു. 'നിങ്ങളുടെ കുടുംബത്തെ നേരാംവണ്ണം നോക്കാൻ ഈ നമ്പറിന്റെ മറുവശത്തുള്ള വ്യക്തിയും നിങ്ങളെ സഹായിക്കുന്നുണ്ടാവുമല്ലോ അല്ലേ?' അയാൾ പരിഹാസത്തോടെ പറഞ്ഞു.

'സർ, എനിക്ക് മനസ്സിലായില്ല,' സൂരജ് പിറുപിറുത്തു. സുരേഷിന്റെ നമ്പർ വ്യക്തമായി ഹൈലൈറ്റ് ചെയ്തിരിക്കുന്ന തന്റെ കോൾ റെക്കോർഡുകൾ മുന്നിലെ പേപ്പറിൽ കണ്ട അവൻ കഷ്ടപ്പെട്ട് ഉമിനീർ ഇറക്കി. തന്റെ കോൾ ഹിസ്റ്ററി ഡിലീറ്റ് ചെയ്തതുകൊണ്ട്, തന്റെ നെറ്റ്‌വർക്ക് സേവന ദാതാവിന്റെ സെർവറിൽ റെക്കോർഡ് ചെയ്ത ഡാറ്റയെ മായ്ച്ചു കളയാനാവില്ലെന്ന് അയാൾക്ക് അറിയില്ലായിരുന്നു.

'ശരിക്കും? പാമ്പുകളെക്കുറിച്ചും ശാപങ്ങളെക്കുറിച്ചും നിങ്ങൾക്ക് ധാരാളം കാര്യങ്ങൾ അറിയാമെന്നാണ് ഞാൻ കരുതിയത്. നിങ്ങൾ എന്റെ സഹപ്രവർത്തകനായ പുഷ്പകുമാറിനെ അമാനുഷികതയുടെ വിശ്വാസിയാക്കി മാറ്റി.'

സൂരജ് മൗനം പാലിച്ചു.

'നമ്മളിവിടെ ഇങ്ങനെ സംസാരിക്കുമ്പോൾ ഈ നമ്പറിന്റെ ഉടമയെയും മറ്റൊരിടത്ത് ചോദ്യം ചെയ്യുന്നുണ്ട്. ഞങ്ങളുടെ ഭാഗ്യത്തിന് അവൻ എല്ലാം പച്ചവെള്ളം പോലെ പറയുകയാണ്,' അശോകൻ വീണ്ടും കള്ളം പറഞ്ഞു. സുരേഷിനെ ചോദ്യം ചെയ്യാൻ ഇതുവരെ വിളിച്ചിട്ടില്ലെന്നതാണ് സത്യം. എന്നാൽ

സുരേഷിനെ ചോദ്യം ചെയ്യുന്നതിനു മുമ്പ് സൂരജിനെ വലയ്ക്കാനും കൂടുതൽ വിവരങ്ങൾ നേടാനും അശോകൻ ശ്രമിക്കുകയായിരുന്നു.

'സർ, അവനെ വിശ്വസിക്കരുത്. അവന് എന്തോ ദുരുദ്ദേശമുണ്ട്.'

'അങ്ങനെയോ? സൂരജ്, നിങ്ങളെ ചുറ്റിപ്പറ്റിയുള്ള എല്ലാവർക്കും നിങ്ങളുടെ നേർക്ക് ദുരുദ്ദേശമുണ്ടാവാൻ എന്തെങ്കിലും കാരണമുണ്ടോ?'

'സർ, ഞാൻ നിരപരാധിയാണ്. നിങ്ങൾ എന്നെ വിശ്വസിക്കണം.'

'നമുക്ക് മറ്റൊരു ഇടവേള എടുക്കാം. ആ ചിന്തയും നിഷ്കളങ്കത നിറഞ്ഞ ആ നോട്ടവും അങ്ങനെതന്നെ വച്ചോളൂ.'

ഈ ഇടവേള സൂരജിന് ആശ്വാസം പകരുന്നതായിരുന്നു. പക്ഷേ അത് അവന്റെ മനസ്സിനെ വലിയ ആശയക്കുഴപ്പത്തിലേക്ക് നയിച്ചു. സുരേഷുമായുള്ള ബന്ധം നേരത്തെ കണ്ടെത്തിയതിനാൽ സംഭവങ്ങളുടെ വിവരണം താൻ മാറ്റേണ്ടിവരുമെന്ന് അവൻ മനസ്സിലോർത്തു. കുറ്റം മുഴുവൻ സുരേഷിന്റെ തലയിൽ കെട്ടിവെക്കുക മാത്രമാണ് തന്റെ തടിയൂരാനുള്ള ഏക പോംവഴിയെന്ന് അയാൾ തിരിച്ചറിഞ്ഞു.

\\\\\\\\\\\\\\\\

സൂരജിന്റെ ചോദ്യം ചെയ്യലിലെ ഈ ഇടവേള മുമ്പത്തേതിനേക്കാൾ ഹ്രസ്വമായിരുന്നു. അവൻ പറയാനുദ്ദേശിക്കുന്ന കഥയുടെ ഏറ്റവും പുതിയ പതിപ്പ് പരിഷ്കരിക്കാനും പുനർനിർമ്മിക്കാനും വേണ്ടത്ര സമയം നൽകാൻ അശോകൻ ആഗ്രഹിച്ചില്ല.

'നമുക്ക് തുടർന്നാലോ?' മുറിയിലേക്ക് കടക്കുമ്പോൾ അശോകൻ ചോദിച്ചു.

സൂരജ് തലയാട്ടി.

'സുരേഷിനെ എങ്ങനെ അറിയാം?'

'സർ, അയാൾ ഒരു പാമ്പുപിടുത്തക്കാരനാണ്. യൂട്യൂബിൽ ഞാൻ അയാളുടെ വീഡിയോകൾ കാണാറുണ്ടായിരുന്നു.'

'അതുശരി. പാമ്പുകളോട് നിങ്ങൾക്കുള്ള ഈ താൽപര്യം എപ്പോൾ, എവിടെയാണ് തുടങ്ങിയത്?'

'സർ, ഞങ്ങളുടെ പ്രദേശത്ത് ധാരാളം പാമ്പുകളെ കണ്ടിട്ടുണ്ട്.

പാമ്പുകളെക്കുറിച്ച് ആളുകളെ ബോധവത്കരിക്കാൻ ഒരു ക്ലാസ്സ് നടത്താൻ കഴിയുന്ന ഒരാളെ ഞാൻ തിരയുകയായിരുന്നു.'

'എന്നിട്ട് സുരേഷിൽ നിങ്ങൾ ഗുരുവിനെ കണ്ടെത്തിയോ?' അശോകൻ സൂരജിന്റെ കണ്ണുകളിലേക്ക് നോക്കി.

'ഉവ്വ് സർ. അയാൾക്ക് പാമ്പുകളെ പിടികൂടുന്നതിലും രക്ഷപ്പെടുത്തുന്നതിലുംഏറെവൈദഗ്ധ്യമുണ്ട്.എന്റെപ്രദേശത്തുള്ള ആളുകൾക്ക് പാമ്പുകളെക്കുറിച്ച് ഒരു ബോധവൽക്കരണം ആവശ്യമാണെന്ന് എനിക്കറിയാമായിരുന്നു.'

'തുടരൂ.'

'അതിനാൽ ഞാൻ അദ്ദേഹവുമായി ബന്ധപ്പെട്ടു. അദ്ദേഹം എന്റെ ഗ്രാമത്തിൽ വരാമെന്ന് സമ്മതിച്ചു.'

'സുരേഷിനോട് ഈ ബോധവത്കരണ ക്ലാസ്സിനെക്കുറിച്ച് സംസാരിക്കാൻ വേണ്ടി മാത്രമാണോ നിങ്ങൾ ഈ ഫോൺ കോളുകളെല്ലാം ചെയ്തത്?'

'അല്ല സർ. അയാൾ ഒരു അത്യാഗ്രഹിയായിത്തീർന്നു. അയാൾ പണം ആവശ്യപ്പെടാൻ തുടങ്ങി.'

'നിങ്ങൾ പണം കൈകാര്യം ചെയ്യുന്ന രീതിയൊക്കെ നിങ്ങളുടെ കേസ് ഫയൽ കണ്ടപ്പോൾ മനസ്സിലായി. എന്നിട്ട് അയാൾക്ക് പണം നൽകാൻ നിങ്ങൾ സമ്മതിച്ചോ?'

ഇവിടെ കൃത്യമായ ഉത്തരം ഉണ്ടായിരുന്നില്ല. സൂരജ് അശോകനിൽ നിന്നും നോട്ടം മാറ്റി. ചോദ്യം ചെയ്യലിൽ സുരേഷ് എന്ത് പറയുമെന്നായിരുന്നു അയാളുടെ ചിന്ത മുഴുവനും.

'വെൽക്കം ബാക്ക്!' സൂരജ് ഒടുവിൽ അശോകന്റെ കണ്ണുകളിലേക്ക് വീണ്ടും നോക്കിയപ്പോൾ അശോകൻ പറഞ്ഞു.

'അതെ, അയാൾക്ക് പണം നൽകാൻ ഞാൻ സമ്മതിച്ചു. എല്ലാത്തിനുമുപരി, ഇത് ജനങ്ങളുടെ നന്മയെ കരുതി ഉള്ളതായിരുന്നല്ലോ,' അവൻ ദുർബ്ബലമായ സ്വരത്തിൽ പറഞ്ഞു.

'താങ്കൾ എത്ര വിശാലഹൃദയനാണ് സൂരജ്. പക്ഷേ, നിങ്ങൾ എന്നെ വിഡ്ഢിയാക്കാൻ നോക്കല്ലേ' അശോകൻ ആക്രോശിച്ചു.

'സർ, ദയവായി എന്നെ വിശ്വസിക്കൂ,' സൂരജ് അപേക്ഷിച്ചു.

'ശരി. നിനക്ക് പറയാനുള്ളതൊക്കെ ഞാൻ കേൾക്കാം. പറയൂ!'

'സർ, അന്ന് സുരേഷ് വന്നപ്പോൾ, അയാൾ വളരെ അശ്രദ്ധനായിരുന്നു,' സൂരജ് സംഭവങ്ങളുടെ ഒരു പരമ്പര

മനസ്സിൽ നിർമ്മിക്കാൻ തുടങ്ങി. 'അയാൾ അന്ന് പാമ്പിനെ സുരക്ഷിതമായി വച്ചില്ല. ക്ലാസ്സിനു ശേഷം തന്റെ കഴിവുകൾ പ്രകടിപ്പിക്കാൻ ശ്രമിക്കുന്നതിനിടയിൽ അയാളുടെ കൈയ്യിൽ നിന്നും പാമ്പിനെ നഷ്ടപ്പെട്ടു.'

'അത് ഏത് പാമ്പായിരുന്നു?'

'സർ, അതൊരു ചേനത്തണ്ടനായിരുന്നു.'

'മാരകമായ കടിയേറ്റത് മൂർഖനിൽ നിന്നായിരുന്നില്ലേ?'

'ഉത്രയെ രണ്ടാം തവണ കടിച്ചതായിരുന്നു മൂർഖൻ, സർ.'

'ഓ ശരിയാ! പാമ്പുകടിയേറ്റ രണ്ട് സംഭവങ്ങളാണല്ലോ നാം പരിഗണിക്കുന്നത്. തികച്ചും യാദൃശ്ചികം, അല്ലേ?'

താൻ വിഷമസ്ഥിതിയിൽ ആവുന്നു എന്ന് കണ്ട സൂരജ് വീണ്ടും അമാനുഷികതയിലേക്ക് തിരിഞ്ഞു, 'സർ, സർപ്പശാപമായിരിക്കണം!'

സീറ്റിൽ നിന്ന് എഴുന്നേറ്റ അശോകൻ മുറിയിലെ മേശ സൂരജിന്റെ അടുത്തേക്ക് വലിച്ചിട്ട ശേഷം അതിൽ ഇരുന്ന് അയാളെ ഗൗരവത്തോടെ ഒന്ന് നോക്കി, 'സുരേഷും എന്റെ കസ്റ്റഡിയിലാണ്. ഞാൻ ഇതിനകം പറഞ്ഞതുപോലെ, അവൻ എല്ലാം തുറന്നു പറയുന്നുണ്ട്. നിന്റെയീ കള്ളക്കഥകളൊക്കെ മതിയാക്കി സത്യം പറയുന്നതാണ് നിനക്ക് നല്ലത്. ഞാൻ നിന്നെ രാത്രി ലോക്കപ്പിലേക്ക് മാറ്റുകയാണ്. നേരം വെളുത്ത് നമ്മൾ ഈ ചോദ്യം ചെയ്യൽ പുനരാരംഭിക്കുമ്പോഴേക്കും നിന്റെ ചിന്തകൾക്കും കുടി കുറച്ച് വെളിവ് വീണാൽ, അത് നിനക്ക് തന്നെ ഗുണം ചെയ്യും.'

തന്നെ വിട്ടയക്കണമെന്ന് സൂരജ് അശോകനോട് അപേക്ഷിക്കുകയും തന്റെ നിരപരാധിത്വത്തെക്കുറിച്ച് ആവർത്തിച്ച് വാദിക്കുകയും ചെയ്തിട്ടും അശോകൻ അവനെ ശ്രദ്ധിക്കാതെ മുറിയിൽ നിന്ന് ഇറങ്ങിപ്പോയി. സുരേഷിനെ പോലീസ് കസ്റ്റഡിയിൽ എടുത്തിരുന്നില്ല. എന്നിരുന്നാലും, സംശയത്തിന്റെ ബലത്തിൽ സുരേഷിനെ വിളിച്ചുവരുത്താൻ മതിയായ കാരണം സൂരജ് തന്നെ അശോകനോട് പറഞ്ഞു കഴിഞ്ഞു. രാവിലെ സുരേഷിനെ പോലീസ് സ്റ്റേഷനിലെത്തിക്കാൻ അദ്ദേഹം ഒരു കോൺസ്റ്റബിളിന് നിർദ്ദേശം നൽകി. അതിനിടയിൽ, കേസ് ഡയറിക്കുറിപ്പുകളും പുഷ്പകുമാർ വൃത്തിയായി തയ്യാറാക്കിയ മഹസറും വീണ്ടും പരിശോധിക്കാൻ അശോകൻ തീരുമാനിച്ചു. കാരണം ശരിയായ ചോദ്യങ്ങൾ രൂപപ്പെടുത്തുന്നതിൽ ഇവയ്ക്ക് വലിയ പങ്കുണ്ട്.

\\\\\\\\\\\\\\\\

24 മെയ് 2020

അശോകൻ നന്നായി ഉറങ്ങിയിരുന്നില്ല. അടുത്ത ദിവസം നടക്കാനിരുന്ന ചോദ്യം ചെയ്യലുകളെക്കുറിച്ചാലോചിച്ച് രാത്രിയുടെ ഭൂരിഭാഗവും അദ്ദേഹം തിരിഞ്ഞും മറിഞ്ഞും കിടന്നു. ഉള്ളിൽ ഒരു ഫെമിനിസ്റ്റായ അശോകൻ ഉത്രയ്ക്ക് നീതി ലഭിക്കണമെന്ന് ആത്മാർത്ഥമായി ആഗ്രഹിച്ചിരുന്നു. കേസിന്റെ ചുരുൾ എങ്ങനെയും അഴിക്കണം എന്നത് മാത്രമായിരുന്നു അദ്ദേഹത്തിന്റെ ചിന്ത. ഇത് സാധാരണ പാമ്പുകടിയേറ്റുള്ള മരണമാണെങ്കിൽ പോലും അതെങ്ങനെ സംഭവിച്ചു എന്ന സത്യം അറിയണം എന്നുണ്ടായിരുന്നു അദ്ദേഹത്തിന്. ആ ജിജ്ഞാസ അദ്ദേഹത്തിന്റെ മണിക്കൂറുകളുടെ ഉറക്കം അപഹരിച്ചു കളഞ്ഞു.

നേരം നന്നേ വെളുക്കുന്നതിന് മുൻപ് തന്നെ അശോകൻ കേസ് ഡയറികൾ വീണ്ടും പരിശോധിച്ചു തുടങ്ങി. തുടർന്ന് വീടിനടുത്ത് നടക്കാൻ ഇറങ്ങിയ അദ്ദേഹം നടക്കുന്നതിനിടയിൽ എങ്ങനെ ചോദ്യം ചെയ്യണം എന്നതിനൊരു പദ്ധതി മനസ്സിൽ സ്വരുക്കൂട്ടി. കാര്യങ്ങൾ അപ്രതീക്ഷിതമായി മാറിമറിഞ്ഞ് മനസ്സിലുള്ള പദ്ധതി നടപ്പിലാക്കാൻ കഴിയാതെ വന്നാൽ, അതിന് പകരമായി ചെയ്യാൻ കഴിയുന്ന ഒരു പ്ലാൻ ബി-യെ കുറിച്ചും അദ്ദേഹം ചിന്തിച്ചു.

രാവിലെ അശോകൻ പോലീസ് സ്റ്റേഷനിൽ എത്തിയപ്പോൾ സുരേഷ് അവിടെ വന്നിട്ടുണ്ടെന്ന് പറഞ്ഞു. അയാളെ ചോദ്യം ചെയ്യൽ മുറിയിലേക്ക് അയക്കാനും, ആ മുറിയിലെ വൈദ്യുതി ബന്ധം പുനഃസ്ഥാപിക്കാനും അദ്ദേഹം ഹോം ഗാർഡിനോട് പറഞ്ഞു.

'സുരേഷ്... യൂട്യൂബ് താരം!' എന്ന് പറഞ്ഞുകൊണ്ടാണ് അശോകൻ ചോദ്യം ചെയ്യൽ മുറിയിലേക്ക് കടന്നു ചെന്നത്.

അശോകനെ അഭിവാദ്യം ചെയ്യാൻ സുരേഷ് എഴുന്നേറ്റു നിന്നു. പോലീസുകാരോട് ഇടപെട്ടു ശീലിച്ച അയാൾ ഒരു നല്ല ആദ്യ മതിപ്പ് ഉണ്ടാക്കിയെടുക്കണം എന്ന് ഉറപ്പിച്ചിരുന്നു.

'ഇരിക്കു, ഇരിക്കു സുരേഷ്. നിങ്ങൾ പോലീസിന് വളരെ വേണ്ടപ്പെട്ട ഒരാളാണെന്ന് പറഞ്ഞു കേട്ടു,' അശോകൻ പറഞ്ഞു.

'നിങ്ങളുടെ ആശ്യങ്ങളിൽ എപ്പോഴും ഉണ്ടാകും, സർ,' സുരേഷ് താഴ്മയോടെ മറുപടി പറഞ്ഞു.

'അപ്പോൾ സൂരജിനും അങ്ങനെതന്നെ ആയിരുന്നോ?

താങ്കൾ അയാളുടെ ശമ്പളക്കാരനായിരുന്നോ?' അശോകൻ ചുറ്റിവളയ്ക്കാതെ നേരിട്ട് തന്നെ വിഷയം തൊടുത്തിട്ടു.

'സർ, താങ്കൾ എന്താണ് പറയുന്നത്? എനിക്ക് മനസ്സിലായില്ല.'

'ഉവ്വോ? അത് കൊള്ളാമല്ലോ. കാരണം നിങ്ങൾ അവന്റെ ഗുരുവിനെപ്പോലെയാണെന്നാണ് സൂരജ് പറഞ്ഞത്. പാമ്പു കളെക്കുറിച്ച് അവനറിയാവുന്നതെല്ലാം പഠിപ്പിച്ചു കൊടുത്തത് നിങ്ങളാണെന്ന് പറഞ്ഞു.'

'സർ, പാമ്പുകളെക്കുറിച്ച് പഠിപ്പിച്ചു തരണം എന്നാവശ്യ പ്പെട്ട് അയാൾ എന്നെ ബന്ധപ്പെട്ടിരുന്നു.'

'നിങ്ങൾ അത്ര ഒരു സാമൂഹിക വ്യക്തിയല്ലെന്നാണ് പോലീസ് സ്റ്റേഷനിലെ ജീവനക്കാർ എന്നോട് പറഞ്ഞത്. പിന്നെ എന്തിനാണ് സൂരജിനോട് മാത്രം ഒരു പ്രത്യേക ഇഷ്ടം?'

'സർ, ഇഴജന്തുക്കളെക്കുറിച്ച് പഠിക്കാൻ ആഗ്രഹിക്കുന്ന വരെ സഹായിക്കാൻ ഞാൻ എപ്പോഴും തയ്യാറാണ്.'

'അപ്പോൾ നിങ്ങളിൽ സഹായമനസ്ഥിതിയൊക്കെ ഉണ്ട്, അല്ലേ? നിങ്ങൾക്ക് സാമൂഹിക സേവനം ചെയ്യാൻ ഇഷ്ടമാണോ?'

'അതെ സർ.'

'പിന്നെ എന്തിനാണ് നിങ്ങൾ പ്രദർശനം നടത്തി സൂരജിൽ നിന്ന് പണം വാങ്ങിയത്?' അശോകൻ തന്റെ തുറുപ്പുചീട്ട് പുറത്തെടുത്തു.

ഈ ചോദ്യം ചെയ്യൽ തന്നെ കുഴക്കാൻ പോവുകയാണെന്ന് സുരേഷിന് മനസ്സിലായി. താൻ സൂരജിന് നൽകിയ പാമ്പുകളു മായി ഉത്രയുടെ മരണത്തിന് നേരിട്ട് ബന്ധമുണ്ടെന്ന് അദ്ദേഹം ഭയപ്പെട്ടു. എന്നാൽ ഒരു ശിക്ഷയും നേരിടാൻ ആഗ്രഹിക്കാത്ത അദ്ദേഹം നിരപരാധിയായി സ്വയം കാട്ടുവാൻ തീരുമാനിച്ചു.

'സർ, അങ്ങനെയൊരു ഏർപ്പാടിനെക്കുറിച്ച് എനിക്കറി യില്ല,' സുരേഷ് പിറുപിറുത്തു.

'ആയിരിക്കാം. അതുകൊണ്ടാണല്ലോ ഉത്തരം പറയാൻ ഇത്രയും സമയം എടുത്തത്. അപ്പോൾ സൂരജ് പണത്തിന്റെ കാര്യത്തിൽ കള്ളം പറയുകയാണോ?'

'സർ, അവൻ മറ്റാരെയെങ്കിലും കണ്ട് ഞാനാണെന്ന് തെറ്റിദ്ധരിച്ചുവെന്ന് തോന്നുന്നു.' ഇത് പറയുമ്പോഴും സുരേഷിന് സ്വന്തം വാക്കുകളെ വിശ്വസിക്കാൻ പ്രയാസമുണ്ടായിരുന്നു.

'നിങ്ങൾക്ക് ഇരട്ട സഹോദരനുണ്ടോ?' അശോകൻ ചിരിച്ചു.

'ഹഹ!' സുരേഷ് ബദ്ധപ്പെട്ട് ഒന്ന് പുഞ്ചിരിച്ചു.

'അപ്പോൾ സൂരജ് 8000 രൂപ ഏതോ ഒരു ആൾമാറാട്ട ക്കാരന് കൊടുത്തെന്നാണ് തോന്നുന്നത്...' അശോകൻ തലയാട്ടി.

'പണത്തിന്റെ കാര്യമൊന്നും എനിക്കറിയില്ല സർ.'

'പക്ഷേ നിങ്ങളന്നു പരിശീലന ക്ലാസ്സ് നടത്തിയിരുന്നില്ലേ?'

'ഉവ്വ് സർ. പക്ഷേ എനിക്ക് 10,000 രൂപ കിട്ടിയില്ല!'

'ഞാൻ എട്ട് എന്നാണ് പറഞ്ഞത്. പത്ത് എന്നല്ല.' അശോകൻ സുരേഷിനെ രൂക്ഷമായി നോക്കി.

'ഓഹ്... സോറി സർ. ഞാൻ ഉദ്ദേശിച്ചത് എട്ട് എന്നാണ്,' സുരേഷ് കുറ്റബോധത്താൽ വിറച്ചു.

'സുരേഷേ, നിങ്ങൾ അത്ര കണ്ണിൽച്ചോരയില്ലാത്ത വനൊന്നും അല്ല എന്ന് എനിക്കറിയാം. സത്യം പറയൂ.'

ആ പാമ്പുപിടുത്തക്കാരൻ അതിന് മറുപടിയൊന്നും പറഞ്ഞില്ല. സുരേഷിന് പെട്ടെന്ന് തന്റെ വികൃതമായ നടുവിരലിൽ ഒരു തരിപ്പനുഭവപ്പെട്ടു. അയാൾ ചെറുതായി വിറയ്ക്കാൻ തുടങ്ങി.

അശോകന്റെ തീക്ഷ്ണമായ കണ്ണുകൾ അയാളുടെ ശരീര ഭാഷയിലെ ഈ മാറ്റം അപ്പപ്പോൾ പിടിച്ചെടുക്കുന്നുണ്ടായിരുന്നു.

'സുരേഷേ, നീ ഒരുപാട് ത്യാഗം ചെയ്തിട്ടുണ്ടെന്ന് എനിക്ക റിയാം,' അശോകൻ സമാധാനിപ്പിച്ചു. 'ഞാൻ നിങ്ങളുടെ പക്ഷത്താണ്. എന്നെ വിശ്വസിക്കാം. ദയവായി എന്നോട് സത്യം പറയൂ.' ആ മിടുക്കനായ ഡിറ്റക്ടീവിന്, നല്ല പോലീസുകാരന്റെ ഭാവം വളരെ സ്വാഭാവികമായിത്തന്നെ വന്നു.

സുരേഷ് വിങ്ങിക്കരയാൻ തുടങ്ങി.

'സുരേഷേ, സത്യം പറ!' അശോകൻ അതിൽത്തന്നെ ഉറച്ചുനിന്നു.

'സർ, അതെല്ലാം ചെയ്തത് അവനായിരുന്നു. ഞാൻ ഒരു തെറ്റും ചെയ്തിട്ടില്ല.'

'ആര്?'

സുരേഷ് നിശ്ശബ്ദതയിലേക്ക് പിൻവാങ്ങി. അയാളുടെ പക്കൽ 'ശരിയായ' ഉത്തരങ്ങൾ ഉണ്ടായിരുന്നില്ല.

'നിങ്ങളുടെ കൂട്ടു-കുറ്റവാളിയെ ഞാൻ ഇവിടെ എത്തിക്കാം. നിങ്ങൾ രണ്ടുപേർക്കും എന്താണ് പറയാനുള്ളതെന്ന് നോക്കാമല്ലോ'.

'സൂരജ് ഇവിടെ ഉണ്ടോ?' തന്റെ കാൽക്കീഴിലെ മണ്ണ് അക്ഷരാർത്ഥത്തിൽ തന്നെ വഴുതിപ്പോകുന്നതായി സുരേഷിന് തോന്നി.

'അതെ അവൻ തന്നെ. നിങ്ങൾ അവന്റെ പേര് മറന്നിട്ടില്ലല്ലോ. സന്തോഷം,' അശോകൻ പരിഹസിച്ചു.

'സർ, ഞാൻ പാമ്പുകളെ നൽകി എന്നേയുള്ളൂ. അവൻ ഈ പൈശാചിക ഗൂഢാലോചന നടത്തുകയാണെന്ന് എനിക്കറിയില്ലായിരുന്നു,' സുരേഷ് തളർന്ന സ്വരത്തിൽ പറഞ്ഞു.

'അതൊക്കെ നമുക്ക് കാണാം!' വിജയാഹ്ലാദത്തോടെ അശോകൻ തിരിച്ചടിച്ചു. അദ്ദേഹം ചോദ്യം ചെയ്യൽ മുറിയിൽ നിന്ന് പുറത്തിറങ്ങി. പോകുന്ന വഴി അദ്ദേഹം ഫാനിന്റെ വേഗത കൂട്ടി. തന്റെ കരച്ചിലിന്റെ ശബ്ദത്തിനെ വിഴുങ്ങിക്കൊണ്ട് ഫാനിന്റെ ശബ്ദം ഉയർന്നപ്പോൾ, സുരേഷ് തലയുയർത്തി ഫാനിലേക്ക് നോക്കി.

അന്ന് രാവിലെ നടക്കുന്നതിനിടയിൽ മനസ്സിൽ വിഭാവനം ചെയ്തു വച്ചിരുന്ന അതേ ചോദ്യം ചെയ്യൽ ശൈലിയിലാണ് അശോകൻ ഉറച്ചുനിന്നത്. വ്യക്തമായും, അത് ഫലം കണ്ടു. എന്നിരുന്നാലും, പ്ലാൻ ബി പ്രാവർത്തികമാക്കണം എന്നൊരു ചിന്തയും അദ്ദേഹത്തിൽ ഉടലെടുത്തു – സൂരജിനേയും സുരേഷിനേയും ഒരുമിച്ച് ചോദ്യം ചെയ്യുക എന്നതായിരുന്നു അത്.

\\\\\\\\\\\\\\\\.

അങ്ങനെ ഗുരുവും ശിഷ്യനും ഒന്നിച്ച് ചോദ്യം ചെയ്യൽ മുറിയിൽ എത്തപ്പെട്ടു. അവർ അവിടെ ഒതുങ്ങിക്കൂടിയിരുന്നു. ഉത്രയുടെ മരണത്തിന് ശേഷമുള്ള അവരുടെ ആദ്യ കൂടിക്കാഴ്ചയായിരുന്നു ഇത്. മുറിക്കുള്ളിൽ അസ്വസ്ഥത കനത്ത് തൂങ്ങിക്കിടന്നിരുന്നു. രണ്ടുപേരും ഒരക്ഷരം മിണ്ടിയില്ല. അവരുടെ കണ്ണുകൾ ഒന്നു രണ്ട് തവണ കൂട്ടിമുട്ടി. പക്ഷേ ഉടൻ തന്നെ അവർ നോട്ടം മാറ്റി. ചോദ്യം ചെയ്യൽ മുറിയിലെ ഫാൻ നന്നാക്കിയത് സൂരജിന്റെ ശ്രദ്ധയിൽപ്പെട്ടു.

കാപ്പി കുടിക്കുകയായിരുന്ന അശോകൻ, മസാല ചായ ഉണ്ടാക്കി കുടിക്കുകയായിരുന്ന എസ്എച്ച്ഒയുമായി സംസാരിച്ചു കൊണ്ടിരുന്നു.

'നിങ്ങളുടെ ടീം നടത്തിയ സമഗ്രമായ അന്വേഷണം ഈ

കേസിൽ വലിയ സഹായമാണ്. ലോക്കൽ പോലീസ് ഇത്ര ശ്രുഷ്കാന്തി കാണിച്ച കേസുകൾ അപൂർവ്വമായി മാത്രമേ സി ബി (CB) ടീം കാണാറുള്ളൂ,' അശോകൻ പോലീസ് സ്റ്റേഷൻ മേധാവിയെ അഭിനന്ദിച്ചു.

'നന്ദി സർ. ക്രൈം ഗ്രാഫ് കുതിച്ചുയരാനുള്ള പ്രവണത യെക്കുറിച്ച് ഞാൻ ശരിക്കും ആശങ്കാകുലനാണ്. ഈ സാഹച ര്യത്തെ നേരിടാനുള്ള ഏക മാർഗ്ഗം നമ്മുടെ എല്ലാ ജോലികളിലും സൂക്ഷ്മത പുലർത്തുക എന്നതാണ്.' ഇത് പറയുമ്പോൾ ഗോപാൽ നായരിൽ വല്ലാത്തൊരു അഭിമാനം നിറഞ്ഞിരുന്നു.

'ഗോപാൽ നായർ, ഈ കേസിനെക്കുറിച്ച് നിങ്ങൾക്ക് എന്താണ് പറയാനുള്ളത്? കേസ് ഇപ്പോൾ കൈകാര്യം ചെയ്യുന്നത് ഞങ്ങളാണെങ്കിലും നിങ്ങളിൽ നിന്നും നിങ്ങളുടെ ടീമിൽ നിന്നുമുള്ള ഏത് വിവരവും ഞങ്ങൾക്ക് വളരെ ഉപയോഗ പ്രദം ആയിരിക്കും,' അശോകൻ പറഞ്ഞു.

'സർ, എന്റെ അഭിപ്രായം ചോദിച്ചതിൽ സന്തോഷമുണ്ട്. ഒരു സ്ത്രീ പാമ്പുകടിയേറ്റു മരിക്കുന്ന ഒരു നിസ്സാര സംഭവമാണി തെന്നാണ് ആദ്യം ഞാൻ കരുതിയത്. പക്ഷേ അതിനുശേഷം എന്റെ ധാരണയിൽ വലിയ മാറ്റമുണ്ടായി. പാമ്പുകടിയേറ്റ ആദ്യ സംഭവത്തിനും, രണ്ടാമത്തേതിന് നൽകുന്ന അതേ പ്രാധാന്യം നൽകണമെന്നാണ് എനിക്ക് തോന്നുന്നത്. പുഷ്പഗിരി ഹോസ്പിറ്റ ലിൽ ചികിത്സ നടക്കുമ്പോൾ ഉത്രയുടെ വേദനയും അവസ്ഥയും അസഹനീയമായിരുന്നു. അത് കണ്ടിട്ടും രണ്ടാമതൊരു ശ്രമം നടത്താൻ തുനിഞ്ഞിട്ടുണ്ടെങ്കിൽ, ആ വ്യക്തി ഹൃദയശൂന്യനായ ഒരു കൊലപാതകിയാണ്. ഈ കുറ്റകൃത്യത്തിൽ ഒന്നല്ല, മറിച്ച് രണ്ട് കൊലപാതകങ്ങളുടെ ഭാരമുണ്ടെന്ന് ഞാൻ കരുതുന്നു.' ഗോപാൽ നായരുടെ വാക്കുകൾ ഹൃദയഭേദകമായിരുന്നു. ഇരയാക്കപ്പെട്ടവളുടെ ദയനീയാവസ്ഥ അദ്ദേഹത്തെ വല്ലാതെ ഉലച്ചിരുന്നു.

'ഗോപാൽ നായർ, ഇരയോട് സഹാനുഭൂതി കാണിക്കുന്നത് ഒരു പോലീസുകാരന്റെ ജോലിയല്ലെന്നാണ് പലപ്പോഴും പറയ പ്പെടാറ്. എന്നാൽ നിങ്ങളുടെ വൈകാരികമായ പ്രസ്താവനയിൽ, പ്രതിഭാധനനായ ഒരു കുറ്റാന്വേഷകന് മാത്രം പര്യവേക്ഷണം ചെയ്യാൻ കഴിയുന്ന ഒന്നിലധികം തലങ്ങൾ ഞാൻ കാണുന്നുണ്ട്. ചോദ്യം ചെയ്യലിൽ ഈ തലങ്ങൾ എന്നെ സഹായിക്കുമെന്ന് എനിക്കുറപ്പുണ്ട്. നമ്മൾ സംശയത്തിന്റെ നിഴലിൽ നിർത്തി

യിരിക്കുന്നവരെ കാണിച്ചുകൊടുക്കണം അവർ ചെയ്യതിന്റെ ഭവിഷ്യത്ത് എന്താണെന്ന്.'

അശോകൻ കസേരയിൽ നിന്നെഴുന്നേറ്റ് ചോദ്യം ചെയ്യൽ മുറിയിലേക്ക് വേഗത്തിൽ നടന്നു. തന്റെ സീനിയറിനൊപ്പം ഗോപാൽ നായരും എഴുന്നേറ്റു.

തളർന്ന ചുമലുകളും, കുനിഞ്ഞ ശിരസ്സുകളുമായി സൂരജും സുരേഷും ചോദ്യം ചെയ്യൽ മുറിക്കുള്ളിൽ ഇരിക്കാൻ തുടങ്ങിയിട്ട് അര മണിക്കൂർ കഴിഞ്ഞിരുന്നു. ഫാൻ ഫുൾ സ്പീഡിലായിരുന്നിട്ടും അവർ ഇരുവരും നന്നായി വിയർക്കുന്നുണ്ടായിരുന്നു.

അല്പം കഴിഞ്ഞപ്പോൾ അശോകൻ ആ മുറിയിലേക്ക് ഗാംഭീര്യത്തോടെ കടന്നു ചെന്നു. തന്റെ കോളർ നേരെയാക്കിയ ശേഷം, സംശയാസ്പദമായ അവസ്ഥയിലുള്ള അവർ രണ്ടു പേരുടെയും കണ്ണുകളിലേക്ക് നോക്കി. മുറിയിലെ മേശപ്പുറത്ത് അദ്ദേഹം ഒരു കടലാസുകെട്ട് വെച്ചു.

'പിന്നെ, ആയുധ പങ്കാളികൾ രണ്ടുപേരും എന്ത് പറയുന്നു?'

അശോകന്റെ വാക്ക് കേട്ട് സൂരജും സുരേഷും പരസ്പരം ഒന്ന് പാളി നോക്കി.

'കഴിഞ്ഞു പോയ കാര്യങ്ങളെക്കുറിച്ച് പറഞ്ഞു കരഞ്ഞിട്ട് എന്ത് കാര്യം? നമുക്ക് സംസാരിക്കാം!' അശോകൻ സുരേഷിനെ നോക്കി പറഞ്ഞു, 'നമുക്ക് നിങ്ങളിൽ നിന്ന് തുടങ്ങാം.'

സുരേഷ് ഒന്ന് നേരെയിരുന്നപ്പോൾ കസേര ഞരങ്ങി. ഭയന്നിരിക്കുകയായിരുന്ന അയാൾ വികൃതമായ വിരൽ ഇടവിടാതെ ഉരസിക്കൊണ്ടിരുന്നു.

'ഉത്രയെ കൊന്നത് നിങ്ങളാണെന്നാണ് സൂരജ് പറഞ്ഞത്!' അശോകൻ ഉറക്കെ പറഞ്ഞു.

'ഇല്ല! ഇല്ല! സർ, എനിക്ക് കൊലപാതകവുമായി ഒരു ബന്ധവുമില്ല. എന്റെ മകളാണേ സത്യം. ഞാൻ പാമ്പിനെ നൽകിയതേയുള്ളൂ,' സുരേഷ് ആശയറ്റത് പോലായി.

'നുണയൻ! നിന്റെ അശ്രദ്ധമൂലമാണ് എന്റെ ഭാര്യ മരിച്ചത്!' സൂരജ് ആക്രോശിച്ചു.

'ആഹാ! അപ്പൊ നിങ്ങൾ രണ്ടുപേരും പരസ്പരം സംസാരി ക്കാറുണ്ടല്ലേ?' അശോകൻ ചിരിച്ചു.

കസേരയിൽ നിന്ന് വഴുതിയിറങ്ങിയ സുരേഷ് അശോകന്റെ ഇടതുകാലിൽ മുറുകെപ്പിടിച്ച് ഉറക്കെ കരയാൻ

തുടങ്ങി. താനും പെട്ടെന്ന് തന്നെ നാടകീയമായി എന്തെങ്കിലും ചെയ്യണമെന്ന് സൂരജിന് തോന്നി. സുരേഷിന്റെ പ്രവൃത്തികൾ പകർത്തിയ അയാൾ അശോകന്റെ വലതുകാലിൽ കടന്നു പിടിച്ചു ഉറക്കെ കരയാൻ തുടങ്ങി. കൈകാര്യം ചെയ്ത കുറ്റത്തിലെ പൊരുത്തക്കേടുകൾ പോലെതന്നെ, യാതൊരു യോജിപ്പുമില്ലാത്തതായിരുന്നു അവരുടെ സമൂഹ നിലവിളികൾ.

'മിണ്ടിപ്പോകരുത്! കുറ്റവാളികളോട് എനിക്ക് യാതൊരു ദയയുമില്ല!' അശോകൻ തിടുക്കത്തിൽ എഴുന്നേറ്റു. രണ്ടുപേരിൽ നിന്നും സ്വയം മോചിപ്പിക്കാനെന്നോണം അദ്ദേഹം ഒരു പടി പിന്നിലേക്ക് നീങ്ങി. 'നിങ്ങളെ രണ്ടുപേരെയും അറസ്റ്റ് ചെയ്യാൻ മതിയായ തെളിവുകൾ എന്റെ പക്കലുണ്ട്. നിങ്ങൾക്ക് എന്തെങ്കിലും പറയാൻ ആഗ്രഹമുണ്ടെങ്കിൽ, ഇപ്പോൾ പറഞ്ഞോളൂ.'

'സർ, എന്നോട് ക്ഷമിക്കണം. ഈ മനുഷ്യന് ഞാൻ പാമ്പിനെ നൽകാൻ പാടില്ലായിരുന്നു. പക്ഷേ സർ, കൊലപാതകവുമായി എനിക്ക് യാതൊരു ബന്ധവുമില്ല,' സുരേഷ് കേണപേക്ഷിച്ചു.

അപ്പോഴേക്കും സൂരജ് ഒരു വിചിത്രമായ നിശബ്ദതയിലേക്ക് പിൻവാങ്ങിയിരുന്നു. അശോകനെപ്പോലെ പരിചയസമ്പന്നനായ ഒരു കുറ്റാന്വേഷകന് പോലും ആ മനുഷ്യന്റെ ശരീരഭാഷയിൽ പെട്ടെന്നു വന്ന ആ മാറ്റം മനസ്സിലാക്കാൻ കഴിഞ്ഞില്ല.

'അങ്ങനെ പൂച്ച് പുറത്തായി, സൂരജ്. അതോ, പാമ്പ് പാത്രത്തിൽ നിന്ന് പുറത്തു ചാടി എന്ന് പറയണോ?'

സൂരജ് ഭീഷണിപ്പെടുത്തുന്ന ഭാവത്തോടെ അശോകനെ തുറിച്ചു നോക്കി.

'നിങ്ങൾ ഉത്രയോട് അവജ്ഞയോടെയാണ് പെരുമാറിയതെന്ന് എനിക്ക് നല്ല തീർച്ചയുണ്ട്. അവളുടെ ദുരവസ്ഥ ഒന്ന് ഓർത്തുനോക്കിയേ. അവൾക്ക് തന്റെ കുട്ടിയെ പരിപാലിക്കേണ്ടതുണ്ടായിരുന്നു; സ്വന്തം വൈകല്യം മൂലമുള്ള ബുദ്ധിമുട്ടുകൾ അഭിമുഖീകരിക്കേണ്ടതുണ്ടായിരുന്നു; പിന്നെ, എല്ലാറ്റിനുമുപരിയായി, പീഡിപ്പിക്കുന്ന ഭർത്താവിനൊപ്പം ജീവിക്കേണ്ടതുമുണ്ടായിരുന്നു. നമ്മുടെ നാടിന്റെ സൽപ്പേരിനു തന്നെ നീ കളങ്കം ചാർത്തി!'

സൂരജിന്റെ മുഖത്തെ ഭീഷണിയുടെ ഭാവം വർദ്ധിച്ചു.

'നിരപരാധിയായ ഒരു സ്ത്രീയെയാണ് നീ പീഡിപ്പിച്ചത്. നീ അവളെ കൊന്നോ? പറയെടാ ബാസ്റ്റഡ്!' തെറിവാക്കുകളുടെ

ഉപയോഗം അശോകനിൽ സ്വാഭാവികമായി വരുന്ന ഒന്നായിരുന്നില്ല. പക്ഷേ ഇത് അദ്ദേഹം മനപ്പൂർവ്വം ഉപയോഗിച്ചതായിരുന്നു.

'മിണ്ടിപ്പോകരുത്!' സൂരജ് ആക്രോശിച്ചു. അശോകനെ സംബന്ധിച്ചിടത്തോളം ഇത് ഒരു കുറ്റസമ്മതം പോലെതന്നെയായിരുന്നു. സൂരജ് ഇപ്പോൾ തകർച്ചയുടെ വക്കിലാണെന്ന് അയാൾക്ക് മനസ്സിലായി.

'സുരേഷ് ഒന്നുമില്ലെങ്കിലും സമൂഹത്തിന് എന്തെങ്കിലും നന്മയെങ്കിലും ചെയ്തിട്ടുണ്ട്. നിന്നെപ്പോലെ അന്തസ്സില്ലാത്ത മനുഷ്യനല്ല അവൻ!' സൂരജിനെ മനഃപൂർവം കുത്തിനോവിക്കാൻ ശ്രമിച്ചുകൊണ്ട് അശോകൻ തുടർന്നു.

ഈ താരതമ്യം സൂരജിന് സഹിക്കാവുന്നതിലും അപ്പുറമായിരുന്നു.

'ഞാൻ നിന്നെയും കൊല്ലും!' അയാൾ അലറി. 'നിങ്ങൾ ഒരു വൃത്തികെട്ട പോലീസുകാരനാണ്. ഞാൻ ആരാണെന്ന് നിനക്കറിയില്ല മൈരേ.'

'ഏയ്, നീ എന്നെ കൊല്ലത്തൊന്നുമില്ല. നീ നിസ്സഹായരെയും ദുർബ്ബലരെയും മാത്രമേ ഇരയാക്കുകയുള്ളൂ'.

'മാനസിക വെല്ലുവിളി നേരിടുന്ന ഒരു ഭാര്യ നിങ്ങൾക്കുണ്ടായിരുന്നെങ്കിൽ, എന്റെ അവസ്ഥ നിങ്ങൾക്ക് മനസ്സിലാകുമായിരുന്നേനെ.'

അശോകൻ ഒന്നും മിണ്ടാതെ നിന്നു. സൂരജ് കൂടുതൽ സംസാരിക്കുമെന്ന് അയാൾക്കറിയാമായിരുന്നു.

'സ്ത്രീകളുടെ അവകാശങ്ങളെക്കുറിച്ച് എല്ലാവരോടും പ്രഭാഷണം നടത്താമെന്ന് കരുതുന്ന വിഡ്ഢികളാണ് നിങ്ങൾ. പക്ഷേ ഞാൻ നിങ്ങളെപ്പോലെ ദുർബ്ബലനല്ല. ഞാൻ എന്റെ പ്രശ്നത്തിൽ നിന്നും എന്നെന്നേക്കുമായി രക്ഷ നേടി, എനിക്ക് അതിൽ ഒട്ടും ഖേദവുമില്ല. എന്തായാലും ഒരു കുന്തവുമില്ല!'

അശോകൻ സ്വന്തം ദേഷ്യം അടങ്ങുന്നത് വരെ മുറിയിൽ അങ്ങോട്ടുമിങ്ങോട്ടും നടന്നു. സൂരജിനെക്കൊണ്ട് കുറ്റസമ്മതം ചെയ്യിക്കാൻ അദ്ദേഹത്തിന് കഴിഞ്ഞു. അനാവശ്യ വൈകാരികതയുടെ അമിത പ്രതികരണത്തിലൂടെ തന്റെ ശ്രമങ്ങളെ പാഴാക്കാൻ അദ്ദേഹം ആഗ്രഹിച്ചില്ല.

ഒടുവിൽ ഡ്യൂട്ടിയിലുണ്ടായിരുന്ന ഹോം ഗാർഡിനോട് അദ്ദേഹം വിളിച്ചു പറഞ്ഞു, 'ഇവരെ രണ്ടുപേരെയും കൂട്ടി

ക്കൊണ്ടു പോകൂ. അവരുടെ അറസ്റ്റിനുള്ള പേപ്പർ വർക്കുകൾ തയ്യാറാക്കാം.'

അപ്പോഴേക്കും സുരേഷ് അനിയന്ത്രിതമായി കരയാൻ തുടങ്ങിയിരുന്നു. സൂരജാകട്ടെ അപ്പോഴും അസ്വസ്ഥനായിരുന്നു.

ഇരുവരുടെയും മേൽ കുറ്റം ചുമത്തുന്നത് വലിയ കാര്യമാണെന്ന് അശോകന് അറിയാമായിരുന്നു. സാഹചര്യത്തെളിവുകളുടെഅടിസ്ഥാനത്തിലാണ്കേസ്കെട്ടിപ്പടുക്കാൻപോകുന്നത്. അത് എത്രയും വേഗം ശേഖരിക്കേണ്ടതുണ്ട്. കടന്നുപോകുന്ന ഓരോ നിമിഷവും ഉത്രയ്ക്ക് നീതി ഉറപ്പാക്കേണ്ട അവസരത്തിൽ നിന്ന് കൊഴിഞ്ഞുപോകുന്ന നിമിഷങ്ങളായിരുന്നു. ചോദ്യം ചെയ്യലിന് ശേഷം വിശ്രമിക്കുന്നതിന് പകരം അശോകൻ നേരെ എസ്എച്ച്ഒയുടെ ഡെസ്കിലേക്കാണ് പോയത്. ക്രൈം ബ്രാഞ്ച് ടീമിലെ മറ്റ് അംഗങ്ങളോടും അവിടെയെത്താൻ അദ്ദേഹം ആവശ്യപ്പെട്ടു. ഒരുപാട് കാര്യങ്ങൾ ചെയ്യേണ്ടതുണ്ട്. എത്രയും വേഗം ആ കുരുക്കുകൾ അഴിക്കുന്നുവോ, അത്രയും നല്ലത്.

കുറ്റാന്വേഷണം

24 മെയ് 2020

മെയ് 22-ന് എസ് പി ഹരിശങ്കറാണ് ഉത്രയുടെ കേസ് ക്രൈംബ്രാഞ്ചിന് കൈമാറിയത്. സാങ്കേതിക വിദ്യയിൽ ഉന്നതബിരുദം നേടിയ ഒരാളെന്ന നിലയിൽ (അദ്ദേഹം റോബോട്ടിക്സിൽ ബിരുദാനന്തര ബിരുദം നേടിയിരുന്നു), അന്വേഷണത്തിൽ വന്ന വിവിധ ശാസ്ത്രീയ തലങ്ങൾ അദ്ദേഹം വ്യക്തമായി മനസ്സിലാക്കി. അമിതജോലിഭാരമുള്ള പോലീസ് സ്റ്റേഷനിൽ നിന്നുള്ള ഉദ്യോഗസ്ഥർക്ക് ഇത്രയും സങ്കീർണ്ണമായ അന്വേഷണം ഫലപ്രദമായി നടത്താൻ കഴിയില്ലെന്നും ഇതിനോടകം അദ്ദേഹത്തിന് വ്യക്തമായിരുന്നു. മറ്റ് ദൈനംദിന ജോലികൾക്ക് തടസ്സമാകാത്ത രീതിയിലുള്ള സമർപ്പിതമായ ഒരന്വേഷണത്തിന് വേണ്ടി ജില്ലാ ക്രൈംബ്രാഞ്ചിനെ അന്വേഷണച്ചുമതല ഏൽപ്പിക്കുന്നത് അനിവാര്യമായിരുന്നു. കേസ് എ. അശോകന്റെ കൈകളിൽ എത്തിയതിനാൽ ശാസ്ത്രീയമായ രീതിയിൽ അന്വേഷണം നടത്താൻ ക്രൈംബ്രാഞ്ച് തന്നെയാണ് ഏറ്റവും അനുയോജ്യമെന്ന് അദ്ദേഹത്തിന് ഉറപ്പുണ്ടായിരുന്നു. അന്വേഷണത്തിൽ സൂപ്പർവൈസറി റോൾ തുടരാൻ ശങ്കർ തീരുമാനിച്ചു. മുന്നോട്ടുള്ള പദ്ധതികളെക്കുറിച്ച് ചർച്ച ചെയ്യാൻ അദ്ദേഹം ഒരു യോഗം വിളിച്ചു.

യോഗമദ്ധ്യേ, ഈ കേസിൽ ശ്രദ്ധ കേന്ദ്രീകരിക്കാൻ വേണ്ടി ഹരിശങ്കറിന്റെ നേതൃത്വത്തിൽ, അശോകൻ ഡെപ്യൂട്ടിയും, ക്രൈംബ്രാഞ്ചിലെ മറ്റ് ചില ഉദ്യോഗസ്ഥർ അംഗങ്ങളുമായ ഒരു സ്പെഷ്യൽ ഇൻവെസ്റ്റിഗേഷൻ ടീം (SIT)

രൂപീകരിച്ചു. അതുവരെ രേഖപ്പെടുത്തിയ മൊഴികൾ ഉൾപ്പെടെ ലഭ്യമായ എല്ലാ വിവരങ്ങളും അവർ ചർച്ച ചെയ്തു. പ്രതികൾ ഉപയോഗിച്ചിരുന്ന വിവിധ ഇലക്ട്രോണിക് ഉപകരണങ്ങളിലെ ഡാറ്റാ പരിശോധിക്കുന്നതിനായി ആഴത്തിലുള്ള പഠനത്തിന്റെ പ്രാധാന്യം ഹരിശങ്കർ ഊന്നിപ്പറഞ്ഞു. താൻ ഈ അന്വേഷണ ത്തിന്റെ മേൽനോട്ടം വഹിക്കുമെന്ന് വ്യക്തമാക്കിയ അദ്ദേഹം, ടീമിലെ മറ്റ് അംഗങ്ങളുടെ ഉത്തരവാദിത്തങ്ങൾ പങ്കുവച്ചു. സംഘത്തെ നയിക്കുന്ന അന്വേഷണ ഉദ്യോഗസ്ഥൻ അശോകൻ ആയിരിക്കുമെന്നും അദ്ദേഹം പറഞ്ഞു.

അന്വേഷണത്തിന് ഒന്നിലധികം മാനങ്ങളുള്ള ഒന്നായി മാറാൻ കഴിയുമെന്നും, അതിനാൽ രേഖകളുടെ മേൽനോട്ടം പോലുള്ള ജോലികൾ ചെയ്യാൻ ടീമിന് ഒരു മുതിർന്ന ഉദ്യോഗസ്ഥൻ ആവശ്യമാണെന്നും ഹരിശങ്കർ ചൂണ്ടിക്കാട്ടി. വ്യത്യസ്ത ടീം അംഗങ്ങൾ വിവിധ സ്ഥലങ്ങളിൽ നിന്ന് ചെയ്യുന്ന പ്രവർത്തനങ്ങളുടെ ദൈനംദിന ഏകോപനവും, അവയെ അടിസ്ഥാനപ്പെടുത്തിയുള്ള റിപ്പോർട്ടുകളും കറതീർന്നതായിരി ക്കേണ്ടതുണ്ട്. കൊല്ലം റൂറൽ ജില്ലാ അഡീഷണൽ എസ് പി-യായിരുന്ന എസ്. മധുസൂദനനാണ് ഈ സുപ്രധാന ചുമതല.

അവസാന നിമിഷത്തിൽ, സിവിൽ പോലീസ് ഓഫീസർ മഹേഷ് മോഹനെക്കൂടി അന്വേഷണ സംഘത്തിലേക്ക് ചേർക്കാനും ഹരിശങ്കർ നിർദ്ദേശിച്ചു. കൊല്ലം സൈബർ സെല്ലിൽ പോസ്റ്റിങ്ങിൽ ഉണ്ടായിരുന്ന മഹേഷ് മോഹൻ മൈക്രോസോഫ്റ്റ് സർട്ടിഫൈഡ് സിസ്റ്റംസ് എഞ്ചിനീയറായിരുന്നു. കംപ്യൂട്ടർ അവബോധമുള്ളവരെ തിരഞ്ഞെടുക്കാൻ കേരള പൊലീസ് നടത്തിയ പ്രവേശന പരീക്ഷയിൽ ഒന്നാം റാങ്ക് നേടിയിരുന്നു അദ്ദേഹം. സൈബർ ഫോറൻസിക്കിലെ ഒട്ടുമിക്ക പരിശീലന ക്ലാസ്സുകളിലും അദ്ദേഹം പങ്കെടുത്തിരുന്നു.

\\\\\\\\\\\\

നിർണ്ണായക നടപടികൾ കൈക്കൊള്ളാൻ എസ്ഐടിക്ക് അധിക സമയം വേണ്ടിവന്നില്ല. ഉത്രയുടെ മരണം ആകസ്മിക മല്ലെന്ന് നിഗമനം ചെയ്യാൻ മതിയായ വസ്തുതകളുണ്ടെന്ന് അവർ കണക്കുകൂട്ടി. മരുമകൻ മകളെ അപായപ്പെടുത്തിയിട്ടുണ്ടാവാം എന്ന് മാതാപിതാക്കൾ സംശയിച്ചതിൽ തെറ്റ് പറയാനാവില്ല.

എസ്ഐടിയുടെ നിഗമനത്തിന്റെ തുടർച്ചയായി, അശോകൻ ഇന്ത്യൻ പീനൽ കോഡിന്റെ (ഐപിസി) സെക്ഷൻ 115 (മരണമോ ജീവപര്യന്തം തടവോ ലഭിക്കാവുന്ന കുറ്റത്തിന് പ്രേരണ), 326 (അപകടകരമായ ആയുധങ്ങളോ മാർഗ്ഗങ്ങളോ ഉപയോഗിച്ച് സ്വമേധയാ മുറിവേൽപ്പിക്കുക), 307 (കൊലപാതകശ്രമം), 302 (കൊലപാതകം), 34 (പൊതു ഉദ്ദേശ്യം മുൻനിർത്തി നിരവധി വ്യക്തികൾ ചെയ്ത പ്രവൃത്തികൾ) എന്നിവ പ്രകാരമുള്ള കുറ്റകൃത്യങ്ങൾ ഉൾപ്പെടുത്തിയ ശേഷം, തന്റെ റിപ്പോർട്ടുകൾ പുനലൂർ സബ് ഡിവിഷണൽ മജിസ്ട്രേറ്റിനും ബന്ധപ്പെട്ട ജുഡീഷ്യൽ മജിസ്ട്രേറ്റിനും കൈമാറി.

ഈ നടപടിക്രമങ്ങൾക്ക് ശേഷം മെയ് 24-ന് സുരേഷിനെയും സൂരജിനെയും അദ്ദേഹം അറസ്റ്റ് ചെയ്തു.

അറസ്റ്റിന് ശേഷം ഇരുവരുടെയും ദേഹപരിശോധന നടത്തുകയും, സൈബർ വിദഗ്ദ്ധൻ മഹേഷ് മോഹന്റെ സാന്നിദ്ധ്യത്തിൽ അവരുടെ മൊബൈൽ ഫോണുകൾ പിടിച്ചെടുക്കുകയും ചെയ്തു.

\\\\\\\\\\\\\\\\\\\\

25 മെയ് 2020

വിഷു ഹൗസ് ഇപ്പോൾ ഔദ്യോഗികമായി കൊലപാതകം നടന്ന സ്ഥലമായി മാറിയിരുന്നു. ക്രൈംബ്രാഞ്ചിലെ അശോകന്റെ സംഘം പതിവ് കാര്യക്ഷമതയോടെ തെളിവുകൾ ശേഖരിക്കുന്ന ജോലിയിലേക്ക് ഇറങ്ങി. അശോകനോട് താൻ നേരത്തെ പറഞ്ഞ മൊഴികളുടെ ഭാഗങ്ങൾ ശരിവയ്ക്കാൻ അവർക്കൊപ്പം കൈവിലങ്ങ് അണിയിച്ച സൂരജിനെയും കൂട്ടിയിരുന്നു.

താഴത്തെ നിലയിലെ കിടപ്പുമുറി അവർ വളരെ ശ്രദ്ധാപൂർവ്വം പരിശോധിച്ചു. പുഷ്പകുമാർ തയ്യാറാക്കിയ മഹസറിനെ യഥാർത്ഥത്തിൽ സംഭവസ്ഥലത്തുണ്ടായിരുന്നതുമായി താരതമ്യം ചെയ്തു. ഒരു ഹെഡ് കോൺസ്റ്റബിളിന്റെ സഹായത്തോടെ മുറിയുടെ തലങ്ങും വിലങ്ങും അരിച്ചുപെറുക്കുകയായിരുന്ന അഗ്രഗണ്യനായ GASI മനോജ് കുമാർ, ഒരു ചെറിയ നിഗമനത്തിലെത്തി, 'പുഷ്പകുമാർ വിദഗ്ദ്ധമായിത്തന്നെ ജോലി ചെയ്തിട്ടുണ്ട്. കൊള്ളാം!'

ഇതിനിടയിൽ, തെളിവ് മൂല്യമുള്ള വസ്തുക്കൾ ശേഖരിക്കുന്ന

വളരെ സംഘടിത പ്രക്രിയയ്ക്ക് അശോകൻ നേതൃത്വം നൽകി. അപ്രധാനമെന്ന് തോന്നുന്ന പല വസ്തുക്കളും പരിശോധനയ്ക്കൊടുവിൽ നിർണ്ണായകമായി മാറിയ നിരവധി കേസുകളെക്കുറിച്ച് അദ്ദേഹത്തിന് അറിവുണ്ടായിരുന്നു. സംഘം വളപ്പിനുള്ളിൽ തെളിവെടുപ്പ് നടത്തുന്നതിനിടെ അശോകൻ സൂരജിനെ കൂട്ടിക്കൊണ്ടുപോയി പരിസരം അരിച്ചുപെറുക്കി.

ഉത്രയുടെ മരണത്തിന് കാരണക്കാരനായ പാമ്പിനെ സുരേഷാണ് പ്ലാസ്റ്റിക് പാത്രത്തിൽ കൊണ്ടുവന്നതെന്ന് ചോദ്യം ചെയ്യലിൽ സൂരജ് പറഞ്ഞിരുന്നു. ആ പാത്രം ഒരു സുപ്രധാന ഭൗതിക തെളിവാണെന്ന് അശോകന് അറിയാമായിരുന്നു. അതിന്റെ കണ്ടെത്തൽ ഇന്ത്യൻ തെളിവ് നിയമത്തിലെ (Indian Evidence Act)[1] സെക്ഷൻ 27-ന്റെ പ്രയോജനം പോലീസിന് ലഭ്യമാക്കും. ആ പ്രദേശം ചുറ്റി സഞ്ചരിക്കുമ്പോൾ പ്ലാസ്റ്റിക് പാത്രം എവിടെയാണെന്ന് അദ്ദേഹം സൂരജിനോട് ചോദിച്ചു. നുണയനായിരുന്ന സൂരജ് അറിവില്ലായ്മ നടിക്കാൻ തുടങ്ങി. എന്നിരുന്നാലും, തന്റെ പ്രധാന പ്രതിയുടെ ഓർമ്മയെ തിരിച്ചെടുക്കാനുള്ള വിദ്യകൾ അശോകന് അറിയാമായിരുന്നു.

'നിങ്ങൾ മറന്നുപോകുന്ന കാര്യങ്ങൾ ഓർത്തെടുക്കാൻ ഞാൻ നിങ്ങളെ സഹായിക്കണോ? നിങ്ങളുടെ ഭാര്യയുടെ മരണത്തിൽ സുരേഷിന് പങ്കുണ്ട് എന്നതിന് നിങ്ങൾ എനിക്ക് തെളിവ് തരണം. ഇനി ഇത് പറ്റില്ല എങ്കിൽ, ഓർമ്മക്കുറവിന്റെ കാര്യത്തിൽ സഹായിക്കുന്ന മരുന്നുകൾ എന്റെ പക്കലുണ്ട്. പ്ലാസ്റ്റിക് പാത്രം നിങ്ങൾ ഇവിടെ എവിടെയോ ഒളിപ്പിച്ചു വച്ചിരുന്നു എന്നത് നിങ്ങൾ തന്നെ പ്രസ്താവനയിലും വ്യക്തമായി പറഞ്ഞിട്ടുണ്ട്. നീ കള്ളം പറയുകയായിരുന്നില്ല എന്ന് തെളിയിക്കേണ്ട സമയമാണിത്.' അങ്ങനെ പറഞ്ഞുകൊണ്ട്

---

1 ഇന്ത്യൻ എവിഡൻസ് ആക്ടിലെ സെക്ഷൻ 25-ലെ വ്യവസ്ഥകൾ പ്രകാരം അന്വേഷണത്തിനിടെ പോലീസ് ഉദ്യോഗസ്ഥരോട് പറയുന്ന മൊഴികൾ തെളിവായി സ്വീകാര്യമല്ല. എന്നിരുന്നാലും, അതേ നിയമത്തിന്റെ 27-ാം വകുപ്പിൽ വിവരിച്ചിരിക്കുന്നതുപോലെ, ഈ വ്യവസ്ഥയ്ക്ക് ഒരു ഉപാധി ഉണ്ട് : 'ഒരു പ്രതിയിൽ നിന്ന് എത്ര വിവരങ്ങൾ ലഭിച്ചുവെന്ന് തെളിയിക്കപ്പെടാം : എന്നാൽ, ഏതെങ്കിലും വസ്തുത കണ്ടെത്തുമ്പോൾ അതിന്റെ ഫലമായി ഒരു പോലീസ് ഉദ്യോഗസ്ഥന്റെ കസ്റ്റഡിയിലുള്ള ഏതെങ്കിലും കുറ്റം ആരോപിക്കപ്പെടുന്ന ഒരു വ്യക്തിയിൽ നിന്ന് ലഭിക്കുന്ന വിവരങ്ങൾ, അതുവഴി കണ്ടെത്തിയ വസ്തുതയുമായി വ്യക്തമായി ബന്ധപ്പെട്ടിരിക്കുന്ന കുറ്റസമ്മതത്തിന് തുല്യമാണോ അല്ലയോ എന്നത് തെളിയിക്കപ്പെടാം.' പ്ലാസ്റ്റിക് പാത്രം ഈ വ്യവസ്ഥയ്ക്ക് കീഴിൽ വരും.

അശോകൻ തന്റെ ലാത്തി ഒരു കൈയ്യിൽ നിന്ന് മറ്റേ കൈയിലേക്ക് മാറ്റി. അത്ര സൂക്ഷ്മമല്ലാത്ത ഈ സൂചന സൂരജിന്റെ ഓർമ്മകളെ പെട്ടെന്ന് തിരികെ കൊണ്ടുവന്നു.

'അതെ, ഞാനിപ്പോൾ എല്ലാം ഓർക്കുന്നു!' അയാൾ പറഞ്ഞു. 'അടുത്തുള്ള ഒരു പഴയ ആളൊഴിഞ്ഞ വീടിന്റെ പിന്നിൽ ഞാനത് ഒളിപ്പിച്ചിരുന്നു. നമുക്ക് അങ്ങോട്ട് പോകാം.'

സൂരജ് അപ്പോൾത്തന്നെ അശോകനെ താൻ പറഞ്ഞ വീട്ടിലേക്ക് കൊണ്ടുപോയി. അതിന്റെ പിന്നാമ്പുറത്തെ മാലിന്യ ക്കൂമ്പാരത്തിലേക്ക് അയാൾ വിരൽ ചൂണ്ടി. 'അതവിടെയുണ്ട്! ഞാൻ ഒരു നുണയനല്ല. നിങ്ങൾക്ക് സ്വയം പരിശോധിക്കാം.'

അശോകന്റെ ആളുകൾ മാലിന്യക്കൂമ്പാരത്തിൽ നിന്ന് പ്ലാസ്റ്റിക് പാത്രം വീണ്ടെടുത്തു. മെടഞ്ഞ പനയോലയുടെ കഷണ ങ്ങൾക്കും, തൊണ്ടിനും ഇടയിൽ ഒളിപ്പിച്ച നിലയിലായിരുന്നു അത്. അതീവ ശ്രദ്ധയോടെയാണ് അവർ പാത്രം ശേഖരിച്ചത്. കൂടാതെ സ്ഥലത്തുണ്ടായിരുന്ന ഒരു വിദഗ്ധൻ അവയിലുണ്ടാ യിരുന്ന പ്രകടമല്ലാത്ത വിരലടയാളങ്ങളും (Latent fingerprints)[2] കണ്ടെത്തി. കണ്ടെടുത്ത പ്ലാസ്റ്റിക് പാത്രത്തിലാണ് സുരേഷ് പാമ്പിനെ തനിക്ക് കൈമാറിയതെന്ന സൂരജിന്റെ വാദത്തെ ശരി വയ്ക്കുന്ന തെളിവുകൾ ശേഖരിക്കേണ്ടത് അനിവാര്യമായിരുന്നു. അതിനായി ചത്ത പാമ്പിന്റെ ഡിഎൻഎ ലഭിച്ചു കഴിയുമ്പോൾ, അതിനെ പാത്രത്തിനുള്ളിൽ കണ്ടെത്തിയ ഡിഎൻഎയുമായി പൊരുത്തപ്പെടുത്തി നോക്കാൻ തീരുമാനിച്ചു.

പ്ലാസ്റ്റിക് പാത്രത്തിന് പുറമേ, ഒരു കറുത്ത തോൾ ബാഗ്, സുതാര്യമായ ഒരു കുപ്പി, ഒരു നൈറ്റ്ഗൗൺ, ഒരു കിടക്കവിരി, ഒരു പാവാട എന്നിവയും ഉത്രയുടെ വീട്ടിൽ നിന്ന് കണ്ടെടുത്തു.

അന്ന് വൈകുന്നേരം, കേരള പോലീസ് ജില്ലാ ഫിംഗർ പ്രിന്റ് ബ്യൂറോയിൽ ടെസ്റ്റർ ഇൻസ്പെക്ടറായി ജോലി ചെയ്യുന്ന രഞ്ജിത്ത് ബാബു, പ്ലാസ്റ്റിക് ജാറിൽ നിന്ന് കണ്ടെടുത്ത വിരലടയാളവും, സൂരജിന്റെ വലതു തള്ളവിരലും വലത് മോതിര

2 ചാൻസ് ഇംപ്രഷനുകൾ, അല്ലെങ്കിൽ ലാറ്റെന്റ് ഫിംഗർപ്രിന്റ് എന്നറിയ പ്പെടുന്നവ, വിരലടയാളങ്ങളാൽ നിർമ്മിച്ച പലപ്പോഴും അദൃശ്യമായ പാറ്റേണുകളാണ്. അവ സാധാരണയായി കുറ്റകൃത്യ അന്വേഷണങ്ങളിലോ കുറ്റകൃത്യങ്ങളിൽ നിന്ന് വീണ്ടെടുക്കുന്ന വസ്തുക്കളിലോ അവശേഷിക്കുന്നു. കൂടാതെ രാസപരമോ ശാരീരികമോ ആയ പ്രയോഗത്തിലൂടെ ലാറ്റെന്റ് വിരലടയാള വിദഗ്ധർ ഫോറൻസിക് വിശകലനം ചെയ്യുന്നു. ('ലാറ്റെന്റ് ഫിംഗർപ്രിന്റ്,' Encyclopedia.com)

വിരല്യമായി പൊരുത്തപ്പെടുന്നതായി സ്ഥിരീകരിച്ചു. അന്വേഷകർക്ക് ഇതൊരു വലിയ വഴിത്തിരിവായിരുന്നു.

കുറ്റാരോപിതരെയും സാക്ഷികളെയും ചോദ്യം ചെയ്യുമ്പോൾ കൃത്യമായ അന്വേഷണ ചോദ്യങ്ങൾ തയ്യാറാക്കുന്നതിനുള്ള പടക്കോപ്പുകൾ അന്വേഷകന് നൽകുന്നത് ഈ ഭൗതിക തെളിവുകളാണ്. പത്തിവിടർത്തിയാടുന്ന മൂർഖനെ പുകച്ചു പുറത്തു ചാടിക്കാൻ ആവശ്യമായ തെളിവുകൾ ക്രൈംബ്രാഞ്ച് സംഘം സംഭവ സ്ഥലത്ത് നിന്ന് ശേഖരിച്ചിരുന്നു.

\\\\\\\\\\\\\\\\

അശോകന്റെ സംഘം പോലീസ് സ്റ്റേഷനിൽ തിരിച്ചെത്തിയ ഉടൻ ശേഖരിച്ച തെളിവുകളുടെ മൂല്യം വിശകലനം ചെയ്യാൻ തുടങ്ങി. അറസ്റ്റിലായ ഉടൻ സൂരജിൽ നിന്ന് പിടിച്ചെടുത്ത മൊബൈൽ ഫോണിൽ നിന്നും അവർ അന്വേഷണം ആരംഭിച്ചു. ഉത്രയുടെ കൊലപാതകം സുഗമമായി നടപ്പിലാക്കാൻ അവൻ ബന്ധപ്പെട്ടുമായിരുന്ന ആളുകളുമായി അവനെ ബന്ധിപ്പിക്കാൻ കഴിയുന്ന ഒരു പ്രധാന വസ്തുവായിരുന്നു അത്. പരിശോധനയിൽ പിഴവുകളൊന്നും വന്നിട്ടില്ലെന്ന് ഉറപ്പുവരുത്തുന്നതിന്റെ ചുമതല മഹേഷ് മോഹനായിരുന്നു.

മൊബൈൽ ഫോണുകൾ ഇക്കാലത്ത് സർവ്വവ്യാപിയായ ഉപകരണമാണ്. കുറ്റകൃത്യങ്ങൾ ചെയ്യുന്ന പ്രക്രിയയിൽ കുറ്റവാളികൾ അവ ഉപയോഗിക്കുമ്പോൾ, അന്വേഷകർക്ക് ധാരാളം സുപ്രധാന വിവരങ്ങൾ കണ്ടെത്താൻ സഹായകമായ മികച്ച ഇലക്ട്രോണിക് തെളിവാണ് അവ. സ്മാർട്ട് ഫോണുകൾ ഇക്കാര്യത്തിൽ കൂടുതൽ വിലപ്പെട്ടതാണ്. വാട്ട്സ്ആപ്പിലും മറ്റ് ആപ്പുകളിലും ചെയ്യുന്ന ടെക്സ്റ്റ് അല്ലെങ്കിൽ ഓഡിയോ സന്ദേശങ്ങൾ, കാണുന്ന വീഡിയോ ചാനലുകൾ, ഫോട്ടോഗ്രാഫുകൾ, സന്ദർശിക്കുന്ന വെബ്സൈറ്റുകൾ, വിളിക്കുന്ന കോളുകൾ എന്നിങ്ങനെ കൈമാറ്റം ചെയ്യപ്പെടുന്ന എല്ലാ വിവരങ്ങളും അമൂല്യമായ ചെറിയ നിധികളാണ്. സമർത്ഥരായ അന്വേഷകർ, സൈബർ, ഐടി വിദഗ്ധരുടെ സഹായത്തോടെ കുറ്റകൃത്യത്തിന്റെയും കുറ്റവാളിയുടെയും (കുറ്റവാളികളുടെ) ഒരു ഏകീകൃത ചിത്രം നിർമ്മിക്കുന്നു.

മോഹൻ,സൂരജിന്റെസെർച്ച്എഞ്ചിൻഹിസ്റ്ററിപരിശോധിച്ചു. കുഴിമണ്ഡലി പാമ്പുകൾ (ചേനത്തണ്ടൻ), മറ്റ് അണലികൾ,

മൂർഖൻ പാമ്പുകൾ (ഇന്ത്യൻ മൂർഖൻ), പാമ്പ് പിടുത്തക്കാരൻ സി. സുരേഷ് എന്നിവയെക്കുറിച്ച് എണ്ണമറ്റ തിരച്ചിലുകൾ നടത്തിയിട്ടുണ്ട്. അയാളുടെ യൂട്യൂബ് സെർച്ച് ഹിസ്റ്ററിയും നിറയെ പാമ്പുകളുമായി ബന്ധപ്പെട്ടവയായിരുന്നു. ഗൂഗിളിൽ അവസാനമായി തിരഞ്ഞത് ചേനത്തണ്ടനെക്കുറിച്ചായിരുന്നു. ആ മൊബൈൽ ഉപയോഗിച്ചിരുന്നയാൾ വിഷമുള്ള പാമ്പുകളെക്കുറിച്ചുള്ള അറിവ് ശേഖരിക്കുക മാത്രമല്ല, സി. സുരേഷിന്റെ ഓരോ നീക്കങ്ങളും പിന്തുടരുകയും ചെയ്തുവെന്ന് വ്യക്തമായി സ്ഥാപിക്കാൻ കഴിഞ്ഞു.

മൊബൈലിലെ വിവരങ്ങൾ വീണ്ടെടുക്കുന്നതിനു പുറമേ, ആ മൊബൈൽ സൂരജിന്റേതാണെന്ന് സ്ഥാപിക്കുന്നതും വളരെ പ്രധാനമാണ്. ഇത് ആ മൊബൈലിൽ നിന്ന് വേർതിരിച്ചെടുത്ത ഡാറ്റായുടെ അടിസ്ഥാനത്തിലാണ് ചെയ്യേണ്ടതും. ആൻഡ്രോയിഡ് ഉപകരണത്തിലെ പ്ലേ സ്റ്റോർ ആപ്ലിക്കേഷൻ സൂരജ് ഉപയോഗിച്ചിരുന്ന surajskumar1993@*****.com എന്ന ഇ-മെയിൽ ഐഡിയുമായി ബന്ധിപ്പിച്ചിരുന്നതായി മോഹൻ കണ്ടെത്തി. കേരള മുഖ്യമന്ത്രിയുടെ ഓഫീസിലേക്ക് സൂരജ് അയച്ച ഒരു ഇമെയിലിന്റെ സ്ക്രീൻഷോട്ടും അദ്ദേഹം കണ്ടെത്തി. മെയിലിലെ ഡിജിറ്റൽ ഒപ്പ് സൂരജിന്റെ കൈപ്പടയിലുള്ളതായിരുന്നു. ഇത് പിന്നീട് ഒരു കൈയക്ഷര വിദഗ്ധൻ പൂർണ്ണമായും പൊരുത്തമുണ്ടെന്ന് സ്ഥിരീകരിക്കുകയും ചെയ്തു.

സുരേഷിൽ നിന്നും രണ്ട് മൊബൈൽ ഫോണുകൾ പിടിച്ചെടുത്തിരുന്നു. ഒരു മൊബൈലിന്റെ വാട്ട്സ്ആപ്പ് ഹിസ്റ്ററി സൂക്ഷ്മമായി പരിശോധിച്ചപ്പോൾ, അതിന്റെ കോൺടാക്റ്റ് ലിസ്റ്റിൽ 'എച്ച് ഡി എഫ് സി അട്ടൂർ ബാങ്ക്' എന്ന് സേവ് ചെയ്ത സൂരജിന്റെ നമ്പർ മോഹൻ കണ്ടെത്തി. ഈ ഫോണിൽ നിന്ന് നിരവധി പാമ്പുകളുടെ ചിത്രങ്ങൾ സൂരജിന്റെ മൊബൈലിലേക്ക് അയച്ചിരുന്നു. സൂരജാകട്ടെ സുരേഷിന്റെ നമ്പർ 'സുരേഷ് സ്നേക്ക്' എന്നായിരുന്നു സേവ് ചെയ്തിരുന്നത്.

സുരേഷ് നടത്തിയ പരിശീലന ക്ലാസ്സ്, സഹപ്രവർത്തകനായ പ്രേംജിത്ത് പകർത്തിയിരുന്നതിനാൽ, ഇയാളുടെ മൊബൈൽ ഫോണും തെളിവായി ശേഖരിച്ചു. ഈ ഫോണിലെ ഗാലറിയിൽ സൂരജും സുരേഷും ഒരുമിച്ച് നിൽക്കുന്ന മൂന്ന് ചിത്രങ്ങളും സുരേഷിന്റെ മേൽനോട്ടത്തിൽ സൂരജ് പാമ്പിനെ കൈകാര്യം ചെയ്യുന്നതിന്റെ വീഡിയോയും മോഹൻ കണ്ടെത്തി.

ലഭിച്ച തെളിവുകൾക്കിടയിൽ ഇല്ലാതിരുന്ന ഒരു ഭാഗം

പാമ്പിന്റെ കൈമാറ്റമായിരുന്നു. സുരേഷിൽ നിന്നായിരുന്നു മൂർഖൻ പാമ്പ് വന്നതെങ്കിൽ അത് കൈമാറാൻ സൂരജിനെ കാണേണ്ടി വരുമായിരുന്നെന്നും ഇരുവരുടെയും ലൊക്കേഷൻ ഹിസ്റ്ററി പരിശോധിച്ച് ഇരുവരും കണ്ടുമുട്ടിയ സ്ഥലം കണ്ടെത്താമെന്നുമായിരുന്നു എസ് പി ഹരിശങ്കറിന്റെ നിലപാട്. മോഹൻ ഉടൻ തന്നെ ആ ആശയം നടപ്പിലാക്കാനൊരുങ്ങി. മൂന്ന് മൊബൈൽ ടവറുകളിൽ നിന്നുള്ള വിവരങ്ങളുടെ ട്രയാംഗുലേഷനിൽ[3], ഏപ്രിൽ 24-ന് ഏനാത്ത് പഴയ മാർക്കറ്റിന് അടുത്തുള്ള അജീം പാൻ ഷോപ്പിന് സമീപം സൂരജും സുരേഷും എത്തിയിരുന്നതായി കാണിച്ചു. സ്ഥലത്തിന്റെ വിശദമായ രേഖാചിത്രം ഉടൻ തയ്യാറാക്കി. മൊബൈൽ ടവറുകളുടെ അക്ഷാംശരേഖയും രേഖാംശവും ഏകോപിപ്പിച്ച് രണ്ട് പ്രതികളുടെയും റൂട്ട് മാപ്പും മോഹൻ തയ്യാറാക്കി.

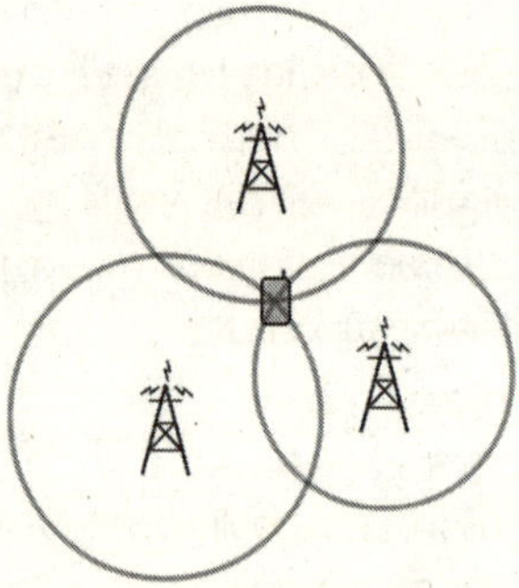

ട്രയാംഗുലേഷൻ പ്രക്രിയ സൂചിപ്പിക്കുന്ന രേഖാചിത്രം

3 മൊബൈൽ ഉപകരണങ്ങളുടെ സ്ഥാനം തിരിച്ചറിയാൻ ഉപയോഗിക്കുന്ന ഒരു സാങ്കേതികതയാണ് ട്രയാംഗുലേഷൻ. ട്രാക്ക് ചെയ്യുന്ന ഉപകരണത്തിന് മൂന്നോ അതിലധികമോ മൊബൈൽ ടവറുകളിൽ നിന്ന് സിഗ്നലുകൾ ലഭിക്കണം എന്നതാണ് മുൻവ്യവസ്ഥ. ഈ സിഗ്നലുകളുടെ ഓവർലാപ്പ് പോയിന്റ് മൂന്ന് മൊബൈൽ ടവറുകളിൽ ഏതെങ്കിലുമൊരു ദൂരത്തെ അടിസ്ഥാനമാക്കി ഉപകരണത്തിന്റെ സ്ഥാനം കണക്കാക്കുന്നത് സാധ്യമാക്കുന്നു. മൊബൈൽ ടവറുകൾ അവയുടെ ലൊക്കേഷൻ പ്രക്ഷേപണം ചെയ്യുകയും ഓരോ ടവറിൽ നിന്നുള്ള ഉപകരണത്തിന്റെ ദൂരം പ്ലോട്ട് ചെയ്യുകയും ചെയ്തുകൊണ്ട്, അതിന്റെ കോർഡിനേറ്റുകൾ കണക്കാക്കുന്നു. നിരവധി മൊബൈൽ ടവറുകൾ ഉള്ള നഗരപ്രദേശങ്ങളിൽ, ട്രാക്കിംഗിനായി ത്രികോണാകൃതിയാണ് സാധാരണയായി ഉപയോഗിക്കുന്നത്.

ഈ സ്ഥലത്തിന് സമീപത്ത് ഏഴംകുളം സൗത്ത് ഇന്ത്യൻ ബാങ്കിന്റെ എടിഎം ഉണ്ടായിരുന്നു. എടിഎമ്മിന്റെ സിസിടിവി ദൃശ്യങ്ങൾ ബാങ്ക് മാനേജരുടെ സഹായത്തോടെ അന്വേഷണ സംഘം വീണ്ടെടുത്തു. ഏപ്രിൽ 24-ന് സുരേഷുമായി കൂടിക്കാഴ്ച നടത്തിയ സമയത്ത് സൂരജ് എടിഎമ്മിൽ നിന്ന് പണം പിൻവലിക്കുന്നത് അതിലുണ്ടായിരുന്നു. കൂടുതൽ സ്ഥിരീകരണത്തിനായി പിന്നീട് സൂരജിന്റെ എടിഎം കാർഡിൽ നിന്ന് ഈ പണമിടപാട് അവർ കണ്ടെത്തി. സിസിടിവി ദൃശ്യങ്ങളിൽ ഇയാൾ ഒരു കറുത്ത തോൾ ബാഗ് കൈവശം വച്ചിരിക്കുന്നതും കാണാമായിരുന്നു. എന്നാൽ ചോദ്യം ചെയ്യലിൽ അയാൾ അത് നിഷേധിച്ചിരുന്നു. ഈ കണ്ടെത്തൽ സൂരജും സുരേഷും തമ്മിൽ പണമിടപാട് നടന്നിരിക്കാനുള്ള സാധ്യതയെ സൂചിപ്പിക്കുന്നു. ഇത് മൂർഖനെ കൈമാറ്റം ചെയ്യലുമായി നേരിട്ട് ബന്ധപ്പെട്ടിരിക്കുന്നു എന്നാണ് എസ്ഐടി അനുമാനിച്ചത്.

\\\\\\\\\\\\\\\\

കൊലപാതകത്തിൽ സൂരജിന്റെ പങ്ക് സൂചിപ്പിക്കുന്ന തെളിവുകൾ ചൂണ്ടിക്കാട്ടി കൂടുതൽ അന്വേഷണത്തിനായി സൂരജിനെ പോലീസ് കസ്റ്റഡിയിൽ വിട്ടുതരണമെന്ന് അശോകൻ അപേക്ഷിച്ചു. ഒടുവിൽ, മെയ് 30 വരെ ഈ കസ്റ്റഡി അനുവദിച്ചു. ഈ തടങ്കൽ കാലയളവിൽ, ഇതുവരെ ശേഖരിച്ച എല്ലാ തെളിവുകളും മുന്നിൽ വച്ച് ചോദ്യം ചെയ്യപ്പോഴാണ്, ചെറുത്തുനിൽക്കാനാവാതിരുന്ന അയാൾ, പാമ്പിന്റെ ജഡം എവിടെയാണ് കുഴിച്ചിട്ടതെന്ന് അവരോട് പറഞ്ഞത്. ഉത്രയുടെ വീടിനു ചുറ്റുമുള്ള പറമ്പിൽ എവിടെയാണ് നോക്കേണ്ടതെന്ന് അയാൾക്ക് പോലീസിനോട് പറയേണ്ടി വന്നു. അയാൾ അന്വേഷണ ഉദ്യോഗസ്ഥർക്ക് നൽകിയ സൂചനകളുടെ അടിസ്ഥാനത്തിൽ മെയ് 26-ന് മണ്ണിനടിയിൽ നിന്ന് പാമ്പിന്റെ അഴുകിയ ജഡം പുറത്തെടുത്തു. വെറ്ററിനറി സർജൻ ഡോ. കിഷോർ കുമാറും മറ്റ് ഫോറൻസിക് വിദഗ്ധരും സ്ഥലത്തെത്തിയാണ് ഇതിന്റെ നെക്രോപ്സി[4] നടത്തിയത്. പാമ്പിന്റെ അഴുകിയ ഭാഗങ്ങളുടെ സാമ്പിളുകളും കുറച്ച് മണ്ണും ശ്രദ്ധാപൂർവ്വം ശേഖരിച്ച സംഘം, അതൊക്കെ തിരുവനന്തപുരത്തെ രാജീവ് ഗാന്ധി സെന്റർ ഫോർ ബയോടെക്നോളജിയിലേക്ക് അയച്ചു.

4 ജീവിജാലങ്ങളിൽ നടത്തുന്ന പോസ്റ്റ് മോർട്ടം.

മൃതദേഹത്തിൽ നിന്ന് വേർതിരിച്ചെടുത്ത ഡിഎൻഎ, പ്ലാസ്റ്റിക് പാത്രത്തിൽ നിന്ന് കണ്ടെടുത്ത ഡിഎൻഎയുമായി തീർത്തും പൊരുത്തപ്പെട്ടിരുന്നില്ല. എന്നിരുന്നാലും, പാത്രത്തിൽ *Naja Naja* അഥവാ ഇന്ത്യൻ മൂർഖൻ എന്ന ഇനത്തിന്റെ ഡിഎൻഎയുടെ അടയാളങ്ങൾ അടങ്ങിയിട്ടുണ്ടെന്ന് തെളിയിക്കപ്പെട്ടു. പുറത്തെടുത്ത പാമ്പിന്റെ ശൽക്കങ്ങൾ, പേശികൾ, എല്ലുകൾ, പല്ലുകൾ എന്നിവയിൽ നിന്നുള്ള ഡിഎൻഎയും ഇന്ത്യൻ കോബ്രയുടെ ഇനത്തിൽ തന്നെ പെട്ടതാണെന്ന് രാജീവ് ഗാന്ധി സെന്റർ ഫോർ ബയോടെക്നോളജിയിലെ ഒരു ബയോടെക്നോളജിസ്റ്റ് സ്ഥിരീകരിച്ചു.

ഒടുവിൽ, കൊലപാതകത്തിന് ഉപയോഗിച്ച ആയുധമെന്തെന്നതിന് മറുപടി പറയാൻ എസ്ഐടിക്ക് ഒരു പേര് കിട്ടി : ഇന്ത്യൻ കോബ്ര!

മൂർഖൻ പോലെ, പാമ്പ് വർഗ്ഗത്തിൽപ്പെട്ട ഏത് ഇഴജന്തുവിനെയും മിക്ക ആളുകളും ഒരു അപകടമായും ഭീഷണിയായും ആണ് കാണുന്നത്. എന്നാൽ മൂർഖൻ വംശനാശഭീഷണി നേരിടുന്ന ജീവികളുടെ പട്ടികയിൽ ഉൾപ്പെട്ടതാണ്. കൂടാതെ അതിന്റെ സംരക്ഷണം വന്യജീവി നിയമത്താൽ സുരക്ഷിതമാക്കിയിട്ടുള്ളതാണ്. ഉത്രയുടെ വീട്ടുവളപ്പിൽ നിന്ന് ചത്ത മൂർഖൻ പാമ്പിന്റെ അവശിഷ്ടങ്ങൾ കണ്ടെടുത്തപ്പോൾ നിയമവിരുദ്ധമായി അത് കൈവശം വച്ചതിന് സൂരജിനെതിരെയും, പാമ്പുപിടുത്തക്കാരൻ സുരേഷിനെതിരെയും വന്യജീവി (സംരക്ഷണ) നിയമപ്രകാരം വനംവകുപ്പ് കേസെടുത്തു. ഇരുവർക്കുമെതിരെ പോലീസ് കെട്ടിപ്പടുത്തുകൊണ്ടിരുന്ന വാദത്തിന് ഇത് കൂടുതൽ ബലം നൽകി.

\\\\\\\\\\\\\\\\

പിന്നീട് ശ്രീ സൂര്യയിൽ ഒന്നാം നിലയിലുള്ള ഉത്രയുടെ മുറിയുടെ മഹസർ അശോകൻ തയ്യാറാക്കി. 2020 മാർച്ചിൽ അവരെ ചേനത്തണ്ടൻ കടിച്ചത് ഈ മുറിയിൽ വച്ചായിരുന്നു. ഈ ചേനത്തണ്ടനെ സുരേഷ് പിടികൂടിയ സ്ഥലവും അശോകന്റെ സംഘം രേഖപ്പെടുത്തി.

ഉത്രയ്ക്ക് മാരകമായി കടിയേറ്റ കിടപ്പുമുറി ഒന്നുകൂടി പരിശോധിക്കാൻ മെയ് 29-ന് അശോകൻ വിഷു ഹൗസിലേക്ക് പോയി. താഴത്തെ നിലയുടെ വടക്ക്-കിഴക്ക് ഭാഗത്താണ് കിടപ്പുമുറി. അശോകന്റെ നിർദ്ദേശപ്രകാരം, മുറിയുടെ എല്ലാ അളവുകളും

അതിന്റെ സവിശേഷതകളും അതിന്റെ ജനലുകളുടെയും വാതിലുകളുടെയും എണ്ണവും സ്ഥാനവും എല്ലാം വീണ്ടും സൂക്ഷ്മമായി രേഖപ്പെടുത്തി. ഒരു പാമ്പ് ഉള്ളിൽ കടക്കാനിടയുള്ള സ്ഥാനങ്ങളും അവർ അതിൽ ഉൾപ്പെടുത്തി.

ഈ സന്ദർശനത്തിനിടെ സൂരജും വിഷ്ണു വിജയനും പാമ്പിനെ കൊല്ലാൻ ഉപയോഗിച്ച വടി അശോകൻ കണ്ടെടുത്തു. ഉത്ര ഉപയോഗിച്ചിരുന്ന കിടക്കവിരിയും മൊബൈൽ ഫോണും കൂടി അവർ തെളിവെടുപ്പിൽ ഉൾപ്പെടുത്തി. ഉത്രയുടെ ഫോണിൽ, സൂരജുമായുള്ള ചില വാട്ട്സ്ആപ്പ് ചാറ്റുകൾ കണ്ടെത്തി. അവൾക്ക് അവനിലുള്ള അഗാധമായ വിശ്വാസം അതിൽ പ്രകടമായിരുന്നു. പരിസരത്ത് നിർത്തിയിട്ടിരുന്ന സൂരജിന്റെ ബലെനോ കാറും ഒരു സയന്റിഫിക് അസിസ്റ്റന്റ് പരിശോധിച്ചു. ഡ്രൈവർ സീറ്റിന്റെ ഫ്ലോർ മാറ്റിൽ നിന്ന് Monty LC[5] ഗുളികകളുടെ ഒരു സ്ട്രിപ്പ് അവർ കണ്ടെടുത്തു. പത്ത് ഗുളികകളുള്ള സ്ട്രിപ്പിൽ രണ്ട് ഗുളികകൾ മാത്രമേ ഉണ്ടായിരുന്നുള്ളൂ. ബാക്കി എട്ടെണ്ണം അതിൽ ഇല്ലായിരുന്നു.

ഗുളികകളുടെ സ്ട്രിപ്പ് കണ്ട വിജയസേനൻ അശോകനോട് ഒരു കാര്യം പറഞ്ഞു. 'സർ, ഉത്രയുടെ മരണദിവസം സൂരജ് പതിവിലും നേരത്തെ ഉണർന്നിരുന്നു. ഞാൻ രാവിലെ ചായ തയ്യാറാക്കുമ്പോൾ അവൻ അടുക്കളയിൽ നിന്ന് ഒരു കണ്ണാടി ടംബ്ലർ കഴുകുകയായിരുന്നു. തലേ ദിവസം വൈകുന്നേരം ഉത്ര ആവശ്യപ്പെടുന്നുവെന്ന് പറഞ്ഞ് നിർബന്ധമായി മണിമേഖലയുടെ കൈയിൽ നിന്നും വാങ്ങിക്കൊണ്ടു പോയ ജ്യൂസിൽ ഈ ഗുളികകൾ കലർത്തിയിട്ടുണ്ടോയെന്ന് സംശയമുണ്ട്. ആ ടംബ്ലർ ഇപ്പോൾ വീട്ടിൽ എവിടെയും കാണുന്നില്ല.'

'ആ ടംബ്ലർ കിട്ടിയിരുന്നെങ്കിൽ, അത് അന്വേഷണത്തിൽ വളരെയധികം സഹായകമായേനെ. നമുക്കത് അന്വേഷിക്കാം. പക്ഷേ അത് കിട്ടിയാലും ഇല്ലെങ്കിലും, വിഷയം കോടതിയിൽ എത്തിക്കഴിഞ്ഞാൽ നമുക്ക് ഈ വിവരങ്ങൾ ഉപയോഗിക്കണം. ആദ്യ കടിയേറ്റ സമയത്ത് ഉത്ര മയക്കത്തിലായിരുന്നുവെന്ന് പുഷ്പഗിരിയിലെ മെഡിക്കൽ രേഖകളിൽ നിന്ന് ഞങ്ങൾക്കറിയാം. രണ്ടാമത്തെ കടിയേറ്റ സമയത്തും സമാനമായ രീതി പിന്തുടർന്നിരിക്കാൻ സാധ്യതയുണ്ട്.'

'സർ, സൂരജ് വൈകുന്നേരം കഞ്ഞി വിളമ്പി നൽകിക്കഴി

---

5 Montelukast, Levocetrizine എന്നിവയുടെ കെമിക്കൽ സങ്കലനം.

ഞ്ഞാൽ തനിക്ക് തലകറക്കം അനുഭവപ്പെടാറുണ്ടായിരുന്നു എന്ന്, മാർച്ച് മാസത്തിൽ, ഉത്ര മണിമേഖലയോട് പറഞ്ഞിരുന്നു. അവളെ ഉറക്കഗുളിക നൽകി മയക്കിക്കിടത്താനായിരുന്നു അവന്റെ പദ്ധതി എന്നെനിക്ക് തോന്നുന്നു.'

'ഞാൻ ഇത് മനസ്സിൽ വച്ചുകൊള്ളാം, വിജയസേനൻ.'

Monty LC സ്ലിപ്പിലെ ബാച്ച് നമ്പർ പിന്തുടർന്നപ്പോൾ അത് ഉത്രയുടെ മാതാപിതാക്കളുടെ വീടിനടുത്തുള്ള ഒരു മെഡിക്കൽ സ്റ്റോറിൽ നിന്നും വിറ്റതാണെന്ന് കണ്ടെത്തി. സ്റ്റോറിന്റെ ഡിജിറ്റൽ സെയിൽസ് രജിസ്റ്ററിൽ മരുന്ന് വാങ്ങിയത് സൂരജാണെന്ന് സ്ഥിരീകരിക്കുന്ന ഒരു എൻട്രി ഉണ്ടായിരുന്നു.

അന്വേഷണം തുടരാൻ സൂരജിന്റെയും സുരേഷിന്റെയും സാന്നിദ്ധ്യം അനിവാര്യമാണെന്ന നിഗമനത്തിലാണ് അശോകൻ ഒടുവിൽ എത്തിച്ചേർന്നത്. അവരുടെ കസ്റ്റഡി നീട്ടുന്നതിനായി അദ്ദേഹം ബന്ധപ്പെട്ട കോടതിക്ക് മുമ്പാകെ ഒരു അപേക്ഷ സമർപ്പിച്ചു. ഹീനമായ കുറ്റകൃത്യത്തിൽ അവരുടെ പങ്കാളിത്തം സംശയാതീതമായി സൂചിപ്പിക്കുന്ന തെളിവുകളുടെ അടിസ്ഥാനത്തിൽ അത് അനുവദിക്കപ്പെട്ടു. ജൂൺ 4 വരെ ഇവരെ പോലീസ് കസ്റ്റഡിയിൽ വയ്ക്കാൻ കോടതി അനുമതി നൽകി.

അടുത്ത യോഗത്തിൽ, പാമ്പുകളുമായി ബന്ധപ്പെട്ട പെരുമാറ്റ രീതികളും ശാസ്ത്രീയ വസ്തുതകളും സാക്ഷ്യപ്പെടുത്താൻ കഴിയുന്ന ഒരു വിദഗ്ധ സമിതിയെ ഇന്ത്യൻ എവിഡൻസ് ആക്ടിലെ[6] സെക്ഷൻ 45 പ്രകാരം രൂപീകരിക്കേണ്ടതിന്റെ ആവശ്യകത എസ്ഐടി മനസ്സിലാക്കി. തുടർന്ന് സർക്കാർ മെഡിക്കൽ കോളേജ് ആശുപത്രി ഫോറൻസിക് മെഡിസിൻ വിഭാഗം മേധാവി ഡോ. കെ. ശശികല, ഹെർപ്പറ്റോളജിസ്റ്റ് മാവിഷ്

6 'വിദേശനിയമത്തെക്കുറിച്ചോ അല്ലെങ്കിൽ ശാസ്ത്രത്തെക്കുറിച്ചോ അല്ലെങ്കിൽ കലയെക്കുറിച്ചോ അല്ലെങ്കിൽ കൈയക്ഷരത്തിന്റെ വ്യക്തിത്വത്തെക്കുറിച്ചോ അല്ലെങ്കിൽ വിരലടയാളങ്ങളെക്കുറിച്ചോ അഭിപ്രായം രൂപീകരിക്കേണ്ടി വരുമ്പോൾ അത്തരം വിദേശ നിയമത്തിലോ ശാസ്ത്രത്തിലോ കലയിലോ അല്ലെങ്കിൽ കൈയക്ഷരത്തിന്റെ വ്യക്തിത്വത്തെക്കുറിച്ചോ വിരലടയാളങ്ങളെക്കുറിച്ചോ ഉള്ള ചോദ്യങ്ങളുടെ വസ്തുതകളിൽ പ്രത്യേക വൈദഗ്ധ്യം ഉള്ള വ്യക്തികളുടെ അഭിപ്രായങ്ങളാണ് പ്രധാനപ്പെട്ട വസ്തുതകൾ. അത്തരം പ്രത്യേക വൈദഗ്ധ്യമുള്ള വ്യക്തികളെ വിദഗ്ധർ എന്നു പറയുന്നു.' (ഇന്ത്യൻ തെളിവു നിയമം 45-ാം വകുപ്പ്).

കുമാർ, മൃഗസംരക്ഷണ വകുപ്പിലെ വെറ്ററിനറി സർജൻ ഡോ. കിഷോർ കുമാർ എന്നിവരടങ്ങുന്ന മൂന്നംഗ വിദഗ്ധ സമിതി രൂപീകരിച്ചു.

ലഭ്യമായ തെളിവുകൾ വീണ്ടും വിലയിരുത്തിയ എസ്ഐടി, സൂരജിന്റെ വസതിയിൽ ഒന്നുകൂടി പരിശോധന നടത്തേണ്ടി വരും എന്ന് കണക്കുകൂട്ടി. ഇതനുസരിച്ച് ജൂൺ 1-ന് സംഘം പറക്കോട് എത്തി തിരച്ചിൽ നടത്തി.

ഈ തിരച്ചിലിൽ സൂരജിന്റെയും ഉത്രയുടെയും വിവാഹ ചടങ്ങുകളുടെ ചിത്രങ്ങൾ അടങ്ങിയ ആൽബം അശോകൻ പിടിച്ചെടുത്തു. കൗതുകത്താൽ, ആൽബത്തിന്റെ ഏതാനും പേജുകൾ മറിച്ചു നോക്കിയപ്പോൾ, ആ ഫോട്ടോഗ്രാഫുകളിലുള്ള യുവവധുവിന്റെ നിഷ്കളങ്കമായ മുഖം കണ്ട അദ്ദേഹത്തിന് ദുഃഖം കടിച്ചമർത്താൻ നന്നേ പണിപ്പെടേണ്ടി വന്നു. അദ്ദേഹം ആ ചിത്രങ്ങളിലെ സൂരജിന്റെ മുഖഭാവം മനസ്സിലാക്കാൻ ശ്രമിച്ചു. താൻ തന്ത്രശാലിയും ക്രൂരനുമായ കൊലയാളിയായി മാറും എന്നതിനെ സൂചിപ്പിക്കുന്ന ഒന്നും ആ മുഖത്ത് ഉണ്ടായിരുന്നില്ല. അവിടെനിന്നും ശേഖരിച്ച അവരുടെ വിവാഹ സിഡി ആയിരുന്നു വിവാഹം നടന്നു എന്നതിന്റെ മറ്റൊരു തെളിവ്. ഇവ ശേഖരിക്കുന്നതിനിടയിൽ, ഉത്രയുടെ വികലാംഗ സർട്ടിഫിക്കറ്റും അശോകൻ എടുത്തിരുന്നു. ഈ കൊലപാതകത്തിന് നിദാനമായ ക്രൂരതയെ അത് അടിവരയിട്ടു കാണിച്ചു.

ഈ തിരച്ചിലിൽ ഒഥാസേറ്റ് ടാബ്‌ലെറ്റിന്റെ ഒരു സ്ട്രിപ്പും കണ്ടെടുത്തിരുന്നു. അലർജി മൂലമുള്ള ചൊറിച്ചിലിൽ നിന്ന് മോചനം ലഭിക്കാൻ ഒരിക്കൽ ഈ ഗുളിക കഴിച്ചിട്ടുള്ളതിനാൽ അശോകന് ഇതിനെക്കുറിച്ച് അറിയാമായിരുന്നു. അതിൽ സെറ്റിറൈസിൻ സാൾട്ട് എന്ന ഘടകം ഉള്ളതിനാൽ, അത് കഴിച്ചാൽ കാഴ്ച മങ്ങൽ, വിഷാദം, മയക്കം, ക്ഷോഭം തുടങ്ങിയ ചില പാർശ്വഫലങ്ങൾ ഉണ്ടെന്നും അദ്ദേഹം ഓർത്തു. ജീവന് ഭീഷണിയായ ആദ്യ ശ്രമത്തിൽ, ഉത്രയ്ക്ക് ഉണ്ടായ മയക്കത്തെക്കുറിച്ച് വിജയസേനൻ പറഞ്ഞതുമായി ഇത് പൊരുത്തപ്പെട്ടിരുന്നു. എന്നിരുന്നാലും, ആ ആദ്യ ശ്രമം പാളിപ്പോയതിനാൽ, ഉത്രയ്ക്ക് നൽകിയ ഉറക്കമരുന്ന് അവളെ ബോധരഹിതയാക്കാൻ പ്രാപ്തിയുള്ളതല്ലായിരുന്നു എന്ന് തെളിഞ്ഞു.

സൂരജിന്റെ മാതാപിതാക്കളുടെയും സഹോദരിയുടെയും മൊബൈൽ ഫോണുകൾ ശേഖരിച്ച് അവർക്ക് കുറ്റകൃത്യവുമായി

ബന്ധമുണ്ടോയെന്ന് പരിശോധിക്കാൻ തുടങ്ങി. കുറ്റകൃത്യത്തിൽ സജീവമായ പങ്കാളിത്തമില്ലെങ്കിൽപ്പോലും, അവർ അതിൽ താൽപര്യം പ്രകടിപ്പിച്ചിട്ടുണ്ടെങ്കിൽ അത് തള്ളിക്കളയാനാവില്ല.

ഫെഡറൽ ബാങ്കിന്റെ അടൂർ ശാഖയിൽ ഉത്രയും സൂരജും ഉപയോഗിച്ചിരുന്നലോക്കറിന്റെതാക്കോലുംകസ്റ്റഡിയിലെടുത്തു. ബാങ്കിന്റെ ലോക്കർ രജിസ്റ്ററിൽ ഉണ്ടായിരുന്ന, ഇടപാടുകൾ രേഖപ്പെടുത്തിയിരുന്ന പേജുകൾ, കോപ്പി എടുത്ത് അന്വേഷണ പ്രക്രിയയുടെ ഭാഗമാക്കി. സൂരജ് ബാങ്കിൽ നിന്ന് എടുത്ത സ്വർണ്ണപ്പണയവുമായി ബന്ധപ്പെട്ട പണയ കാർഡും ലോൺ അപേക്ഷാ രേഖകളും അശോകൻ ചോദിച്ചു വാങ്ങി. സൂരജിന്റെ ഒരു മോട്ടോർ സൈക്കിളും അദ്ദേഹം പിടിച്ചെടുത്തു.

അടുത്തതായി അശോകൻ പോയത് സുരേഷിന്റെ വീട്ടിലായിരുന്നു. മാർച്ചിൽ സുരേഷ് ചേനത്തണ്ടനെ കൊണ്ടുപോകാൻ ഉപയോഗിച്ച വാനും, സൂരജിനെ കണ്ടുമുട്ടിയ അജീമിന്റെ പാൻ ഷോപ്പിന് സമീപമുള്ള സ്ഥലത്തേക്ക് മൂർഖൻ പാമ്പിനെ കൊണ്ടുപോകാൻ ഉപയോഗിച്ച ഹോണ്ട ആക്റ്റിവ സ്കൂട്ടറും അശോകൻ കസ്റ്റഡിയിൽ എടുത്തു. അശോകന്റെ സംഘത്തിന്റെ ചോദ്യം ചെയ്യലിൽ, കൊലപാതകത്തിന് ആയുധം കൈമാറ്റം ചെയ്ത ദിവസമായി എസ്ഐടി അനുമാനിച്ചു വച്ചിരുന്ന അതേ ദിവസം സുരേഷ് ആ സ്കൂട്ടർ ഓടിക്കുന്നത് താൻ കണ്ടതായി അജീം സ്ഥിരീകരിച്ചു.

പ്രതികളുടെ പോലീസ് കസ്റ്റഡി കാലാവധി ജൂൺ 4-ന് അവസാനിക്കുകയായിരുന്നു. കസ്റ്റഡി കാലാവധി നീട്ടാൻ അശോകൻ മറ്റൊരു അപേക്ഷ സമർപ്പിച്ചു. ഇതിനകം ശേഖരിച്ച ശക്തമായ തെളിവുകളുടെ അടിസ്ഥാനത്തിൽ, കോടതി കാലാവധി ജൂൺ 8 വരെ വീണ്ടും നീട്ടി.

നീട്ടിക്കിട്ടിയ കസ്റ്റഡി കാലയളവിനിടെ, പ്രതിയെ പറക്കോട്ടുള്ള സ്വവസതിയിലെത്തിച്ച് ഉത്ര കിടന്നിരുന്ന കിടക്കവിരിയും, ചേനത്തണ്ടൻ കടിച്ചപ്പോൾ ധരിച്ചിരുന്ന നൈറ്റ്ഗൗണും പാവാടയും പുറത്തെടുപ്പിച്ചു. സൂരജിന്റെ ശരീരഭാഷയിൽ പശ്ചാത്താപത്തിന്റെ ലക്ഷണങ്ങളൊന്നും തന്നെ ഉണ്ടായിരുന്നില്ല എന്നത് അശോകൻ ശ്രദ്ധിച്ചു. ഈ വസ്തുക്കളെല്ലാം അക്കമിട്ട ശേഷം, നിലവിലുള്ള തെളിവുകളുടെ കൂട്ടത്തിലേക്ക് ചേർത്തു. പിന്നീട്, കിടക്കവിരിയിൽ നിന്നും, നൈറ്റ്ഗൗണിൽ നിന്നും, പാവാടയിൽ നിന്നും കണ്ടെടുത്ത ഡിഎൻഎ വിശകലനം

ചെയ്തു. നൈറ്റ്ഗൗണിലും പാവാടയിലും ഒരു സ്ത്രീയുടെ ഡിഎൻഎ കണ്ടെത്തി. കൂടുതൽ വിശദമായ വിശകലനത്തിൽ, ഈ ഡിഎൻഎ ഉത്രയുടേതാണെന്ന് കണ്ടെത്തുകയും, അങ്ങനെ വസ്ത്രങ്ങൾ അവളുടേതാണെന്ന് അനിഷേധ്യമായി തെളിയുകയും ചെയ്തു.

\\\\\\\\\\\\\\\\\\\\\\\\

'പാമ്പുകടിയേറ്റ കേസുകൾ ഈ പ്രദേശത്ത് അപൂർവ്വമാണ്,' പുനലൂർ താലൂക്ക് ആശുപത്രി സൂപ്രണ്ടായിരുന്ന ഡോ. ഷാഹിർഷ ഉറപ്പിച്ചു പറഞ്ഞു. ഔദ്യോഗിക രേഖകളുടെ ബലത്തിൽ നടത്തിയ ആധികാരിക പ്രസ്താവനയായിരുന്നു ഇത്, പ്രദേശത്തെ മറ്റ് മെഡിക്കോകളും ഇത് ശരിവച്ചു. അഞ്ചൽ സെന്റ് ജോസഫ് മിഷൻ ഹോസ്പിറ്റൽ ഡയറക്ടർ സിസ്റ്റർ ലില്ലി തോമസ്, കടയ്ക്കൽ താലൂക്ക് ആശുപത്രി സൂപ്രണ്ട് ഡോ. രാജ് കഫൂർ, അടൂർ ജനറൽ ഹോസ്പിറ്റൽ സൂപ്രണ്ട് ഡോ. പ്രശാന്ത് ടി, അഞ്ചൽ കമ്മ്യൂണിറ്റി ഹെൽത്ത് സെന്ററിലെ ഡോക്ടർ ഷെമീർ സലാം എന്നിവരെല്ലാം ഡോ. ഷാഹിർഷയുടെ പ്രസ്താവനയെ തങ്ങളുടെ രേഖകളുടെ അടിസ്ഥാനത്തിൽ സ്ഥിരീകരിച്ചു.

കഴിഞ്ഞ അഞ്ച് വർഷത്തിനിടെ പറക്കോട് നിന്ന് റിപ്പോർട്ട് ചെയ്യപ്പെട്ട പതിനഞ്ച് പാമ്പുകടിയേറ്റ കേസുകളിൽ ഉള്ള ഒരേയൊരു വിഷപ്പാമ്പു കേസായിരുന്നു ഉത്രയുടേതെന്ന് അടൂർ ഹോളി ക്രോസ് ഹോസ്പിറ്റൽ അഡ്മിനിസ്ട്രേറ്റർ സിസ്റ്റർ അൽഫിയ പോലീസിനോട് പറഞ്ഞു.

വിവിധ ആശുപത്രികളിലെ ജീവനക്കാരുടെ ഈ മൊഴിക ളെല്ലാം തന്നെ ഉത്രയെ ആദ്യം ചേനത്തണ്ടനും, പിന്നീട് മൂർഖനും കടിച്ചത് ആഴത്തിൽ അന്വേഷിക്കേണ്ട വിഷയമാ ണെന്ന് സ്ഥിരീകരിക്കുന്നുണ്ട്. വിശദമായ അന്വേഷണത്തിന് ശേഷം മാത്രമേ അത് ഒരു സ്വാഭാവിക മരണമാണെന്ന് തീർച്ച പ്പെടുത്താനാവുകയുള്ളൂ. ഈ മെഡിക്കൽ പ്രൊഫഷണലുകളെ എസ്ഐടി അവരുടെ വിദഗ്ധ സാക്ഷികളുടെ പട്ടികയിൽ ചേർത്തു.

അന്വേഷണത്തിലുടനീളം വനംവകുപ്പും സഹകരിച്ചു. ഇവരുടെ രേഖകൾ പരിശോധിച്ച അശോകന്റെ സംഘം അഞ്ചൽ പ്രദേശത്തെ പാമ്പുകളുടെ എണ്ണം സംബന്ധിച്ച വിവര ങ്ങൾ ശേഖരിച്ചു. കോന്നി വൈൽഡ് ലൈഫ് ഡിവിഷന്റെ

അധികാരപരിധി പത്തനംതിട്ടയിലും, കൊല്ലം ജില്ലയിലെ നീണ്ടകര മുതൽ ഓച്ചിറ വരെയുള്ള പ്രദേശങ്ങളിലുമായി വ്യാപിച്ചു കിടക്കുന്നതായി കോന്നി ഫോറസ്റ്റ് ഡിവിഷനിലെ സെക്ഷൻ ഫോറസ്റ്റർ ദിനേശ് ആർ. പറഞ്ഞു. ഇടയ്ക്കിടെ മനുഷ്യവാസ കേന്ദ്രങ്ങളിലേക്ക് വഴിതെറ്റിയെത്തുന്ന വന്യമൃഗങ്ങളെ രക്ഷിക്കാൻ വകുപ്പിൽ സ്ട്രൈക്കിംഗ് ഫോഴ്സ് നിലവിലുണ്ട്. രക്ഷപ്പെടുത്തിയ മൃഗങ്ങളുടെ വിവരങ്ങൾ രജിസ്റ്ററിൽ രേഖപ്പെടുത്തിയിട്ടുണ്ട്. 2016 മുതൽ 2020 വരെയുള്ള കാലയളവിൽ പറക്കോട് മേഖലയിൽ നിന്ന് വിഷപ്പാമ്പുകളെ ഒന്നും തന്നെ രക്ഷിച്ചിട്ടില്ലെന്ന് രജിസ്റ്റർ പരിശോധിച്ചതിൽ നിന്ന് വ്യക്തമാണ്. ഉഗ്രവിഷമുള്ള പാമ്പുകൾ ആവർത്തിച്ചു കടിക്കാനുള്ള സാധ്യതയേയില്ല എന്നാണ് ഇത് എടുത്തുകാണിക്കുന്നത്.

\\\\\\\\\\\\\\\\

ഉത്ര കേസ് അഞ്ചൽ, കൊല്ലം പ്രദേശങ്ങളിലെ ജനങ്ങളുടെ മാത്രമല്ല, കേരളമൊട്ടാകെ ചർച്ചാവിഷയമായ ഒന്നായിരുന്നു. മനോരമ, മാതൃഭൂമി, ഏഷ്യാനെറ്റ്, ന്യൂസ്18 തുടങ്ങിയ ചാനലുകൾ കേസിലെ സംഭവവികാസങ്ങൾ വിപുലമായി റിപ്പോർട്ട് ചെയ്തുകൊണ്ട് അച്ചടി മാധ്യമങ്ങളിലും ഇലക്ട്രോണിക് മാധ്യമങ്ങളിലും നൽകിയ വ്യാപകമായ കവറേജാണ് കേസിലെ പൊതു താൽപര്യം വർദ്ധിപ്പിച്ചത്.

ജൂലൈ 14-ന് അശോകന്റെ സംഘം സൂരജിനെ അയാളുടെ വീട്ടിലേക്ക് കൊണ്ടുപോയി. വനംവകുപ്പ് ഉദ്യോഗസ്ഥരും ഇവർക്കൊപ്പമുണ്ടായിരുന്നു. ഏഷ്യാനെറ്റ് ന്യൂസിന്റെ പത്തനംതിട്ട റിപ്പോർട്ടർ ബിദിൻ എം. ദാസ് ആണ് ഈ സന്ദർശനം റിപ്പോർട്ട് ചെയ്യാൻ പോയിരുന്നത്. അന്വേഷണ സംഘവും സൂരജും പോകാനൊരുങ്ങിയപ്പോൾ സൂരജിനോട് താൻ കുറ്റം ചെയ്തോ ഇല്ലയോ എന്ന് ഈ ലേഖകൻ ചോദിച്ചു. അദ്ദേഹത്തെയും മറ്റെല്ലാവരെയും അമ്പരപ്പിച്ചുകൊണ്ട്, സൂരജ് അനുകൂലമായി മറുപടി നൽകി. മാത്രവുമല്ല, മാതൃഭൂമിയിലെ ഒരു മാധ്യമപ്രവർത്തകൻ പ്രതിയോട് ഒറ്റയ്ക്കാണോ അതോ മറ്റാരെങ്കിലും ഈ കുറ്റം ചെയ്യാൻ ഒപ്പമുണ്ടായിരുന്നോ എന്ന് ചോദിച്ചപ്പോൾ, മറ്റാരും കുറ്റകൃത്യത്തിൽ ഉൾപ്പെട്ടിട്ടില്ലെന്നും സൂരജ് പറഞ്ഞു.

പിന്നീട് ഹരിശങ്കറിന്റെ നിർദ്ദേശപ്രകാരം മഹേഷ് മോഹൻ തിരുവനന്തപുരത്തെ മാതൃഭൂമി ഓഫീസിലെത്തി സൂരജിന്റെ

കുറ്റസമ്മതമൊഴിയുടെ ദൃശ്യങ്ങൾ വാങ്ങി. സൂരജുമായി അഭിമുഖം നടത്തിയ ചില മാധ്യമപ്രവർത്തകരും അങ്ങനെ പോലീസിന്റെ സാക്ഷിപ്പട്ടികയിൽ ഇടംപിടിച്ചു.

\\\\\\\\\\\\\\\\\\\\

ഉത്രയുടെ പോസ്റ്റ്മോർട്ടം നടത്തിയത് ഡോ. രാഗേഷ് ആർ. ആയിരുന്നു. പരിശോധനയ്ക്കിടെ എടുത്ത ഫോട്ടോകളിൽ അവളുടെ ചർമ്മത്തിൽ ഗണ്യമായ നീലകലർന്ന നിറം കാണപ്പെട്ടു. ഇത് അസഹനീയമായ വേദനയിലേക്ക് നയിക്കുന്ന ഉയർന്ന അളവിലുള്ള വിഷബാധയെ സൂചിപ്പിക്കുന്നു. അത്തരമൊരു സാഹചര്യത്തിൽ ഒരു വ്യക്തി ഉടനടി സഹായം തേടാത്തതിലും നിലവിളിക്കാത്തതിലും അസ്വാഭാവികതയുണ്ട്. ഉത്രയ്ക്ക് വൈദ്യസഹായം ലഭ്യമാക്കുന്നതിനുണ്ടായ ഈ കാലതാമസം, കടിയേറ്റ സമയത്ത് അവൾ മയക്കത്തിലായിരുന്നിരിക്കാം എന്നതിലേക്ക് വിരൽ ചൂണ്ടുന്നു. രണ്ട് ആന്റീ-മോർട്ടം (മരണത്തിന് മുൻപുണ്ടായ) മുറിവുകളുടെ സാന്നിദ്ധ്യവും ഡോക്ടർ ശ്രദ്ധിച്ചു – ഇടത് കൈത്തണ്ടയുടെ പിൻഭാഗത്ത്, യഥാക്രമം 2.3 സെന്റീമീറ്ററും 2.8 സെന്റീമീറ്ററും അകലത്തിലുള്ള രണ്ട് മുറിവുകളായിരുന്നു അവ. ഈ മുറിവുകൾ പാമ്പുകടിയുടേതാണെന്ന് അദ്ദേഹം നിഗമനം ചെയ്തു. എന്നാൽ അവ വളരെ അടുത്തടുത്തായതിൽ അസാധാരണത്വമുണ്ടെന്ന് അദ്ദേഹം കണ്ടെത്തി. രണ്ടിലുമുണ്ടായിരുന്ന വിഷപ്പല്ലുകളുടെ വീതിയിൽ വളരെ വ്യത്യാസമുണ്ടായിരുന്നു. രക്തം കട്ടപിടിക്കുന്നതും, കടിയേറ്റ പാടുകൾക്ക് ചുറ്റുമുള്ള കോശങ്ങൾക്ക് വന്ന മാറ്റങ്ങളും പരിശോധിച്ചതിൽ നിന്ന് കടിച്ചത് മൂർഖൻ ആയിരിക്കാം എന്ന നിഗമനത്തിലും അദ്ദേഹം എത്തി.

ഗവൺമെന്റ് മെഡിക്കൽ കോളേജ് ആശുപത്രിയിലെ ഡോ. രാഗേഷ് ആർ. നടത്തിയ പ്രാഥമിക പരിശോധനയ്ക്ക് ശേഷം കെമിക്കൽ പരിശോധനാ ലബോറട്ടറിയിലെ ഒരു അസിസ്റ്റന്റ് എക്സാമിനർക്ക് ഉത്രയുടെ രക്തം, ആമാശയം, കുടൽ, കരൾ, വൃക്ക, സബ്ക്യൂട്ടേനിയസ് (ചർമ്മത്തിന് കീഴിലുള്ള) കോശം എന്നിവയുടെ സാമ്പിളുകൾ നൽകി. രക്തത്തിലും കടിയേറ്റ സ്ഥലത്തെ സബ്ക്യൂട്ടേനിയസ് ടിഷ്യൂവിലും മൂർഖന്റെ വിഷം അവർ കണ്ടെത്തി. ആമാശയം, കുടൽ, കരൾ, വൃക്ക, രക്തം എന്നിവയിൽ സെറ്റിറൈസിന്റെ അംശം കണ്ടെത്തി. ഉത്രയുടെ രക്തത്തിൽ ഓരോ 100 മില്ലിയിലും, 0.542 മില്ലിഗ്രാം

സെറ്റിറൈസിൻ അടങ്ങിയിട്ടുണ്ടായിരുന്നു. ഇത് മുതിർന്നവർക്ക് മെഡിക്കോകൾ നിർദ്ദേശിക്കുന്ന സാധാരണ ഡോസേജിനേക്കാൾ വളരെ കൂടുതലാണ്.

പോസ്റ്റ്മോർട്ടം റിപ്പോർട്ടിൽ രേഖപ്പെടുത്തിയിരുന്ന പ്രകാരം മരണത്തിന്റെ പ്രാഥമിക കാരണം മൂർഖൻ പാമ്പിന്റെ കടിയിൽ നിന്നുള്ള വിഷബാധയാണ്. ഉത്രയുടെ രക്തത്തിൽ ഉണ്ടായിരുന്ന സെറ്റിറൈസിൻ എന്ന നോൺ-തെറാപ്യൂട്ടിക് മരുന്നിന്റെ അളവിൽക്കവിഞ്ഞ ഡോസിന്റെ സാന്നിദ്ധ്യവും റിപ്പോർട്ട് അടിവരയിടുന്നു. മാരകമായ കടിയേറ്റ സമയത്ത് ഉത്ര മയക്കത്തിലായിരുന്നു എന്നതിനുള്ള ശക്തമായ സൂചനയാണിത്. സൂരജിന്റെ ബലേനോയിൽ നിന്ന് കണ്ടെടുത്ത Monty LC ടാബ്ലെറ്റുകളുടെ ഒഴിഞ്ഞ സ്ട്രിപ്പുമായി ഇത് ബന്ധപ്പെട്ടു കിടക്കുന്നു. സാധാരണ ആളുകളിൽ തലച്ചോറിന്റെ ഭാരം 1,250 മുതൽ 1,350 ഗ്രാം വരെയാണെങ്കിൽ, ഉത്രയുടെ തലച്ചോറിന് 720 ഗ്രാം മാത്രമേ ഭാരമുണ്ടായിരുന്നുള്ളൂ എന്ന നിരീക്ഷിച്ച ഡോക്ടർ, ഉത്രയുടെ IQ (Intelligent Quotient അഥവാ ബുദ്ധിശക്തി) താരതമ്യേന കുറവാണെന്നും രേഖപ്പെടുത്തി.

ഡോ. രാഗേഷ് ആർ, കെമിക്കൽ എക്സാമിനർ എന്നിവരെ എസ്ഐടി സാക്ഷിപ്പട്ടികയിൽ ചേർത്തു.

\\\\\\\\\\\\\\\\

വിഷം നൽകി കൊലപ്പെടുത്താൻ ശ്രമിക്കുന്ന കേസുകൾ തെളിയിക്കാൻ വേണ്ട മാനദണ്ഡങ്ങൾ എന്തൊക്കെയാണെന്ന് സുപ്രീം കോടതി 1984-ൽ പ്രസ്താവിച്ചിട്ടുണ്ട്. അത് പ്രകാരം കുറ്റം സ്ഥാപിക്കാൻ ആവശ്യമായവ ഇവയാണ് :

(i) മരിച്ചയാൾക്ക് വിഷം കൊടുക്കാൻ പ്രതിക്കുള്ള വ്യക്തമായ ഉദ്ദേശ്യം, (ii) പ്രതി നൽകിയ വിഷം മൂലമാണ് ആ വ്യക്തി മരിച്ചത്, (iii) പ്രതിയുടെ കൈവശം വിഷം ഉണ്ടായിരുന്നു, (iv) മരിച്ചയാൾക്ക് വിഷം നൽകാൻ പ്രതിയ്ക്ക് അവസരം ലഭിച്ചു.[7]

സുപ്രീം കോടതി പറഞ്ഞ ഈ നാല് വ്യവസ്ഥകളും തൃപ്തിപ്പെടുത്തുന്ന വസ്തുക്കളുടെയും സാഹചര്യ തെളിവുകളുടെയും ഒരു കുമ്പാരം തന്നെ എസ്ഐടി അതിനുള്ളിൽ ശേഖരിച്ചിരുന്നു.

---

7 ശരദ് ബിർധിചന്ദ് ശാരദ vs സ്റ്റേറ്റ് ഓഫ് മഹാരാഷ്ട്ര, AIR 1984 SC 1622.

കേസിനെ പിന്തുണയ്ക്കുന്ന സമഗ്രമായ പോസ്റ്റ്മോർട്ടം റിപ്പോർട്ടും പ്രതിയുടെ രേഖാമൂലമുള്ള കുറ്റസമ്മത മൊഴിയും അവരുടെ പക്കലുണ്ടായിരുന്നു. എന്നിരുന്നാലും, ഒരു കോടതിക്ക് മുമ്പാകെ സമർപ്പിക്കുമ്പോൾ, അതെല്ലാം ഒരുമിച്ച് കൊണ്ടുവന്ന് വിശ്വസനീയമായ ഒരു കഥയായി അവതരിപ്പിക്കാനുള്ള ദൗത്യം അപ്പോഴും ശ്രമകരമായ ഒരു വെല്ലുവിളിയായി ബാക്കി നിൽക്കുന്നുണ്ടായിരുന്നു. കോടതിയിൽ സൂരജ് കുറ്റസമ്മതം നടത്താനുള്ള സാധ്യത വളരെ കുറവായിരുന്നു. അനുവദനീയമായ തെളിവുകളുടെ പട്ടികയിൽ നിന്ന് കുറ്റസമ്മതത്തെ നിയമവിരുദ്ധമായ ഒന്നാക്കി മാറ്റി, അതിൽ നിന്നും എടുത്തുമാറ്റിക്കാൻ സൂരജിന്റെ അഭിഭാഷകർ എല്ലാ ശ്രമങ്ങളും നടത്തും. സ്പെഷ്യൽ പബ്ലിക് പ്രോസിക്യൂട്ടർ മോഹൻ രാജിനെ സംബന്ധിച്ചിടത്തോളം, ഉത്രയ്ക്ക് നീതി ലഭിക്കുന്നുവെന്ന് ഉറപ്പാക്കുക എന്നത് ഭാരിച്ച കാര്യമാണ്.

ജൂലൈയോടെ, പ്രോസിക്യൂഷൻ കേസിന്റെ ഒരു അടിസ്ഥാന രൂപം തയ്യാറാക്കി. പ്രോസിക്യൂഷൻ സാക്ഷികളുടെ പട്ടിക യോഗ്യരുടെയും ഉന്നതരുടെയും കാര്യത്തിൽ സമ്പന്നമായിരുന്നെങ്കിലും, സൂരജിനെയോ സുരേഷിനെയോ കൃത്യമായി കുറ്റം ചാർത്താവുന്ന ഒരു ഉറുപ്പ് ചീട്ട് കിട്ടിയിരുന്നില്ല. എസ്ഐടി നിറയെ തെളിവുകൾ ശേഖരിച്ചിട്ടുണ്ടെങ്കിൽ പോലും, രണ്ട് പ്രതികളെയും വെറുതെ വിട്ടേക്കും എന്ന ഉറച്ച തോന്നലിലായിരുന്നു മോഹൻ രാജ്.

'ഇത് പോരാ!' മോഹൻ രാജ് നിരാശയോടെ പറഞ്ഞു. മുന്നോട്ട് എങ്ങനെ നീങ്ങണം എന്ന കാര്യം ചർച്ച ചെയ്യാനായി ജില്ലാ കോടതിയിലെ ഒരു ചെറിയ മുറിയിൽ അശോകനുമായി കൂടിയാലോചിക്കുകയായിരുന്നു അദ്ദേഹം.

'ശരിയാണ്. പക്ഷേ നമ്മുടെ കൈയ്യിൽ ഇത് മാത്രമേയുള്ളൂ,' അശോകൻ മറുപടി പറഞ്ഞു.

'നമ്മൾ ഇതുവരെ ആലോചിക്കാത്ത ഏതെങ്കിലും ഒരു മാർഗ്ഗം ബാക്കിയുണ്ടാവും എന്ന് തീർച്ച.'

'ശരിക്കും ഈ പോലീസ് ജോലി ക്രൈം നാടകങ്ങൾ പോലെയായിരുന്നെങ്കിൽ എത്ര നന്നായേനെ. എസിപി വന്ന് കുറ്റപ്രഖ്യാപനം നടത്തുന്നു, അതോടെ ശുഭം എന്നെഴുതിക്കാണിക്കുന്നു.'

'*തും കോ തോ ഫാസി ഹി ഹോഗി,* നിന്നെ തൂക്കിലേറ്റുക

തന്നെ ചെയ്യും!' എസിപി പ്രദ്യുമന്റെ[8] പ്രസിദ്ധമായ കൈത്തണ്ടയുടെ ചലനം അനുകരിച്ചുകൊണ്ട് മോഹൻ രാജ് പൊട്ടിച്ചിരിച്ചു. രാജിന്റെ കഷ്ടപ്പെട്ടുള്ള ഹിന്ദി ഉച്ചാരണം നർമ്മത്തിനു മേമ്പൊടി ചാർത്തി.

'ഇത്ര സുവ്യക്തമായ ഒരു കേസ് തെളിയിക്കാൻ ഇത്രയും കാലതാമസം എടുക്കുന്ന നമ്മൾ കോമാളികളാണെന്നേ പൊതുജനം കരുതൂ,' മുഖത്ത് നിറഞ്ഞ പുഞ്ചിരിയോടെ അശോകൻ പറഞ്ഞു.

'കോമാളികളോ? അതെ. നമുക്കൊരു തുറുപ്പ് ചീട്ട് വേണം.'

അശോകൻ ഒന്നും മനസ്സിലാകാത്ത പോലെ തന്റെ സഹപ്രവർത്തകനെ നോക്കി.

'നമുക്ക് സുരേഷിനെ നമ്മുടെ വശത്ത് ചേർക്കാം. പ്രോസിക്യൂഷനിൽ അവനെ സാക്ഷിയാക്കാം.'

'എന്താ?' അശോകൻ അമ്പരന്നു.

'നോക്കൂ, അയാൾക്ക് കുറ്റകൃത്യം മുഴുവൻ അടുത്തറിയാം. അയാളുടെ സാക്ഷ്യം തീർച്ചയായും സൂരജിന്റെ അഭിഭാഷകരെ തളർത്തും. ഈ കുറ്റകൃത്യത്തിൽ സ്വന്തം ഇഷ്ടപ്രകാരമല്ലാതെ പെട്ടു പോയ ഒരു കൂട്ടാളി എന്നതാണ് സുരേഷിന്റെ ഇതിലെ പങ്കാളിത്തം. നമുക്ക് അതിനെ ചൂഷണം ചെയ്യാം. ഒരു ഒത്തുതീർപ്പ് വാദം നമുക്ക് വാഗ്ദാനം ചെയ്തു നോക്കാം.'

'അത് സാധ്യമാണോ?'

'മറ്റു ചില കേസുകളിൽ അങ്ങനെ ചെയ്തിട്ടുണ്ട്. 306-ാം[9] വകുപ്പിന് കീഴിലുള്ള കേസിൽ കൂട്ടുപ്രതികൾ മാപ്പുസാക്ഷികൾ ആകാറുണ്ട്. കുറ്റവാളിയെ തറയ്ക്കാൻ മതിയായ തെളിവുകളുണ്ടെങ്കിൽ, അത് ഒരു ജുഡീഷ്യൽ മജിസ്ട്രേറ്റിന് മുന്നിൽ 164 സ്റ്റേറ്റ്മെന്റ്[10] ആയി രേഖപ്പെടുത്തുന്നതാണ് ഇതിന്റെ പ്രക്രിയ.'

ഇടുങ്ങിയ മുറിയിലൂടെ അശോകൻ അങ്ങോട്ടും ഇങ്ങോട്ടും നടക്കാൻ തുടങ്ങി. അദ്ദേഹത്തിന്റെ കാലടികളിൽ ഉത്സാഹം

---

8 1998-2018 കാലഘട്ടത്തിൽ സോണി എന്റർടൈൻമെന്റ് ടെലിവിഷനിൽ സംപ്രേഷണം ചെയ്ത, ജനപ്രിയ ടിവി ഷോ *CID*-യിലെ പ്രധാന പോലീസ് ഉദ്യോഗസ്ഥൻ.

9 ക്രിമിനൽ പ്രൊസീജ്യർ കോഡിലെ ഒരു വിഭാഗം. ഒരു കുറ്റകൃത്യത്തിലെ പങ്കാളിയെ പ്രോസിക്യൂഷൻ സാക്ഷിയാക്കി മാറ്റുന്നതിനുള്ള നടപടിക്രമമാണിത്. അത്തരമൊരു സാക്ഷിയെ 'മാപ്പുസാക്ഷി' എന്ന് വിളിക്കുന്നു.

10 പോലീസ് രേഖപ്പെടുത്തുന്ന സെക്ഷൻ 161 മൊഴികളേക്കാൾ കൂടുതൽ തെളിവ് മൂല്യമുള്ള, ഒരു മജിസ്ട്രേറ്റ് രേഖപ്പെടുത്തിയ സാക്ഷി മൊഴി.

നരപൊത്തുന്നുണ്ടായിരുന്നു. മികച്ച ഒരു ആശയമായിരിക്കും ഇതെന്ന് അദ്ദേഹത്തിന് അറിയാമായിരുന്നു.

'അശോകൻ, മേലുദ്യോഗസ്ഥരോട് ആലോചിച്ചോളൂ,' മോഹൻ രാജ് ഉപദേശിച്ചു.

'ഞാൻ ആദ്യം സുരേഷുമായി സംസാരിക്കട്ടെ! നന്ദി, മോഹൻ രാജ്. ഇതിൽ എന്താണ് ചെയ്യാൻ കഴിയുക എന്ന് ഞാനൊന്ന് നോക്കട്ടെ.'

'എന്നാൽ അന്വേഷിച്ചാട്ടെ; എന്നിട്ട്, വേഗം കണ്ടുപിടിച്ചാട്ടെ,' അന്തരീക്ഷം ഒന്ന് ലഘുവാക്കിക്കൊണ്ട് മോഹൻ രാജ് കളിയാക്കി. ഇരുവരും ഹൃദ്യമായി ചിരിച്ചു.

1 മുതൽ 4 വരെ

"വഞ്ചനയ്ക്കിടയിൽ നിങ്ങൾ സത്യം മറന്നാൽ മാത്രമേ ഒഴിവാക്കൽ ഒരു പാപമായി മാറുന്നുള്ളൂ. ഈ പ്രക്രിയയിൽ, നുണ മാത്രമാണ് സത്യം എന്നു വരുമ്പോൾ മാത്രമേ നുണ ഒരു പാപമായി മാറുന്നുള്ളൂ."

—ജൂലിയാന ബാഗോട്ട്

ഒരു കുറ്റകൃത്യം പോലീസിന്റെ ശ്രദ്ധയിൽപ്പെട്ടാൽ അതിനെത്തുടർന്ന് കൈക്കൊള്ളേണ്ട സ്വാഭാവിക നടപടിയാണ് അന്വേഷണം. ആരാണ് ചെയ്തത് എന്നതിനെക്കുറിച്ചുള്ള വിവരങ്ങൾ പോലീസിനെ അറിയിച്ച് നിയമം നടപ്പിലാക്കാൻ അവരെ അനുവദിക്കുക എന്നതാണ് ഇതിന്റെ അടിസ്ഥാന തത്വശാസ്ത്രം. ഇതിനെതിരെയുള്ള ഏത് ഇടപെടലും നിരുത്സാഹജനകമാണ്. ഇത് സംബന്ധിച്ചുള്ള പുസ്തകങ്ങളിൽ, പ്രത്യേകിച്ച് ക്രിമിനൽ പ്രൊസീജ്യർ കോഡ് (CrPC) പ്രകാരം, അന്വേഷണം നടത്തുന്നതിന് വേണ്ടി നിയമിക്കപ്പെട്ട കുറ്റാന്വേഷകന്റെ പക്ഷം ചേരാതെയാണ് കോടതികൾ നിൽക്കേണ്ടതെന്നു പോലും അനുശാസിക്കുന്നു. 'അന്വേഷണം കോടതി ഉത്തരവുകളാൽ തടസ്സപ്പെടാതെ മുന്നോട്ടുപോകണം' എന്ന് സുപ്രീം കോടതി വ്യക്തമാക്കിയിട്ടുണ്ട്[1]. '...നിയമപരമായ നിലപാട് തീർത്തും വ്യക്തമാണ്. കൂടാതെ അന്വേഷണത്തിലോ, അതിന്റെ ഗതിവിഗതികളിലോ കോടതി ഇടപെടരുതെന്ന് ജൂഡീഷ്യൽ അധികാരികൾ തീർപ്പാക്കിയി

---

1 യൂണിയൻ ഓഫ് ഇന്ത്യ vs പ്രകാശ് പി ഹിന്ദുജ & മറ്റൊരാൾ, on 7 July 2003. (https://indiankanoon.org/doc/767596/).

ട്ടുണ്ട്.'[2] പ്രഥമ വിവര റിപ്പോർട്ട് സമർപ്പിച്ച സമയം മുതൽ പോലീസ് സ്റ്റേഷന്റെ ചുമതലയുള്ള ഉദ്യോഗസ്ഥൻ കോടതിയിൽ അന്തിമ റിപ്പോർട്ട് സമർപ്പിക്കുന്നത് വരെയുള്ള ചുമതലകൾ അന്വേഷണ ഏജൻസിക്ക് മാത്രമായി നിക്ഷിപ്തപ്പെടുത്തിയിരിക്കുന്നു. 'കുറ്റകൃത്യങ്ങൾ കണ്ടെത്തുന്നതിലും കുറ്റശിക്ഷ വിധിക്കുന്നതിലും വ്യക്തവും കൃത്യമായി നിർണ്ണയിക്കപ്പെട്ടതുമായ പ്രവർത്തന മേഖലയാണ് അന്വേഷണം. ഒരു കുറ്റകൃത്യത്തിന്റെ അന്വേഷണം എന്നത് പോലീസ് വകുപ്പ് മുഖാന്തിരം ഏർപ്പാട് ചെയ്യപ്പെടുന്ന ഒരു എക്സിക്യൂട്ടീവിൽ മാത്രമായി നിക്ഷിപ്തമായ മേഖലയാണ്...' എന്ന് അതേ വിധിന്യായത്തിൽ പറയുന്നു. അപെക്സ് കോടതി പറയുന്നതെന്തെന്നാൽ 'ക്രമസമാധാനത്തിൽ ജാഗ്രത പാലിക്കാൻ എക്സിക്യൂട്ടീവിന് ബാധ്യതയുണ്ട്,' എന്നാണ്. അതിനാൽ കുറ്റകൃത്യം തടയുക എന്ന ഉത്തരവാദിത്തം കൂടിയുണ്ട്. അതിനാൽ, ഒരു കുറ്റകൃത്യം നടന്നതായി ആരോപണമുണ്ടായാൽ, അതിലെ കുറ്റം അന്വേഷിക്കേണ്ടത് അവരുടെ കടമയാണ്. ഒരു കുറ്റകൃത്യം നടന്നതായി സംസ്ഥാനം കണ്ടെത്തിക്കഴിഞ്ഞാൽ, കുറ്റം തെളിയിക്കുന്നതിനുള്ള തെളിവുകൾ ശേഖരിക്കേണ്ടത് അതിന്റെ ബാധ്യതയാണ്. അന്വേഷണം പൂർത്തിയാകുമ്പോൾ, 'അന്വേഷണ ഉദ്യോഗസ്ഥൻ കോടതിയിൽ ഒരു റിപ്പോർട്ട് സമർപ്പിച്ച്, കുറ്റം കോടതിയുടെ ശ്രദ്ധയിൽപ്പെടുത്തുന്നതോട്ട കൂടി, അതിന്റെ ചുമതല അവസാനിക്കുന്നു.'[3]

CrPC-യുടെ 161-ാം[4] സെക്ഷനിൽ അന്വേഷണത്തിനിട

---

2 യൂണിയൻ ഓഫ് ഇന്ത്യ vs പ്രകാശ് പി ഹിന്ദുജ & മറ്റൊരാൾ, on 7 July 2003. (https://indiankanoon.org/doc/767596/).

3 മുകളിലത്തെ അതേ കേസിൽ.

4 **ക്രിമിനൽ പ്രൊസീജ്യർ കോഡ്, 1973, സെക്ഷൻ 161**–പോലീസിന്റെ സാക്ഷികളുടെ വിസ്താരം :

(1) ഈ അധ്യായത്തിന് കീഴിൽ അന്വേഷണം നടത്തുന്ന ഏതെങ്കിലും പോലീസ് ഉദ്യോഗസ്ഥനോ, അല്ലെങ്കിൽ സംസ്ഥാന ഗവൺമെന്റ് പൊതു ഉത്തരവ് അല്ലെങ്കിൽ പ്രത്യേക ഉത്തരവ് മുഖേന നിർദ്ദേശിച്ചേക്കാവുന്ന ഒരു റാങ്കിൽ താഴെയല്ലാത്ത ഏതെങ്കിലും പോലീസ് ഉദ്യോഗസ്ഥന്റെ ആവശ്യപ്രകാരമോ കേസിന്റെ വസ്തുതകളും സാഹചര്യങ്ങളും പരിചിതമായ ഒരു വ്യക്തിയെ വാക്കാൽ ചോദ്യം ചെയ്യാവുന്നതാണ്.

(2) ഒരു ക്രിമിനൽ കുറ്റത്തിനോ പിഴയ്ക്കോ ജപ്തിക്കോ ആ വ്യക്തിയെ വിധേയമാക്കിയേക്കാവുന്ന ഉത്തരങ്ങൾ ഒഴികെ, അത്തരം ഉദ്യോഗസ്ഥൻ തന്നോട് ചോദിക്കുന്ന കേസുമായി ബന്ധപ്പെട്ട എല്ലാ ചോദ്യങ്ങൾക്കും സത്യസന്ധതയോടെ ഉത്തരം നൽകാൻ ആ വ്യക്തിക്ക് ബാധ്യസ്ഥതയുണ്ടായിരിക്കും.

യിൽ ഒരു പോലീസ് ഉദ്യോഗസ്ഥൻ ഒരു സാക്ഷിയെ വിസ്തരി ക്കേണ്ടുന്ന രീതി സ്ഥാപിക്കുന്ന സുപ്രധാന വ്യവസ്ഥ വിവരി ക്കുന്നു. അങ്ങനെ രേഖപ്പെടുത്തുന്ന മൊഴികളിൽ ഒപ്പിടുന്നത് നിഷിദ്ധമാണെന്ന് തുടർന്നുള്ള വകുപ്പിൽ പറഞ്ഞിട്ടുണ്ട്. അത്തരം മൊഴികൾ തെളിവായി സ്വീകരിച്ചാൽ, പോലീസ് ഉദ്യോഗസ്ഥർ അനിയന്ത്രിതമായി കൈക്കരുത്ത് പ്രയോഗിക്കാൻ സാധ്യതയു ണ്ടെന്ന് കരുതപ്പെടുന്നു. ഇക്കാരണത്താൽ സംശയിക്കുന്നവരെ പീഡിപ്പിക്കുന്നത് ചട്ടമായി മാറും. ചോദ്യം ചെയ്യലിൽ സൂരജും സുരേഷും മറ്റെല്ലാ സാക്ഷികളും എസ്ഐടിയോട് പറഞ്ഞ തെല്ലും ഈ വ്യവസ്ഥയുടെ പരിധിയിൽപ്പെടും.

ഒരു മെട്രോപൊളിറ്റൻ അല്ലെങ്കിൽ ജുഡീഷ്യൽ മജിസ്ട്രേറ്റ്, സാക്ഷിയുടെ മൊഴി രേഖപ്പെടുത്തുന്നതിനെക്കുറിച്ച് CrPC-യുടെ 164-ാം[5] സെക്ഷൻ വ്യവസ്ഥ ചെയ്യുന്നു. അത്തരമൊരു മൊഴി രേഖ

---

(3) ഈ വകുപ്പിന് കീഴിൽ അന്വേഷണം നടത്തുന്ന ഒരു പോലീസ് ഉദ്യോഗ സ്ഥന് ഏത് പ്രസ്താവന വേണമെങ്കിലും എഴുതി രേഖപ്പെടുത്താം; അങ്ങനെ ചെയ്യുകയാണെങ്കിൽ, ആ ഉദ്യോഗസ്ഥൻ ഓരോ വ്യക്തിയുടെയും മൊഴിയുടെ പ്രത്യേകവും സത്യസന്ധവുമായ രേഖകൾ ഉണ്ടാക്കണം.

5 **ക്രിമിനൽ പ്രൊസീജ്യർ കോഡ്, 1973, സെക്ഷൻ 164**—കുറ്റസമ്മതങ്ങളുടെയും മൊഴികളുടെയും റെക്കോർഡിംഗ്:

(1) ഏതൊരു മെട്രോപൊളിറ്റൻ മജിസ്ട്രേറ്റും അല്ലെങ്കിൽ ജുഡീഷ്യൽ മജിസ്ട്രേറ്റും, തനിക്ക് കേസിൽ അധികാരപരിധി ഉണ്ടെങ്കിലും ഇല്ലെങ്കിലും, ഈ ചാപ്റ്ററിന് കീഴിലോ അല്ലെങ്കിൽ തൽക്കാലം നിലവി ലുള്ള മറ്റേതെങ്കിലും നിയമപ്രകാരമോ ഒരു അന്വേഷണ വേളയിൽ തന്നോട് പറയുന്ന എന്തെങ്കിലും കുറ്റസമ്മതമോ പ്രസ്താവനയോ രേഖപ്പെ ടുത്താം. അല്ലെങ്കിൽ അന്വേഷണമോ വിചാരണയോ ആരംഭിക്കുന്ന തിന് മുമ്പ് എപ്പോൾ വേണമെങ്കിലും : തൽക്കാലം പ്രാബല്യത്തിലുള്ള ഏതെങ്കിലും നിയമപ്രകാരം മജിസ്ട്രേറ്റിന്റെ ഏതെങ്കിലും അധികാരം നൽകിയിട്ടുള്ള ഒരു പോലീസ് ഉദ്യോഗസ്ഥൻ കുറ്റസമ്മതം രേഖപ്പെടുത്താൻ പാടില്ല.

(2) മജിസ്ട്രേറ്റ്, അത്തരത്തിലുള്ള ഏതെങ്കിലും കുറ്റസമ്മതം രേഖപ്പെടുത്തു ന്നതിന് മുമ്പ്, കുറ്റസമ്മതം നടത്താൻ താൻ ബാധ്യസ്ഥനല്ലെന്നും, അങ്ങനെ ചെയ്താൽ, അത് തനിക്കെതിരെയുള്ള തെളിവായി ഉപയോഗി ക്കാമെന്നും അത് നടത്തുന്ന വ്യക്തിയോട് വിശദീകരിക്കേണ്ടതാണ്; കൂടാതെ, അത് ചെയ്യുന്ന വ്യക്തിയെ ചോദ്യം ചെയ്യുമ്പോൾ, അത് സ്വമേധയാ നടത്തുന്നതാണെന്ന് വിശ്വസിക്കാൻ അദ്ദേഹത്തിന് കാരണ മില്ലെങ്കിൽ, മജിസ്ട്രേറ്റ് അത്തരത്തിലുള്ള കുറ്റസമ്മതം രേഖപ്പെടുത്താൻ പാടില്ല.

(3) കുറ്റസമ്മതം രേഖപ്പെടുത്തുന്നതിന് മുമ്പ്, മജിസ്ട്രേറ്റിന് മുമ്പാകെ ഹാജരായ വ്യക്തി കുറ്റസമ്മതം നടത്താൻ തയ്യാറല്ലെന്ന് പ്രസ്താവിച്ചാൽ, അത്തരം വ്യക്തിയെ പോലീസ് കസ്റ്റഡിയിൽ തടങ്കലിൽ വയ്ക്കുന്നതിന് മജിസ്ട്രേറ്റ് അധികാരം നൽകുന്നതല്ല.

പ്പെടുത്തുന്നത് വിസമ്മതിക്കാൻ ആ വ്യക്തിക്ക് അവകാശമുണ്ടെന്നും അത് സ്വമേധയാ ഉള്ള ഒരു പ്രവൃത്തിയാണെന്നും സാക്ഷിക്ക് ഉറപ്പ് നൽകിയതിന് ശേഷം ഈ മൊഴി രേഖപ്പെടുത്തുന്നു; ഈ മൊഴി രേഖപ്പെടുത്തുകയാണെങ്കിൽ, അത് ആ വ്യക്തിക്ക് എതിരായ തെളിവായി ഉപയോഗിക്കാമെന്നും വ്യക്തമായി പറഞ്ഞിട്ടുണ്ട്. ഉദാഹരണത്തിന്, മാപ്പുസാക്ഷിയായി മാറുന്നതിനെക്കുറിച്ചുള്ള സുരേഷിന്റെ പ്രസ്താവന ഈ വ്യവസ്ഥയുടെ കീഴിൽ വരും.

എന്നാൽ പോലീസിന് നിർദ്ദേശിച്ചിരിക്കുന്ന വ്യവസ്ഥകളും ഒരു മജിസ്ട്രേറ്റിന് നിർദ്ദേശിച്ചിരിക്കുന്ന വ്യവസ്ഥകളും തമ്മിൽ കാലയളവിലെ വ്യത്യാസം എന്തുകൊണ്ടാണ്? വ്യക്തമായും, 1861-ൽ പ്രാബല്യത്തിൽ വന്ന CrPC, ഒരു സാക്ഷിയെ അത്തരമൊരു മൊഴിക്ക് പോലീസ് നിർബന്ധിച്ചേക്കാം എന്ന വസ്തുത കണക്കിലെടുത്തിരുന്നു. അതേസമയം സമാന സാഹചര്യങ്ങൾ വന്നാൽ പോലും കളങ്കമില്ലാത്ത മൊഴി നൽകാൻ മതിയായ വിശ്വാസം ഒരു മജിസ്ട്രേറ്റ് നൽകാൻ സാധ്യതയുണ്ട്. 1973-ൽ CrPC-യുടെ പുതുക്കിയ പതിപ്പ് നിലവിൽ വന്നപ്പോൾ, ഈ വ്യവസ്ഥകൾ നിലനിർത്തി. കാരണം സ്വാതന്ത്ര്യം ലഭിച്ച്

---

(4) കുറ്റാരോപിതനായ ഒരു വ്യക്തിയുടെ പരിശോധന രേഖപ്പെടുത്തുന്നതിനായി സെക്ഷൻ 281-ൽ നൽകിയിരിക്കുന്ന വിധത്തിൽ അത്തരത്തിലുള്ള ഏതൊരു കുറ്റസമ്മതവും രേഖപ്പെടുത്തുകയും കുറ്റസമ്മതം നടത്തുന്ന വ്യക്തി ഒപ്പിടുകയും വേണം; മജിസ്ട്രേറ്റ് താഴെ പറയുന്ന രീതിയിൽ ഒരു മെമ്മോറാണ്ടം ഉണ്ടാക്കും : 'കുറ്റസമ്മതം നടത്താൻ അയാൾ ബാധ്യസ്ഥനല്ലെന്നും, അഥവാ അയാൾ കുറ്റസമ്മതം നടത്തിയാൽ അത് അയാൾക്കെതിരെയുള്ള തെളിവായി ഉപയോഗിക്കാമെന്നും ഞാൻ (പേര്) വിശദീകരിച്ചു. ഈ കുറ്റസമ്മതം സ്വമേധയാ നടത്തിയതാണെന്ന് ഞാൻ വിശ്വസിക്കുന്നു. ഇത് എന്റെ സാന്നിദ്ധ്യത്തിൽ എടുത്തതാണ്. ഇത് ആ വ്യക്തിക്ക് വായിച്ചുകൊടുക്കുകയും, അദ്ദേഹം ശരിയാണെന്ന് സമ്മതിക്കുകയും ചെയ്തു. ഇതിൽ, അദ്ദേഹം നടത്തിയ പ്രസ്താവനയുടെ പൂർണ്ണവും സത്യവുമായ വിവരണം അടങ്ങിയിരിക്കുന്നു. (ഒപ്പ്) എ.ബി. മജിസ്ട്രേറ്റ്.

(5) സബ്-സെക്ഷൻ (1)-ന് കീഴിൽ നടത്തിയ ഏതെങ്കിലും പ്രസ്താവന (കുറ്റസമ്മതം ഒഴികെ), മജിസ്ട്രേറ്റിന്റെ അഭിപ്രായത്തിൽ, കേസിന്റെ സാഹചര്യങ്ങൾക്ക് ഏറ്റവും അനുയോജ്യമായ രീതിയിൽ തെളിവുകൾ രേഖപ്പെടുത്തുന്നതിനായി ഇനിമുതൽ നൽകിയിട്ടുള്ള വിധത്തിൽ രേഖപ്പെടുത്തേണ്ടതാണ്; മൊഴി രേഖപ്പെടുത്തിയ വ്യക്തിക്ക് സത്യവാചകം ചൊല്ലിക്കൊടുക്കാൻ മജിസ്ട്രേറ്റിന് അധികാരമുണ്ട്.

(6) ഈ വകുപ്പ് പ്രകാരം ഒരു കുറ്റസമ്മതമോ മൊഴിയോ രേഖപ്പെടുത്തുന്ന മജിസ്ട്രേറ്റ് അത് കേസ് അന്വേഷിക്കുകയോ വിചാരണ ചെയ്യുകയോ ചെയ്യേണ്ട മജിസ്ട്രേറ്റിന് കൈമാറും.

ഇരുപത്തിയഞ്ച് വർഷത്തിനു ശേഷവും, പോലീസ് അന്വേഷകർ ഉപയോഗിക്കുന്ന രീതികളിൽ വലിയ തോതിൽ അവിശ്വാസം ഉണ്ടായിരുന്നു.

ഈ പശ്ചാത്തലത്തിലുള്ളതാണ് സെക്ഷൻ 25, ഇന്ത്യൻ എവിഡൻസ് ആക്റ്റ്[6]. ഇത് പ്രകാരം, ഒരു പോലീസ് ഉദ്യോഗസ്ഥന്റെ മുമ്പാകെ നൽകിയ കുറ്റസമ്മതം വിചാരണയിൽ കോടതിക്ക് മുമ്പാകെ സ്വീകാര്യമല്ലാതെ വരുന്നു. ഇക്കാരണത്താൽ, അശോകനോട് സൂരജ് നടത്തിയ കുറ്റസമ്മതം പ്രോസിക്യൂഷൻ കേസിൽ ഉൾപ്പെടുത്തിയിരുന്നില്ല.

CrPC-യുടെ 164-ാം വകുപ്പിലെ വ്യവസ്ഥ അന്വേഷകന് കുറ്റാരോപിതനിൽനിന്ന് ഒപ്പിട്ട മൊഴി ലഭിക്കുക മാത്രമല്ല, വിജയം നേടാനുള്ള പ്രോസിക്യൂഷൻ ഏജൻസിയുടെ ആത്മവിശ്വാസം വർദ്ധിപ്പിക്കുകയും കൂടി ചെയ്യുന്നു. കോഡിന്റെ 164-ാം വകുപ്പ് പ്രകാരം സാക്ഷികളുടെ മൊഴി രേഖപ്പെടുത്തുന്നതിന്റെ ലക്ഷ്യം രണ്ടാണ് : (i) കള്ളസാക്ഷ്യമായിപ്പോകുമോ എന്ന് ഭയം നൽകി, വിചാരണ വേളയിൽ സംഭവങ്ങളുടെ മൊഴി മാറ്റുന്നതിൽ നിന്ന് സാക്ഷികളെ പിന്തിരിപ്പിക്കുക, (ii) ദൃക്സാക്ഷികൾ പോലീസിന് നൽകിയ വിവരങ്ങൾ അംഗീകരിക്കാതെ വന്നാൽ വേണ്ടുന്ന പ്രതിരോധം ഉറപ്പാക്കുക.

വിചാരണാവേളയിൽ 164-ാം വകുപ്പ് കൊണ്ടുവരുന്ന ആധികാരികതയിൽ കാര്യമായ വ്യത്യാസമുണ്ടോ എന്ന ചോദ്യത്തിന്, CrPC-യുടെ 161-ാം വകുപ്പ് പ്രകാരം പോലീസിന് മുമ്പാകെ നൽകിയ മൊഴിയും, CrPC-യുടെ 164-ാം വകുപ്പ് പ്രകാരം മജിസ്ട്രേറ്റിന് മുമ്പാകെ നൽകിയ മൊഴിയും കണക്കിലെടുക്കുമ്പോൾ, രണ്ടാമത്തേത് സത്യപ്രതിജ്ഞ ആണെന്നും, അങ്ങനെ രേഖപ്പെടുത്തിയിരിക്കുന്ന മൊഴിയിൽ നിന്ന് പിന്മാറുകയാണെങ്കിൽ സാക്ഷി നിയമനടപടികൾ നേരിടാൻ ബാധ്യസ്ഥനാണെന്നുമുള്ളതാണ് പട്ന ഹൈക്കോടതി വിലയിരുത്തിയത്. അടിസ്ഥാനപരമായി, തെളിവുകളുടെ ഗുണനിലവാരമല്ല, മറിച്ച്, അത് രേഖപ്പെടുത്തുന്ന രീതി മാത്രമാണ് മാറുന്നത്. അതിനാൽ തന്നെ അതിന്റെ സ്വീകാര്യതയും മാറുന്നു. ഒരു കുറ്റകൃത്യം

---

6 **ഇന്ത്യൻ എവിഡൻസ് ആക്ട്, 1872, സെക്ഷൻ 25**—പോലീസ് ഉദ്യോഗസ്ഥനോടുള്ള കുറ്റസമ്മതം തെളിയിക്കേണ്ടതില്ല :

ഒരു പോലീസ് ഉദ്യോഗസ്ഥനോട് ചെയ്യുന്ന കുറ്റസമ്മതം, ഏതെങ്കിലും കുറ്റം ആരോപിക്കപ്പെടുന്ന ഒരു വ്യക്തിക്കെതിരെ തെളിയിക്കാൻ പാടില്ല.

അന്വേഷിക്കുന്ന പോലീസ് ഉദ്യോഗസ്ഥനെക്കാളും പല മടങ്ങ് ഉയരത്തിൽ നിൽക്കുന്ന, ഉന്നതപദവികളുള്ള ആളാണ് മജിസ്ട്രേറ്റ്. അതുകൊണ്ടുതന്നെ, ഒരു സാക്ഷി അതിനുള്ള സന്നദ്ധത പ്രകടിപ്പിക്കുമ്പോൾ, പ്രോട്ടോക്കോൾ അനുസരിച്ച്, സെക്ഷൻ 164 പ്രകാരം മൊഴി രേഖപ്പെടുത്താൻ അന്വേഷണ ഉദ്യോഗസ്ഥൻ മജിസ്ട്രേറ്റിനെ സമീപിക്കാറുണ്ട്. മജിസ്ട്രേറ്റ് ഒരു ചട്ടം പോലെ സ്വന്തം ഇഷ്ടപ്രകാരം ഇത് ചെയ്യുന്നില്ല. ഒരു സാക്ഷി തന്റെ മൊഴി രേഖപ്പെടുത്താൻ അപേക്ഷിക്കുമ്പോൾ പോലും, അത്തരമൊരു അഭ്യർത്ഥന സാധാരണയായി ഒരു മജിസ്ട്രേറ്റ് അംഗീകരിക്കില്ല.[7]

സെക്ഷൻ 161 പ്രകാരമുള്ള മൊഴികൾ കേസ് സ്വീകരിക്കുന്ന സമയത്ത് ഒരു അന്വേഷണ ഉദ്യോഗസ്ഥന്റെ കണ്ടെത്തലുകൾ കോടതിക്ക് മുമ്പാകെ വയ്ക്കുന്നതിന് ഉതകുന്നതാണ്. കുറ്റാരോപിതർക്കെതിരായ കുറ്റം ചുമത്താനും അവർ സഹായിക്കുന്നു. വിചാരണ വേളയിൽ, ഈ പ്രസ്താവനകൾ വൈരുദ്ധ്യങ്ങൾക്കും ഒഴിവാക്കലുകൾക്കും അടിവരയിടുന്നതിന് ഉപയോഗിക്കുന്നു.

ഒഴിവാക്കലുകളും വൈരുദ്ധ്യങ്ങളും സാക്ഷികൾ നൽകിയ മുൻ മൊഴികളുമായി ബന്ധപ്പെട്ടിരിക്കുന്നു. വിചാരണവേളയിൽ ഒരു സാക്ഷി മുമ്പത്തെ മൊഴിയിൽ നിന്ന് എന്തെങ്കിലും പ്രസ്താവിക്കാതിരിക്കുമ്പോൾ, അത് ഒരു ഒഴിവാക്കൽ എന്ന് വിളിക്കപ്പെടുന്നു. ഒരു സാക്ഷി തന്റെ മുമ്പത്തെ മൊഴിയിൽ നിന്ന് വ്യത്യസ്തമായ എന്തെങ്കിലും പ്രസ്താവിക്കുന്നതാണ് വൈരുദ്ധ്യം. ഒഴിവാക്കലുകളും വൈരുദ്ധ്യങ്ങളും ഹാജരാക്കിയ തെളിവുകളിൽ ആത്മവിശ്വാസം കുറയുന്നതിലേക്ക് നയിക്കുന്നു.

വിചാരണ വേളയിൽ, 161 മൊഴികളിലേക്കുള്ള ഒരു പരാമർശം, അതിനാൽ ഒരു സാക്ഷി നിരസിച്ച സാക്ഷ്യത്തെ ചോദ്യം ചെയ്യാനും വൈരുദ്ധ്യങ്ങളും ഒഴിവാക്കലുകളും അടിവരയിടാനും പ്രോസിക്യൂഷന് അവസരം നൽകുന്നു. ഇവ രണ്ടിലേതെങ്കിലും എന്നതിന്റെ ചെറിയ സാമ്യം പോലും ഉള്ള എന്തിനെയും ഉപയോഗിക്കാൻ പ്രതിരോധം ജാഗ്രത പുലർത്തുന്നു.

സുരേഷിന്റെ സാക്ഷ്യപത്രം അശോകന്റെ മുമ്പിലുണ്ടായിരുന്നു. മോഹൻ രാജിന്റെ ആശയം പ്രോസിക്യൂഷന് എത്ര

---

7 പട്ന ഹൈക്കോടതി – മുഹമ്മദ് മാനിർ vs സ്റ്റേറ്റ് ഓഫ് ബീഹാർ ആൻഡ് അതേഴ്സ്, ഓൺ 13 സെപ്റ്റംബർ 1994. എക്വിവാലെന്റ് സൈറ്റേഷൻസ്: 1994 (2) BLJR 1433

ത്തോളം പ്രയോജനകരമാകുമെന്ന് അദ്ദേഹത്തിന് മനസ്സിലായി. സാക്ഷി ഗുണകരമായ ഒരാളാണെന്ന് കണ്ട അശോകൻ അപ്പോൾത്തന്നെ തന്നെ ഏൽപ്പിച്ച കടമയിലേക്ക് കടക്കുകയും, മാപ്പുസാക്ഷിയാകാൻ ഒരുവിധം സുരേഷിനെ സമ്മതിപ്പിക്കുകയും ചെയ്തു. സുരേഷിന്റെ മൊഴി സെക്ഷൻ 164 പ്രകാരം ഒരു മജിസ്ട്രേറ്റ് രേഖപ്പെടുത്തേണ്ടതിന്റെ ആവശ്യകതയിൽ രണ്ട് ഗുണങ്ങളുണ്ട് – കോടതിയിൽ അതിന്റെ വിശ്വാസ്യത വർദ്ധിക്കുകയും സാക്ഷി പിൻവലിക്കാനുള്ള സാധ്യത മങ്ങുകയും ചെയ്യും.

അശോകന്റെ ചോദ്യം ചെയ്യലിന്റെ ഒരു ഘട്ടത്തിൽ, ഈ കേസിലെ മുഖ്യപ്രതിയായ സൂരജ് ഉത്രയെ കൊന്നത് താനാണെന്ന് സമ്മതിച്ചിരുന്നു. എന്നിരുന്നാലും, ഈ പ്രസ്താവന ഒരു കോടതിയിൽ ഉപയോഗിക്കാൻ കഴിയുമായിരുന്നില്ല. കാരണം അത് രണ്ട് വകുപ്പുകളാൽ ബാധിക്കപ്പെട്ടു. കുറ്റാരോപിതൻ സ്വയം കുറ്റപ്പെടുത്തുന്ന മൊഴികൾ കൊണ്ടുവരുന്നതിൽ നിന്ന് പ്രോസിക്യൂഷനെ ഭരണഘടന വിലക്കുന്നു എന്നതാണ് ഒന്ന്. മറ്റൊന്ന് അന്വേഷണത്തിനിടെ പോലീസ് ഉദ്യോഗസ്ഥർക്ക് നൽകുന്ന മൊഴികളുടെ സ്വീകാര്യതയില്ലായ്മ.

അതിനാൽ CrPC-യുടെ 161, 164 വകുപ്പുകൾ പ്രകാരം മൊഴി രേഖപ്പെടുത്തുന്നത് ഒരു ക്രിമിനൽ വിചാരണയിൽ നിർണ്ണായക പങ്ക് വഹിക്കുമെന്ന് അനുമാനിക്കാം. ഒരു സാക്ഷി കോടതിക്ക് മുമ്പാകെ നൽകുന്ന തെളിവുകളും CrPC-യുടെ 161 അല്ലെങ്കിൽ 164 വകുപ്പുകൾ പ്രകാരം രേഖപ്പെടുത്തിയിരിക്കുന്ന മൊഴിയും തമ്മിൽ വൈരുദ്ധ്യം ഉണ്ടാകുന്നതിന്റെ ലക്ഷ്യം സാക്ഷിയുടെ വിശ്വാസ്യത തകർക്കുകയല്ല, മറിച്ച് അത് കോടതിക്ക് ഒരു കരുതലുണ്ടായിരിക്കാൻ വേണ്ടിയാണ്. വിരുദ്ധമായ വശങ്ങൾ കൈകാര്യം ചെയ്യുന്ന ഇന്ത്യൻ എവിഡൻസ് ആക്ടിലെ സെക്ഷൻ 145-ന്റെ വെളിച്ചത്തിൽ വളരെ ശ്രദ്ധയോടെ സാക്ഷി ഹാജരാക്കിയ തെളിവുകൾ സൂക്ഷ്മമായി പരിശോധിക്കാൻ സാധിക്കും.[8]

---

8 **ഇന്ത്യൻ എവിഡൻസ് ആക്ട്, 1872, സെക്ഷൻ 145**–രേഖാമൂലമുള്ള മുൻ മൊഴികളുടെ ക്രോസ് വിസ്താരം : ഒരു സാക്ഷി രേഖാമൂലം നൽകിയതോ രേഖപ്പെടുത്തിയതോ ആയ മുൻ മൊഴികളെക്കുറിച്ച് പ്രസ്തുത വിഷയങ്ങളുമായി ബന്ധപ്പെട്ട ഏതൊരു ലേഖനവും അദ്ദേഹത്തെ കാണിക്കാതെയോ അല്ലെങ്കിൽ അത്തരം ലേഖനം തെളിയിക്കാതെയോ ക്രോസ് വിസ്താരം ചെയ്യാവുന്നതാണ്. എന്നാൽ അത്തരമൊരു ലേഖനം വഴി അദ്ദേഹത്തെ എതിർക്കുക എന്നതാണ് ഉദ്ദേശ്യമെങ്കിൽ, അത്തരമൊരു ലേഖനം തെളിയിക്കുന്നതിന് മുമ്പ്, അദ്ദേഹത്തെ എതിർക്കുന്നതിനായി ഉപയോഗിക്കേണ്ട ലേഖനത്തിന്റെ ഭാഗങ്ങളിലേക്ക് അദ്ദേഹത്തിന്റെ ശ്രദ്ധ ആകർഷിക്കണം.

സൂക്ഷ്മപരിശോധനയുടെ എല്ലാ തലങ്ങളും പരിശോധിച്ച ശേഷം, പ്രസ്താവനകൾ കൊണ്ട് ശ്രദ്ധേയമായ ഒരു കഥ ഉണ്ടാക്കാൻ കഴിയുന്നില്ലെങ്കിൽ, സാക്ഷി അതിൽ കുറച്ച ഫിക്ഷന്റെ ഘടകങ്ങൾ ഉൾപ്പെടുത്തിയിരിക്കാൻ സാധ്യതയുണ്ട്. അതിനാൽ, മിടുക്കരായ മിക്ക അഭിഭാഷകരും വിശ്വസിക്കുന്നത് ഹിന്ദിയിലെ ഒരു പ്രസിദ്ധ വാചകത്തിലാണ് – '*ജൂട്ട് ബോലെ കൗവ്വാ കാട്ടെ* (കള്ളം പറഞ്ഞാൽ പിടിക്കപ്പെടും – സ്വയം വിപത്തിനെ വിളിച്ച വരുത്തുക)!'

ചുരുണ്ടുകൂടൽ

ജിഗ്സോ പസിലുകൾ രസമുള്ള സംഗതിയാണ്. ഒരു ചിത്രത്തിന് നൂറോ ആയിരമോ കഷണങ്ങൾ ഉണ്ടായേക്കും. എന്നാലും, അതിന്റെ ഒടുവിലത്തെ കഷണമായിരിക്കും, പടം പൂർത്തിയാക്കുന്നതിൽ നിർണ്ണായക പങ്കു വഹിക്കുന്നത്. ഈ ഒരു കഷണം കൃത്യമായി ഇരിക്കാത്ത വരേയ്ക്കും, പസിലിനു വേണ്ടി ശ്രമിച്ചതത്രയും വ്യർത്ഥമായിത്തന്നെയിരിക്കും. ഒരു കുറ്റം കോടതിയിൽ അനിഷേധ്യമായി തെളിയിക്കുന്നത് ഏറെക്കുറെ ഇതുപോലെയാണ്. കുറ്റാന്വേഷകനും വാദിക്കുന്ന പ്രോസിക്യൂട്ടർക്കും തങ്ങളുടെ സുപ്രധാനമായ അവസാന കഷണം എവിടെയാണെന്നത് കൃത്യമായി അറിയുന്നുണ്ടാവും. എന്നാൽ ഈ ഒരു ചെറിയ കഷണത്തിന്റെ സ്ഥാനം ശരിയല്ല എന്ന് ചെറിയ സൂചന കിട്ടിയാൽപ്പോലും പ്രതിഭാഗം അതിൽ മുറുകെപ്പിടിച്ച് കേസ് മാറ്റിമറിച്ചേക്കാം.

ഒരു കുറ്റകൃത്യത്തെ, കോടതിക്ക് വിശ്വസനീയമായ രീതിയിൽ അവതരിപ്പിക്കുന്നതിനായി, അതിലെ ഉറപ്പില്ലാത്ത ഘടകങ്ങളുടെ എണ്ണം പരമാവധി കുറയ്ക്കേണ്ടതുണ്ട്. ഒരു ജഡ്ജിയ്ക്ക് ഒരു രംഗത്തിനെക്കുറിച്ചുള്ള അന്തിമ ധാരണ ഒരു വിരലടയാളത്തിന് സമാനമായിരിക്കണം – ഇതര പൊരുത്തങ്ങൾക്ക് വളരെ കുറച്ച് അല്ലെങ്കിൽ ഒട്ടും ഇടമില്ലാത്തവിധം. പ്രോസിക്യൂട്ടർ അവതരിപ്പിക്കുന്ന സത്യകഥയുടെ വിശദാംശങ്ങൾ വളച്ചൊടിച്ച് വ്യത്യസ്തമായ സാഹചര്യങ്ങൾ മെനയുക എന്നത് പ്രതിഭാഗത്തുള്ളവരുടെ തന്ത്രമാണ്. യാഥാർത്ഥ്യത്തിന്റെ ആ ഇതര പതിപ്പിൽ വിശ്വാസ്യതയുടെ ചെറിയ അംശമുണ്ടെങ്കിൽ പോലും അത് അന്തിമ വിധിയെ വലിയ രീതിയിൽ സ്വാധീനിക്കും.

സ്റ്റേറ്റ് ഓഫ് കേരള vs സൂരജ് എസ്. കുമാർ എന്ന കേസിന്റെ വിചാരണ 2020 ഡിസംബർ 1-ന് ആരംഭിച്ചു. പ്രോസിക്യൂഷന്റെ സാക്ഷികളുടെ തട്ടകത്തിലെ തുറുപ്പു ചീട്ടാണ് അവർ ആദ്യം ഇറക്കിയത്. സുരേഷിനെ ഒന്നാം സാക്ഷിയാക്കി കോടതിയിൽ ഹാജരാക്കി. ജുഡീഷ്യൽ മജിസ്ട്രേറ്റിന് മുമ്പാകെ സെക്ഷൻ 164 പ്രകാരം താൻ നടത്തിയ മൊഴികളിൽ ഉറച്ചുനിൽക്കുകയും അതുവഴി കോടതിയ്ക്ക് സത്യത്തിന്റെ നേർച്ചിത്രം നൽകുകയും ചെയ്തു. എസ്ഐടി അദ്ദേഹത്തിന് നൽകിയ പരിശീലനവും മോഹൻ രാജ് നടത്തിയ നിരവധി മോക്ക് ക്രോസ് എക്സാമിനേഷനും ഫലം കണ്ടു. ചോദ്യം ചെയ്യലിൽ അത്യാവശ്യം മാത്രം സംസാരിക്കുക എന്ന തത്വത്തിൽ സുരേഷ് ഉറച്ചുനിന്നു. അയാൾ തന്റെ ഉത്തരങ്ങളിൽ അധിക വിശദാംശങ്ങളോ വച്ചു കെട്ടലുകളോ ചേർത്തില്ല. നന്നായി എഴുതിയ ഒരു പുസ്തകത്തിന്റെ അധ്യായങ്ങൾ പോലെയാണ് മുഴുവൻ കഥയും ജഡ്ജിയുടെ മുമ്പാകെ അവതരിപ്പിച്ചത്. ചിലയിടങ്ങളിൽ, അല്പം വിശദാംശങ്ങൾ മാത്രം നൽകുകയും, പ്രതീക്ഷിച്ച മാറ്റം വന്ന ചില ഇടങ്ങളിൽ റിഹേഴ്സൽ ചെയ്ത രീതിയിൽ തന്നെ കൈകാര്യം ചെയ്യേണ്ടതും ഉണ്ടായിരുന്നു.

ഈ കേസിലെ ഏറ്റവും വലിയ വ്യത്യസ്തത, കൊലപാതകത്തിന് ഉപയോഗിച്ച ആയുധമായിരുന്നു. അതിന് അതിന്റേതായ ഒരു മിടിക്കുന്ന ഹൃദയവും, കണ്ണിൽച്ചോരയില്ലാത്ത ജന്തു എന്ന കുപ്രസിദ്ധിയും ഉണ്ടായിരുന്നു. പ്രോസിക്യൂഷൻ സമർപ്പിച്ച സംഭവങ്ങളുടെ വിശ്വാസ്യത, സൂരജ് കുറ്റകൃത്യം ചെയ്യാൻ ഉപയോഗിച്ച പാമ്പുകളുടെ പൊതുവായ പെരുമാറ്റ രീതിയെ ആശ്രയിച്ചിരിക്കുന്നു. വസ്തുതകളുടെ ഒരു വേദിയിൽ പലപ്പോഴും സംഭവിക്കുന്നത് പോലെ, കേസിന്റെ ഈ ഘടകത്തെ സാധൂകരിക്കാൻ ഒരേയൊരു മാർഗ്ഗമേ ഉണ്ടായിരുന്നുള്ളൂ : ശാസ്ത്രം.

ജീവനുള്ള വിഷമുള്ള പാമ്പുകളെ ഉൾപ്പെടുത്തിക്കൊണ്ടുള്ള ഒരു പ്രകടനം കാഴ്ചവെയ്ക്കൽ ഒരു കോടതിയെ സംബന്ധിച്ചിടത്തോളം അപൂർവ്വമായിരുന്നു. ദുരൂഹമായ കുറ്റകൃത്യങ്ങളുടെ കഥകളെത്ര തന്നെ വന്നാലും അവയോടൊക്കെ നിർവ്വികാരമായി നിലകൊള്ളുന്ന, നീതിയുടെ പ്രഭാവലയമുള്ള ക്ഷേത്രമായ കോടതി പോലും, ഇതിനെ പ്രതീക്ഷയോടെ കാത്തിരുന്നു. ഇതിന്

വേണ്ടി നടത്തിയ പരീക്ഷണത്തിന്റെ ദൃശ്യങ്ങൾ കോടതിയുടെ മോണിറ്ററിൽ പ്രദർശിപ്പിക്കാൻ പോകുകയായിരുന്നു.

ഏതാനും മാസങ്ങൾക്കുമുമ്പ് അരിപ്പ ഫോറസ്റ്റ് ട്രെയിനിങ് ഇൻസ്റ്റിറ്റ്യൂട്ടിൽ ലൈവ് ഡെമോൺസ്ട്രേഷൻ നടത്താൻ ചീഫ് വൈൽഡ് ലൈഫ് വാർഡൻ അനുമതി നൽകിയിരുന്നു. ഇതിന് ആവശ്യമായ സാധനങ്ങൾ വളരെ കുറവായിരുന്നു – രൂപത്തിലും അളവുകളിലും ഉത്രയോട് സാമ്യമുള്ള ഒരു ഡമ്മിയും, മാരകവിഷമുള്ള രണ്ട് പാമ്പുകളും.

അന്വേഷണ ഉദ്യോഗസ്ഥൻ, അസിസ്റ്റന്റ് കൺസർവേറ്റർ ഓഫ് ഫോറസ്റ്റ് (ACF), തഹസിൽദാർ, ഒരു പോലീസ് ഫോട്ടോഗ്രാഫർ എന്നിവരുടെ സാന്നിദ്ധ്യത്തിൽ 2020 ജൂലൈ 28-ന് രാത്രി നടത്തിയ ഡെമോയിൽ അവർ ഉത്രയുടെ മുറി അതേപടി പുനഃസൃഷ്ടിച്ചു.

കട്ടിലിൽ കിടത്തിയ ഉത്രയുടെ ഡമ്മിയുടെ കൈയ്യിൽ പാമ്പിനെ ആകർഷിക്കാനായി ഒരു കോഴിക്കഷണം കെട്ടിവച്ചു. പ്രകടനത്തിന്റെ ആദ്യ പാദത്തിൽ ഒരു മൂർഖൻ പാമ്പിനെയായിരുന്നു ഉപയോഗിച്ചത്. ഡമ്മിയുടെ മുകളിൽ തന്ത്രപരമായി സ്ഥാപിച്ചിരുന്ന ഒരു പാത്രത്തിൽ നിന്നാണ് അതിനെ തുറന്നുവിട്ടത്. ആദ്യം, പാമ്പ് ഡമ്മിയെ ഉപദ്രവിക്കാൻ ശ്രമിക്കാതെ പതുക്കെ വഴുതിമാറി. സംഘർഷം ഒഴിവാക്കുക എന്നതാണ് ഇഴജന്തുക്കളുടെ അടിസ്ഥാന സ്വഭാവം എന്ന വസ്തുതയ്ക്ക് ഇത് അടിവരയിടുന്നു. തുടർന്ന് സ്ഥലത്തുണ്ടായിരുന്ന വ്യക്തികൾ മൂർഖൻ പാമ്പിനെ ബോധപൂർവ്വം പ്രകോപിപ്പിച്ചു. ഇതിനായി, ഇര കെട്ടിവച്ചിരുന്ന ഡമ്മിയുടെ കൈ മുഴുവനായും വേർപെടുത്തിയ ശേഷം, അതുപയോഗിച്ച് പാമ്പിനെ പ്രകോപിപ്പിക്കാൻ ശ്രമിച്ചു. പക്ഷേ പാമ്പ്അതിന്റെസാധാരണപ്രതിരോധസംവിധാനങ്ങളായപത്തി വിടർത്തൽ, ചീറ്റൽ എന്നിവ മാത്രമാണ് അവലംബിച്ചത്. ഏറെ നേരം നീണ്ടുനിന്ന പ്രകോപനത്തിന് ശേഷമാണ് അത് കോഴിക്കഷണത്തിൽ കടിച്ചത്. ഈ കടി ആദ്യത്തെ സ്വാഭാവിക കടിയായി രേഖപ്പെടുത്തിയിട്ടുണ്ട്. തുടർന്നുണ്ടായ പ്രകോപനത്തിൽ മൂർഖൻ വീണ്ടും കടിച്ചു. രണ്ട് കടികളിലും വിഷപ്പല്ലുകളുടെ വീതി തുല്യമായിരുന്നു – 1.7 സെന്റീമീറ്റർ. ശരാശരി വിഷപ്പല്ലുകളുടെ വീതി 1 സെന്റീമീറ്റർ മുതൽ 1.6 സെന്റീമീറ്റർ വരെയാണ് എന്ന നാഷണൽ സെന്റർ ഫോർ ബയോളജിക്കൽ ഇൻഫർമേഷന്റെ ഗവേഷണകണ്ടെത്തലുമായി ഇത് പൊരുത്തപ്പെടുന്നു.

തത്സമയ ഡെമോയുടെ അടുത്ത ഘട്ടം പ്രേരിത കടികൾ നടത്തിയെടുത്ത്, പ്രേരിത കടികളും സ്വാഭാവിക കടികളും നടക്കുമ്പോഴുള്ള വിഷപ്പല്ലുകളുടെ വീതിയിലെ വ്യത്യാസം അളക്കുക എന്നതായിരുന്നു. പരിചയസമ്പന്നരായ പാമ്പുപിടുത്തക്കാർക്ക് മാത്രം സാദ്ധ്യമായ, ഉയർന്ന വൈദഗ്ധ്യം ആവശ്യപ്പെടുന്ന ഒരു പ്രക്രിയയാണിത്. സ്ഥലത്തുണ്ടായിരുന്ന പാമ്പ് വിദഗ്ധർ, ഡമ്മിയിൽ രണ്ട് കടിയേൽക്കുന്നത് വരെ, മൂർഖന്റെ തല ഡമ്മിയിലേക്ക് അമർത്തിപ്പിടിച്ചു. ഈ സാഹചര്യത്തിൽ വിഷപ്പല്ലുകളുടെ വീതിക്ക് യഥാക്രമം 2 സെന്റീമീറ്ററും 2.4 സെന്റീമീറ്ററും വരുന്ന കൂടിയ അളവുകൾ ഉണ്ടായിരുന്നു. ഉത്രയുടെ മൃതദേഹത്തിലേറ്റ കടിയുടെ വീതിയും കൂടിയ അളവുകളായിരുന്നു – 2.3 സെന്റീമീറ്ററും 2.8 സെന്റീമീറ്ററും. ബലപ്രയോഗത്തിലൂടെ പ്രേരിപ്പിച്ച കടികളുടെ വീതി, സ്വാഭാവിക കടിയേക്കാൾ കൂടുതലാണെന്ന് ഇത് സ്ഥിരീകരിച്ചു.

മൂർഖൻ പാമ്പിന്റെ അസ്ഥിവ്യൂഹത്തെ കുറിച്ച് കോടതിയെ അറിയിച്ചത്, കേരള വനംവകുപ്പിന്റെ പാമ്പ് രക്ഷാപ്രവർത്തനങ്ങളിലും,പുനരധിവാസപ്രവർത്തനങ്ങളിലുംപ്രവർത്തിച്ചിരുന്ന ഒരു മുതിർന്ന ഹെർപ്പെറ്റോളജിസ്റ്റാണ്. പാമ്പിന്റെ തലയോട്ടി എന്നത്ചലിക്കുന്നസന്ധികളുടെസമ്മേളനമാണെന്നും,തലയിൽ ബാഹ്യസമ്മർദ്ദംചെലുത്തുമ്പോൾ,വിഷപ്പല്ലുകൾസ്ഥിതിചെയ്യുന്ന മുകളിലെ താടിയെല്ല് വികസിക്കുമെന്നും അദ്ദേഹം കോടതിയെ അറിയിച്ചു.പ്രേരിതമായ പാമ്പുകടി,സ്വാഭാവികമായതിനേക്കാൾ വിസ്തൃതമായതിന്റെ കാരണം ഇതാണ്.

2020 ഓഗസ്റ്റ് 5-ന് മറ്റൊരു ഡെമോ നടന്നു. ഈ ഡെമോയും നേരത്തെ നടത്തിയ ഡെമോയും തമ്മിൽ രണ്ട് പ്രധാന വ്യത്യാസങ്ങൾ ഉണ്ടായിരുന്നു. ആദ്യത്തെ വ്യത്യാസം ചത്ത എലിയെയാണ് ഇത്തവണ ഡമ്മിയുടെ കാലിൽ കെട്ടിവച്ചത് എന്നതായിരുന്നു. രണ്ടാമത്തേത് വ്യത്യസ്തമായ പാമ്പിനെ തിരഞ്ഞെടുത്തു എന്നതായിരുന്നു. ചേനത്തണ്ടനെയാണ് ഇത്തവണ തിരഞ്ഞെടുത്തത്. ഉത്രയുടെ ജീവനെടുക്കാൻ നടത്തിയ ആദ്യശ്രമത്തിന്റെ പുനരാവിഷ്കരണമായിരുന്നു ഇത്.

പാമ്പിനെ പുറത്തേയ്ക്ക് വിട്ടപ്പോൾ, അത് ചത്ത എലിയെ പെട്ടെന്ന് കടിച്ചില്ല. മൃഗത്തിൽ നിന്നുള്ള താപവികിരണം ഇല്ലാത്തതായിരുന്നു ഇതിന് കാരണം. ജീവനുള്ള എലിയെ ഡമ്മിയുടെ കാലിൽ കെട്ടിയിട്ടപ്പോഴാണ് പാമ്പ് കടിച്ചത്.

ചേനത്തണ്ടന്റെ വിഷം ഹീമോടോക്സിക് (ഹൃദയ സംബന്ധമായ/ അല്ലെങ്കിൽ ഹെമോസ്റ്റാറ്റിക് ഇഫക്ടുകൾ ഉള്ളത്) ആണെന്നും, എന്നാൽ വിപരീതമായി ഒരു മൂർഖന്റെ വിഷം ന്യൂറോടോക്സിക് (അതായത്, ഇത് കേന്ദ്ര നാഡീവ്യൂഹത്തിൽ പ്രവർത്തിക്കുന്നു) ആണെന്നും കോടതിയെ അറിയിച്ചു.

ഉത്രയുടെ രോഗലക്ഷണങ്ങളുടെ സ്വഭാവവും, വീഡിയോയിൽ നിരീക്ഷിച്ചതുപോലെയുള്ള വിഷപ്പല്ലുകളുടെ വീതിയിലെ വ്യതിയാനവും, അവളുടെ ജീവിതത്തിലെ രണ്ട് 'കൊലപാതക' ശ്രമങ്ങളിലും പാമ്പ് ഇഷ്ടമില്ലാത്ത സഖ്യകക്ഷിയായി മാറിയതാണെന്ന സിദ്ധാന്തത്തിന് വിശ്വാസ്യത നൽകി.

\\\\\\\\\\\\\\

പാമ്പ് തനിയെ മുറിയിൽ കയറിയിട്ടില്ലെന്ന് സ്ഥാപിക്കുക എന്നതായിരുന്നു അന്വേഷണ ഉദ്യോഗസ്ഥർക്കുള്ള മറ്റൊരു പ്രധാന വെല്ലുവിളി. സംഭവം നടന്ന രാത്രിയിൽ ഉത്ര കിടന്ന സ്ഥലം നേരത്തെ തന്നെ കേസിലെ മറ്റ് സാക്ഷികൾ കാണിച്ചു കൊടുത്തിരുന്നു. ആ പ്രദേശത്ത് വിഷപ്പാമ്പുകളുടെ അഭാവം വിദഗ്ധർ സ്ഥിരീകരിച്ചിരുന്നു. ആ മുറിയിലേക്ക് പാമ്പിന് കടക്കാനാവില്ല എന്ന വസ്തുത സ്ഥാപിക്കുകയായിരുന്നു എസ്ഐടി ചെയ്യേണ്ടിയിരുന്നത്.

ഉത്രയുടെ മുറിയിലെ ജനാലകളിലൂടെ മൂർഖൻ പാമ്പിന് കടക്കാനുള്ള പ്രവേശനത്തിനുള്ള സാധ്യത തള്ളിക്കളയലായിരുന്നു ആദ്യപടി. വടക്കുഭാഗത്തുള്ള ജനൽ നിലത്തു നിന്ന് 115 സെന്റീമീറ്റർ ഉയരത്തിലായിരുന്നു. കിഴക്ക് ഭാഗത്തെ ജനലാവട്ടെ നിലത്തു നിന്ന് 122 സെന്റീമീറ്റർ ഉയരത്തിലായിരുന്നു. മൂർഖൻ പാമ്പുകൾക്ക് അവയുടെ ശരീരത്തിന്റെ മൂന്നിലൊന്ന് ഭാഗം വരെ ഭൂമിയിൽ നിന്ന് കുത്തനെ ഉയർത്താൻ കഴിയുമെന്ന് ശാസ്ത്രീയമായി തെളിയിക്കപ്പെട്ടിട്ടുണ്ട്. ഈ കേസിലെ പാമ്പിന് 152 സെന്റീമീറ്റർ നീളമുണ്ടായിരുന്നു. അതുകൊണ്ടുതന്നെ, 50 സെന്റീമീറ്റർ കുത്തനെ ഉയർത്താൻ അതിന് കഴിയും. അതിനാൽ, മൂർഖൻ ജനൽ വഴി മുറിയിലേക്ക് പ്രവേശിക്കാനുള്ള സാധ്യത വളരെ കുറവായിരുന്നു. ജനാലകളുടെ അരികിലൊന്നും മരങ്ങൾ ഉണ്ടായിരുന്നില്ല. അതുകൊണ്ട് പാമ്പ് ഒരു കൊമ്പിലൂടെ കയറി മുറിയിലേക്ക് വീഴാനും സാധ്യതയില്ല. കൂടാതെ, ഉത്ര ഉറങ്ങിയിരുന്ന കട്ടിൽ ജനാലകളോട് ചേർന്നായിരുന്നില്ല താനും.

പാമ്പ് ഉള്ളിൽ പ്രവേശിക്കാൻ സാധ്യതയുള്ള മറ്റൊരു ഇടം, ബാത്ത്റൂമിന്റെ വെന്റിലേഷൻ ആണ്. എക്സ്ഹോസ്റ്റ് ഫാൻ തറയിൽ നിന്ന് 210 സെന്റീമീറ്റർ സുരക്ഷിതമായ ഉയരത്തിൽ ആയിരുന്നു. ഒരു പിവിസി പൈപ്പ് വീടിന്റെ ചുമരിലൂടെ ഉറപ്പിച്ചിരുന്നു. ഇര പിടിക്കാനായി മൂർഖൻ ചെറിയ മരങ്ങളിൽ കയറാറുണ്ട്. പക്ഷേ, ഈ സാഹചര്യത്തിൽ, പ്രത്യക്ഷത്തിൽ ഇരയെ കാണാതെ പാമ്പ് അതുവഴി കയറാൻ സാധ്യതയില്ല. മാത്രവുമല്ല, പിവിസി പൈപ്പിന് 2.5 സെന്റീമീറ്റർ വ്യാസമുള്ളതിനാൽ പാമ്പിന് അതിലൂടെ കയറുന്നത് അസാധ്യമാണ്. പ്രോസിക്യൂഷന്റെ ഈ വാദത്തെ ഒരു ഹെർപെറ്റോളജിസ്റ്റ് പിന്തുണച്ചു. ബാത്ത്റൂമിലെ ഡ്രെയിനേജും ഒഴിവാക്കപ്പെട്ടു; കാരണം ഇത് ഒരു നിശ്ചിത സ്റ്റീൽ പ്ലേറ്റ് കവറിലേക്കാണ് എത്തിച്ചേർന്നത്. മറ്റൊരു വിധത്തിൽ പറഞ്ഞാൽ, ഒരു ഡെഡ് എൻഡ്.

മുറിയുടെ കുറ്റിയിട്ടിരുന്ന പ്രധാന വാതിലും തറയും തമ്മിലുള്ള വിടവ് വെറും രണ്ട് മില്ലിമീറ്റർ മാത്രമായിരുന്നു. വാതിലിനടിയിൽ ഒരു മൂർഖൻ പാമ്പിന് അകത്ത് കയറാനുള്ളത്ര വിടവില്ലായിരുന്നു. തീർത്തും മൂർഖ-അപ്രവേശ്യമായിരുന്നു ആ മുറി എന്ന് പറഞ്ഞാലും തെറ്റില്ല.

വരണ്ട പ്രദേശങ്ങളാണ് മൂർഖൻ പാമ്പുകളുടെ സ്വാഭാവിക ആവാസ വ്യവസ്ഥയെന്നും പ്രോസിക്യൂഷൻ വ്യക്തമാക്കി. കുറ്റകൃത്യം നടന്ന സ്ഥലമാകട്ടെ, ഒരു ചതുപ്പുനിലത്താണ് സ്ഥിതി ചെയ്യുന്നത്. അതിന്റെ പരിസരത്ത് നിന്ന് മൂർഖൻ പാമ്പുകളെ കണ്ടെത്തിയ ചരിത്രമില്ല. കൂടാതെ, ഉത്രയ്ക്ക് കടിയേറ്റ വേനൽക്കാലത്ത്, പുലർച്ചെ മാത്രമേ മൂർഖൻ പാമ്പുകൾ സജീവമാകുകയുള്ളൂ. ഉത്രയെ പാമ്പ് കടിച്ചത് രാത്രി ഏറെ വൈകിയാണ്. ഇത് പാമ്പുകളുടെ സ്ഥിരപ്രവണതയ്ക്ക് കടകവിരുദ്ധമാണ്.

\\\\\\\\\\\\\\\\

കൊലപാതകത്തിലേക്ക് നയിച്ച സംഭവങ്ങളുടെ പരമ്പരയിൽ, ഉത്രയുടെ ജീവനെടുക്കാൻ നടത്തിയ ആദ്യ ശ്രമത്തിന് വലിയ പ്രാധാന്യമുണ്ടായിരുന്നു. തെളിവുകളെ സംബന്ധിച്ചിടത്തോളം ആ ദുരന്തകഥയുടെ രണ്ടാം പകുതിയിൽ ചില ശൂന്യതകൾ ഉണ്ടായിരുന്നതിനാൽ, ആദ്യ പാമ്പുകടിയേറ്റ ശേഷം ഉത്രയെ ചികിത്സിച്ച എല്ലാവരുടെയും സാക്ഷ്യങ്ങൾ അത്യന്തം നിർണ്ണായകമായിരുന്നു.

ഉത്രയുടെ ദയനീയാവസ്ഥയെക്കുറിച്ച് ആധികാരികമായി സാക്ഷ്യപ്പെടുത്താൻ കഴിയുന്ന ഒരു സാക്ഷി അവളെ ചികിത്സിച്ച പുഷ്പഗിരി മെഡിക്കൽ കോളേജ് ആശുപത്രിയിലെ ഡോക്ടർമാരിൽ ഒരാളായിരിക്കണം. ഇതിനായി ആശുപത്രി യിലെ ക്രിട്ടിക്കൽ കെയർ വിഭാഗം മേധാവി ഡോ. മാത്യു പുളിക്കനെ പ്രോസിക്യൂഷൻ വിളിച്ചുവരുത്തി. അത്യാഹിത വിഭാഗത്തിൽ ആദ്യം ഉത്രയെ പരിചരിച്ച ഡോ. ഭുവനേശ്വരി, അവളുടെ ആരോഗ്യാവസ്ഥയിൽ വന്ന അസ്ഥിരതകൾ ശ്രദ്ധ യിൽപ്പെട്ടതിനെത്തുടർന്ന് ഉത്രയെ അദ്ദേഹത്തിന്റെ പരിചരണ ത്തിലേക്ക് മാറ്റുകയായിരുന്നു. 2020 മാർച്ച് 3-ന് ഉത്രയെ ആശുപത്രിയിലെ അത്യാഹിത വിഭാഗത്തിലേക്ക് കൊണ്ടുവന്ന തായി പരിചയസമ്പന്നനായ ആ ഡോക്ടർ സാക്ഷ്യപ്പെടുത്തി. അവളുടെ ചികിത്സയ്ക്ക് മേൽനോട്ടം വഹിച്ച ഡോക്ടറായിരുന്ന അദ്ദേഹം. ഉത്രയുടെ നില അതീവഗുരുതരമായിരുന്നു. അവളുടെ ആരോഗ്യനില രേഖപ്പെടുത്താൻ പോലും സാധിച്ചിരുന്നില്ല.

പ്രോസിക്യൂഷൻ സമർപ്പിച്ച ഒരു പ്രധാന തെളിവാണ് ഉത്രയുടെ കേസ് ഷീറ്റ്. മെഡിക്കൽ കോളേജിലെ വിവിധ വകുപ്പുകളിൽ ഉത്രയ്ക്ക് നൽകപ്പെട്ട ചികിത്സാപ്രോട്ടോക്കോളുകളുടെ ആഴത്തിലുള്ള സംഗ്രഹം അതിൽ ഉണ്ടായിരുന്നു. റിപ്പോർട്ടിൽ പറഞ്ഞിരുന്ന വസ്തുതകൾ സത്യമാണെന്ന് ഡോ. മാത്യു പുളിക്കൻ സാക്ഷ്യപ്പെടുത്തുകയും, എന്താണ് സംഭവിച്ചതെന്ന് വിശദമായി അവതരിപ്പിക്കുകയും ചെയ്തു.

ആദ്യം ആശുപത്രിയിൽ എത്തിയപ്പോൾ ഉത്ര പകുതി ബോധം മറഞ്ഞ അവസ്ഥയിലായിരുന്നു. അവളുടെ ശരീരം ഒരു സ്റ്റേറ്റ് ഓഫ് ഷോക്കിൽ ആയിരുന്നു. അവളുടെ രക്തസമ്മർദ്ദം ക്രമാതീതമായി കുറഞ്ഞു കൊണ്ടിരുന്നു. അവളുടെ വലതുകാലിൽ പാമ്പുകടിയേറ്റ പാടുകളുണ്ടായിരുന്നു. സമയം കളയാതെ അവളെ അത്യാഹിത വിഭാഗത്തിൽ പ്രവേശിപ്പിച്ചു. വിഷം തീണ്ടലിന്റെ ലക്ഷണങ്ങൾ ഉണ്ടായിരുന്നതിനാൽ, അവൾക്ക് പോളിവാലന്റ് ആന്റി-വെനം നൽകി.

മരുന്ന് നൽകിയ ശേഷവും ഉത്രയുടെ നില ഗുരുതരമായി തുടർന്നു കൊണ്ടിരുന്നു. അവളുടെ രക്തസമ്മർദ്ദം അപകട കരമാംവിധം താഴ്ന്നിരുന്നു. മയക്കാവസ്ഥ തുടർന്നു. ഒടുവിൽ അവളെ ഐസിയുവിലേക്ക് മാറ്റിയെങ്കിലും ആരോഗ്യനില മെച്ചപ്പെടുത്താനുള്ള ശ്രമങ്ങൾ ബുദ്ധിമുട്ടേറിയതായിരുന്നു.

അവൾക്ക് ആന്റിബയോട്ടിക്കുകളും, പ്ലേറ്റ്ലെറ്റുകളുടെയും പ്ലാസ്മയുടെയും ഇൻഫ്യൂഷനും നൽകി.

കമ്പാർട്ട്മെന്റ് സിൻഡ്രോമിന്റെ ലക്ഷണങ്ങൾ ഉണ്ടോ എന്നറിയാനായി ഒരു സർജൻ ഉത്രയുടെ പാമ്പുകടിയേറ്റ മുറിവുകൾ പരിശോധിച്ചു. പേശികൾക്കുള്ളിൽ മർദ്ദം അപകടകരമാംവിധം ഉയരുമ്പോൾ ഉണ്ടാകുന്ന വേദനാജനകമായ അവസ്ഥയാണിത്. അത്തരത്തിൽ മർദ്ദം വർദ്ധിക്കുന്നത് പിന്നീട് രക്തപ്രവാഹം കുറയുന്നതിന് കാരണമാകും. ഇത് പോഷകാഹാരവും ഓക്സിജനും നാഡികളിലേക്കും പേശികളിലേക്കും എത്തുന്നത് തടയുന്നു. അക്യൂട്ട് കമ്പാർട്ട്മെന്റ് സിൻഡ്രോം ഒരു മെഡിക്കൽ അടിയന്തരാവസ്ഥയാണ്. സമയബന്ധിതമായ ചികിത്സ ലഭ്യമാക്കിയില്ലെങ്കിൽ, ഇത് സ്ഥിരമായ പേശി തകരാറിലേക്ക് നയിച്ചേക്കാം. ഉത്രയുടെ കാര്യത്തിൽ വലിയ കേടുപാടുകളാണ് കണ്ടെത്തിയത്.

ഒരു നെഫ്രോളജിസ്റ്റ് ഉത്രയുടെ വൃക്കകളുടെ പ്രവർത്തനം പരിശോധിച്ച്, വൈകല്യത്തിന്റെ വ്യക്തമായ ലക്ഷണങ്ങൾ കണ്ടെത്തി. മറ്റൊരു പോംവഴിയും ഇല്ലാഞ്ഞതിനാൽ, രക്തം മാറ്റിവയ്ക്കൽ നടത്തി. ആന്റിബയോട്ടിക്കുകൾ നൽകുന്നതും തുടർന്നു.

അടുത്ത ദിവസം, പാമ്പുകടിയേറ്റതിന് ചുറ്റുമുള്ള വർദ്ധിച്ചു വരുന്ന സമ്മർദ്ദം മൂലം രക്തചംക്രമണം നഷ്ടപ്പെടുന്നത് തടയാൻ വേണ്ടി അവയവങ്ങൾ സംരക്ഷിക്കുന്ന ഫാസിയോടോമി നടത്തി.

ഉത്രയുടെ ആരോഗ്യനില മെച്ചപ്പെടാൻ വളരെക്കാലമെടുത്തു. പക്ഷേ പാമ്പുകടി കാരണം അവൾക്ക് കൈകാലുകൾ നഷ്ടപ്പെടുന്ന അവസ്ഥയുണ്ടായില്ല. കുറച്ച് ദിവസങ്ങൾ മയോകാർഡിറ്റിസിന്റെ[1] ലക്ഷണങ്ങൾ പ്രകടിപ്പിച്ച ശേഷമാണ് അവളുടെ ആരോഗ്യനിലയിൽ സ്ഥിരത ഉണ്ടായത്.

മെഡിക്കൽ കോളേജിൽ ലഭിച്ച ഉയർന്ന നിലവാരത്തിലുള്ള വൈദ്യസഹായമാണ് ഉത്രയുടെ ജീവൻ രക്ഷിച്ചത്. പൂർണ്ണ ബോധം വീണ്ടെടുത്ത അവൾക്ക്, പാമ്പ് കടിച്ചത് എപ്പോഴാണെന്ന് ഓർത്തെടുക്കാൻ കഴിഞ്ഞില്ല. രാത്രിയുടെ

---

1 ഹൃദയ ഭിത്തിയുടെ മധ്യ പാളിയിൽ ഉണ്ടാവുന്ന വീക്കം ആണ് മയോകാർഡിറ്റിസ്. കഠിനമായ മയോകാർഡിറ്റിസ് ഹൃദയത്തെ ദുർബ്ബലപ്പെടുത്തും. അത് പിന്നീട് ഹൃദയസ്തംഭനത്തിനും അസാധാരണമായ ഹൃദയമിടിപ്പിനും ചില സന്ദർഭങ്ങളിൽ പെട്ടെന്നുള്ള മരണത്തിനും ഇടയാക്കും.

കൂരിരുട്ടിൽ അവളെ ഉണർത്തിയ അസഹനീയമായ വേദന മാത്രമേ അവൾക്ക് ഓർമ്മയുണ്ടായിരുന്നുള്ളൂ. വേദനയെക്കുറിച്ച് സൂരജിനോട് പറഞ്ഞതായി അവൾ ഓർത്തു. പക്ഷേ അവളെ ആശുപത്രിയിൽ കൊണ്ടുപോകുന്നത് പരമാവധി വൈകിക്കുക യാണ് അവൻ ചെയ്തത്. ഇതെല്ലാം യഥാവിധി മെഡിക്കൽ കോളേജ് ജീവനക്കാർ കേസ് ഷീറ്റിൽ രേഖപ്പെടുത്തിയിരുന്നു.

പ്ലാസ്റ്റിക് സർജറി വിഭാഗം മേധാവി ഡോ. സിറിൽ ജോസഫിനെയും സാക്ഷിയാക്കിയിരുന്നു. ഫാസിയോടോമിക്ക് ശേഷമാണ്താൻഉത്രയെകണ്ടതെന്നും,അവളുടെവലത്കാലിലെ മുറിവിന് ചുറ്റുമുള്ള കോശങ്ങൾക്ക് കാര്യമായ കേടുപാടുകൾ സംഭവിച്ചിരുന്നതായും അദ്ദേഹം സാക്ഷ്യപ്പെടുത്തി. മുറിവിന് ചുറ്റുമുള്ള ജീവനറ്റ കോശങ്ങൾ നീക്കം ചെയ്യുന്നതിനായി നടത്തിയ ഡീബ്രിഡ്മെന്റ് സർജറികൾ അദ്ദേഹം വിവരിച്ചു. ഉത്രയുടെ വേദനാജനകമായ അവസ്ഥയെക്കുറിച്ചും, അനുഭവിക്കേണ്ടിവന്ന വേദനയുടെ നീണ്ട കാലദൈർഘ്യത്തെക്കുറിച്ചും അദ്ദേഹം കോടതിയെ അറിയിച്ചു. ആശുപത്രിയിൽ നിന്നും ഡിസ്ചാർജ് ചെയ്യപ്പെടുമ്പോഴേക്കും അവളുടെ വലതു കാലിലെ മുറിവ് ഗണ്യമായി ഭേദപ്പെട്ടിരുന്നുവെങ്കിലും അവളുടെ ചലനശക്തി യിൽ ഗുരുതരമായ പ്രശ്നങ്ങൾ ഉണ്ടായിരുന്നു. 2020 ഏപ്രിൽ 22-ന് ഡിസ്ചാർജ് ചെയ്യപ്പെടുമ്പോൾ, മരുന്ന് വച്ചുകെട്ടുവാൻ ആശുപത്രി സന്ദർശിക്കുന്നത് തുടരാൻ അവളോട് നിർദ്ദേശി ച്ചിരുന്നു. ഡോക്ടർമാർ അവളുടെ ചലനശേഷി വീണ്ടെടുത്ത് അവളെ നടക്കാൻ സഹായിക്കാൻ വേണ്ട ചികിത്സാരീതികൾ ചെയ്യാൻ പദ്ധതിയിട്ടിരുന്നു എങ്കിലും, ഉത്ര പിന്നീട് ആശുപത്രി സന്ദർശിച്ചില്ല എന്നത് വിചിത്രമായിരുന്നു.

\\\\\\\\\\\\\\\\\\\\

ഉത്രയുടെ നേർക്കുണ്ടായിട്ടുള്ള വധശ്രമങ്ങൾ പരാജയപ്പെട്ടതിന്റെ മറ്റ് വശങ്ങളും, പ്രോസിക്യൂഷൻ കെട്ടിപ്പടുക്കുന്ന തെളിവുകളുടെ ഒരു നിർണ്ണായക ഭാഗമായിരുന്നു.

തിരുവല്ലയിലെ ആശുപത്രിയിൽ നിന്നുള്ള ഉത്രയുടെ ഡിസ്ചാർജ് സംഗ്രഹം സൂചിപ്പിച്ചത് ഒരു ചേനത്തണ്ടനാണ് കടിച്ചത് എന്നായിരുന്നു. വലത് കണങ്കാലിന് 20 സെന്റീമീറ്റർ മുകളിലായിരുന്നു കടിയേറ്റ അടയാളം. ചേനത്തണ്ടന്റെ ഹീമോടോക്സിക് വിഷം അസഹനീയമായ വേദന ഉണ്ടാക്കുന്നു.

എന്നിട്ടും ഇരയുടെ ഭാഗത്തുനിന്നുള്ള പ്രതികരണത്തിന്റെ അഭാവം ഒരു അപായസൂചന നൽകിയിട്ടുണ്ടാവണം. പറക്കോട്, സൂരജിന്റെ വീട്ടിലെ ഒന്നാം നിലയിലെ കിടപ്പുമുറിയിലാണ് ആ കൊലപാതക ശ്രമം നടന്നത്. ശ്രീസൂര്യ എന്ന ഇരുനില കെട്ടിടത്തിന് ചുറ്റും ഉയരമുള്ള ചെടികളോ മരങ്ങളോ ഒന്നും ഉണ്ടായിരുന്നില്ല. അത് സ്ഥിതിചെയ്യുന്ന പ്രദേശം ചേനത്തണ്ടന്റെ ആവാസകേന്ദ്ര മായിരുന്നില്ല താനും. വീടിന്റെ താഴത്തെ നിലയിലെ ഹാളിൽ നിന്നും ഒന്നാം നിലയിലേക്ക് നയിക്കുന്ന ഗോവണി ഉണ്ടായിരുന്നു. ഒന്നാം നിലയിൽ ഒരു കിടപ്പുമുറിയും ഒരു ചെറിയ സിറ്റ് ഔട്ടും ആയിരുന്നു ഉണ്ടായിരുന്നത്. ആ കിടപ്പുമുറിക്ക് രണ്ട് ജനാലകളും ഉണ്ടായിരുന്നു.

ചേനത്തണ്ടന് ഒരിക്കലും മുകളിലേക്ക് കയറാനാവില്ല. ഗോവണിപ്പടികളിലോ, മരങ്ങളിലോ ഒന്നും തന്നെ അവ കയറാറില്ല. ഒരു ചേനത്തണ്ടൻ ഇരതേടി ജനാലയിലൂടെയോ ഗോവണിയിലൂടെയോ മുകളിലേക്ക് കയറുന്നത് കേട്ടുകേൾവി യില്ലാത്ത കാര്യമാണ്. പ്രശസ്ത പാമ്പ് പിടുത്തക്കാരൻ വാവ സുരേഷ് പ്രോസിക്യൂഷൻ സാക്ഷിയായി ഇക്കാര്യം മൊഴി നൽകി. മുപ്പത് വർഷത്തിലേറെയായി ഈ മേഖലയിലുള്ള അദ്ദേഹത്തെ, ചേനത്തണ്ടൻ 16 തവണയും മൂർഖൻ പാമ്പുകൾ 340 തവണയും കടിച്ചു. ഇതിൽ ചേനത്തണ്ടന്റെ മൂന്ന് കടിയും, മൂർഖന്റെ പത്ത് കടിയും മാത്രമായിരുന്നു ഗുരുതരം. ഈ പാമ്പുകടികളുടെ വേദനാജനകമായ അനന്തരഫലങ്ങൾ അനുഭവിക്കേണ്ടി വന്ന തിനെക്കുറിച്ച് വാവ സുരേഷ് കോടതിയിൽ വിവരിച്ചു. രണ്ട് പാമ്പുകളിൽ ഏതെങ്കിലും ഒന്നിന്റെ കടിയേറ്റപ്പോൾ പോലും അവൾ വേദനകൊണ്ട് കൈ വലിച്ചില്ല എന്നത് പ്രസ്തുത സമയം അവൾ ഉറക്കമരുന്നുകളുടെ ശക്തിയിൽ മയക്കത്തിൽ ആയിരുന്നു എന്നതിനെയാണ് സൂചിപ്പിക്കുന്നതെന്നും അദ്ദേഹം പറഞ്ഞു.

സ്വയം പരിക്കേറ്റിട്ടുള്ളതിനാൽ വാവ സുരേഷിന്റെ മൊഴി ശക്തമായ ഒന്നായിരുന്നു. മൂർഖന്റെ കടിയേറ്റ് അദ്ദേഹത്തിന്റെ ഇടത് നടുവിരൽ അറ്റുപോയിരുന്നു. മറ്റൊരു പാമ്പുകടിയേറ്റ് കോശങ്ങൾക്ക് ക്ഷതം സംഭവിച്ചതിനാൽ വലതു കൈത്തണ്ട ഉള്ളിലേക്ക് തിരിക്കാനും അദ്ദേഹത്തിന് കഴിഞ്ഞിരുന്നില്ല. വാവ സുരേഷ് ഈ പരിക്കുകൾ അംഗീകാരങ്ങളായി കാണുന്നു വെന്നും, അതിനാൽത്തന്നെ അവ അദ്ദേഹത്തിന്റെ അനുഭവ

സമ്പത്തിന്റെ സാക്ഷ്യപത്രമായി കോടതി കണക്കാക്കണമെന്നും പ്രോസിക്യൂട്ടർ മോഹൻ രാജ് കോടതിയെ അറിയിച്ചു. പാമ്പുവിഷ ബാധയുടെ ഭീകരതയുടെ ജീവനുള്ള സാക്ഷ്യമായ വാവ സുരേഷിന് ഉത്രയുടെ മരണത്തിന് പിന്നിൽ എന്തോ കള്ളക്കളിയുണ്ടെന്ന് ഉറപ്പായിരുന്നു. ഒരു വീടിന്റെ ഒന്നാം നിലയിലേക്ക് ഒരു ചേനത്തണ്ടൻ കയറിയതായി താൻ ഒരിക്കലും കേട്ടിട്ടില്ലെന്ന് അദ്ദേഹം പറഞ്ഞു. സംഭവത്തിന് ശേഷം സൂരജിന്റെ വീടും പരിസരവും അദ്ദേഹം സന്ദർശിച്ചപ്പോൾ, പതിറ്റാണ്ടുകളായി ആ പ്രദേശത്ത് ചേനത്തണ്ടനെ കണ്ടിട്ടില്ലെന്ന് അവിടുത്തെ നാട്ടുകാർ അദ്ദേഹത്തോട് പറഞ്ഞിരുന്നു.

പറക്കോട് നിന്ന് മുപ്പത് തവണ പാമ്പുകളെ രക്ഷിച്ചിട്ടുണ്ടെങ്കിലും അവയൊന്നും ചേനത്തണ്ടനായിരുന്നില്ലെന്നതും വാവ സുരേഷ് ചൂണ്ടിക്കാട്ടി. വാസ്തവത്തിൽ, ഉത്രയുടെ മരണത്തിന് ദിവസങ്ങൾക്ക് മുമ്പ്, അദ്ദേഹം ആ പ്രദേശത്ത് ഒരു വിഷമില്ലാത്ത പാമ്പിനെ രക്ഷപ്പെടുത്തിയിരുന്നു. പാമ്പുകൾ അബദ്ധത്തിൽ കനാലുകളിൽ വീഴുന്ന വലിയ തോട്ടങ്ങളും നെൽവയലുകളുമാണ് പറക്കോട് ഉള്ളതെന്ന് അദ്ദേഹം പറഞ്ഞു.

തുടർച്ചയായി ആകസ്മികമായ കടിയേറ്റാൽ, വിഷപ്പല്ലിന്റെ വീതി ഒരേപോലെയായിരിക്കുമെന്ന് അദ്ദേഹം കോടതിയെ അറിയിച്ചു. പാമ്പ് സ്വയരക്ഷയ്ക്ക് വേണ്ടി ഒന്നിൽക്കൂടുതൽ തവണ കടിച്ചു എന്നത് വിചിത്രമായി തോന്നി എന്ന് അദ്ദേഹം പങ്കുവച്ചത് പ്രോസിക്യൂഷൻ കേസിനു കൂടുതൽ ബലം നൽകി. ഒരു പാമ്പ് സ്വയരക്ഷയ്ക്കായി ശത്രുവിനെ കടിച്ചതിന് ശേഷം ഉടൻതന്നെ അവിടെ നിന്ന് രക്ഷപ്പെടും. പ്രസ്തുത ശത്രുവിന്റെ കൈകളിൽ നിന്ന് അപകടമുണ്ടായേക്കുമെന്ന് ഭയന്ന് രണ്ടാമത്തെ കടിയ്ക്കായി കാത്തു നിൽക്കാറില്ല.

മുറിവുകളുണ്ടായിട്ടും വാവ സുരേഷിന് പാമ്പുകളോടുള്ള സ്നേഹം പ്രകടമായിരുന്നു. ഗുരുതരമായ പ്രകോപനമില്ലാതെ ഒരു പാമ്പ് ഒരിക്കലും ശത്രുത കാണിക്കില്ലെന്ന് അദ്ദേഹം തന്റെ പ്രസ്താവനയിൽ വ്യക്തമായി പറഞ്ഞു. ഒരു പ്രമുഖ ചാനലിൽ സംപ്രേക്ഷണം ചെയ്ത *സ്നേക്ക് മാസ്റ്റർ* എന്ന പരിപാടിയിൽ ഉത്രയുടെ വിയോഗത്തിന്റെ ഗൗരവകരമായ സ്വഭാവത്തെക്കുറിച്ച് അദ്ദേഹം തന്റെ കാഴ്ചപ്പാടുകൾ പ്രകടിപ്പിച്ചു.

ഹാജരാക്കിയ കോർപ്പസ് ഓഫ് എവിഡൻസിലെ പഴുതുകൾ പ്രതിഭാഗം കണ്ടുപിടിക്കുന്നതിന് മുൻപ് തന്നെ അംഗീകരിക്കുന്നതും, അവയെ ന്യായീകരിക്കുന്നതും, ഒരു നല്ല കേസ് കെട്ടിപ്പടുക്കുന്നതിന് അനിവാര്യമാണ്. ഉത്രയുടെ മൃതദേഹത്തിൽ നിന്ന് ശേഖരിച്ച രക്തസാമ്പിളിനെക്കുറിച്ചുള്ള റിപ്പോർട്ട് നല്ലൊരു തർക്കവിഷയമാണെന്ന് പ്രോസിക്യൂഷന് അറിയാമായിരുന്നു. കാര്യവട്ടത്തെ രാജീവ് ഗാന്ധി സെന്റർ ഫോർ ബയോടെക്നോളജിയിലെ ലബോറട്ടറി മെഡിസിൻ ആൻഡ് മോളിക്യുലാർ ഡയഗ്നോസ്റ്റിക്സ് വിഭാഗം മേധാവി ഡോ. ആർ. രാധാകൃഷ്ണൻ അങ്ങനെയാണ് സുപ്രധാന സാക്ഷിയായത്. എന്നിരുന്നാലും, തന്ത്രപരമായ ഇടപെടലെന്ന നിലയിൽ നടപടിക്രമങ്ങൾ വളരെ വൈകിയാണ് അദ്ദേഹത്തോട് അവതരിപ്പിച്ചത്. അദ്ദേഹത്തിനു മുൻപ്, എഴുപതിലധികം സാക്ഷികളെ വിസ്തരിച്ചിരുന്നു.

എക്സാമിനേഷൻ-ഇൻ-ചീഫ്[2] ചിലപതിവ്ചോദ്യങ്ങളോടെയാണ് ആരംഭിച്ചത്. ഇത് സാക്ഷിയെ നടപടിക്രമങ്ങളുമായി ഇഴുകിച്ചേരാൻ സഹായിച്ചു. ഓരോ വർഷവും 60,000 പേർ പാമ്പുകടിയേറ്റ് മരിക്കുന്നുണ്ടെന്ന ഇന്ത്യാ ഗവൺമെന്റിന്റെ റിപ്പോർട്ട് ഡോ. രാധാകൃഷ്ണൻ തന്റെ പ്രസ്താവനയിൽ ഉദ്ധരിച്ചു. ഈ അസ്വസ്ഥജനകമായ ഉയർന്ന മരണതോത്, പാമ്പിനെ അതിന്റെ വിഷത്തിന്റെ അടിസ്ഥാനത്തിൽ തിരിച്ചറിയാൻ കഴിയുന്ന ഒരു ടെസ്റ്റ് വികസിപ്പിക്കാൻ രാജീവ് ഗാന്ധി സെന്റർ ഫോർ ബയോടെക്നോളജിയോട് അഭ്യർത്ഥിക്കാൻ ശാസ്ത്ര സാങ്കേതിക വകുപ്പിനെ പ്രേരിപ്പിച്ചു. ഈ പദ്ധതി 2019-ൽ പൂർത്തിയായി.

ഇതിനായി ലാറ്ററൽ ഫ്ലോ അടിസ്ഥാനമാക്കിയുള്ള പോയിന്റ്-ഓഫ്-കെയർ ഉപകരണം[3] രൂപകൽപ്പന ചെയ്തതെങ്ങനെയെന്ന് ഡോ. രാധാകൃഷ്ണൻ വിവരിച്ചു. പരിശോധനയുടെ പ്രവർത്തനക്ഷമത ഗർഭ പരിശോധനയ്ക്ക് സമാനമാണ്. കടിയിൽ നിന്ന് വേർതിരിച്ചെടുത്ത രണ്ട് തുള്ളി വിഷം കാർഡിൽ വയ്ക്കുന്നു. കാർഡിൽ ദൃശ്യമാകുന്ന വരികളുടെ എണ്ണം വിഷം ഏത് തരം പാമ്പിന്റേതാണെന്ന് സൂചിപ്പിക്കുന്നു. മൂർഖൻ, ചേനത്തണ്ടൻ,

2 ഒരു സാക്ഷി, കോടതിക്ക് മുമ്പാകെ നൽകിയ മൊഴി. ഇതിനെ തുടർന്നാണ് പലപ്പോഴും പ്രതിഭാഗം അഭിഭാഷകന്റെ ക്രോസ് വിസ്താരം.

3 കോവിഡ് ടെസ്റ്റിനോ അല്ലെങ്കിൽ ഗർഭനിർണ്ണയ ടെസ്റ്റ് ഭവനത്തിൽ നടത്തുന്നതിനോ സമാനമായ, പേപ്പർ അടിസ്ഥാനമാക്കിയുള്ള ഒരു പരീക്ഷണ ഉപകരണം.

രക്തമണ്ഡലി, ശംഖുവരയൻ എന്നിവയാണ് പരിശോധനയിൽ കണ്ടുപിടിക്കാൻ കഴിയുന്ന നാല് പ്രധാന തരം പാമ്പുകൾ. ഒരു പോസിറ്റീവ് ഫലം ലഭിക്കാൻ വേണ്ട പ്രക്രിയ മുഴുമിക്കാൻ അഞ്ച് മിനിറ്റ് സമയമെടുക്കും. നേരേമറിച്ച് നെഗറ്റീവ് ഫലങ്ങൾക്ക്, നീണ്ട ഇരുപത് മിനിറ്റ് സമയം എടുക്കും. എന്നിരുന്നാലും, ഈ പരിശോധന തിരിച്ചറിയൽ ആവശ്യങ്ങൾക്ക് മാത്രമുള്ളതാണ്. ഇത് ഫോറൻസിക് ഉപകരണമായി തരംതിരിച്ചിട്ടില്ല.

വിഷം ഒരു പ്രോട്ടീൻ ആണ്. അതിന് ശരിയായ സംരക്ഷണം ആവശ്യമാണ്. ഒരു കോശം, സ്വന്തം എൻസൈമുകളുടെ പ്രവർത്തനങ്ങളിലൂടെ സ്വയം നശിപ്പിക്കുന്ന ഓട്ടോലൈസിസ് എന്ന പ്രതിഭാസത്തിലൂടെ വിഷത്തിന്റെ അടയാളങ്ങൾ ഒരു നിശ്ചിത കാലയളവിനുള്ളിൽ രക്തത്തിൽ നിന്ന് അപ്രത്യക്ഷമാകുന്നു. കോശങ്ങളിൽ നിന്നോ കടിയേറ്റതിന് ചുറ്റുമുള്ള മുറിവിൽ നിന്നോ വിഷം കണ്ടുപിടിക്കാൻ ഉപയോഗിക്കുന്ന ഫോറൻസിക് ഉപകരണം മൈക്രോ-ഡിഫ്യൂഷൻ ഓൺ ഇമ്മ്യൂൺ-ഡിഫ്യൂഷൻ ആണ്.

ഉത്രയുടെ സംഭവത്തിൽ, വിഷത്തിന്റെ തരം കണ്ടെത്താൻ അയച്ച സാമ്പിളിന് രണ്ട് മാസത്തെ പഴക്കമുണ്ട്. ഡയഗ്നോസ്റ്റിക്കും ഫോറൻസിക്കുമായ എല്ലാ പരിശോധനകളും നടത്തിയെങ്കിലും സാമ്പിളിൽ മൂർഖൻ വിഷം കണ്ടെത്തിയിരുന്നില്ല. എന്നാൽ ഉത്രയെ ആക്രമിക്കാൻ മൂർഖൻ പാമ്പിനെ ഉപയോഗിച്ചിട്ടില്ലെന്ന് ഇതിനർത്ഥമില്ലെന്നും സാക്ഷി കോടതിയിൽ വ്യക്തമാക്കി. സാമ്പിൾ അയയ്ക്കാനുള്ള കാലതാമസവും സാമ്പിൾ ശേഖരിക്കുമ്പോഴേക്കും മരണപ്പെട്ടയാളുടെ രക്തത്തിൽ നിന്ന് വിഷത്തിന്റെ അംശം അപ്രത്യക്ഷമായതുമാണ് കണ്ടെത്താനാകാത്തതിന്റെ ഏറ്റവും സാധ്യതയുള്ള കാരണം. പരിശോധിച്ച സാമ്പിൾ അനുയോജ്യമായിരുന്നില്ല. അത് വെറും രക്തം മാത്രമായിരുന്നു.

ഈ സാക്ഷ്യം പ്രോസിക്യൂഷന്റെ ഭാഗത്തെ കൃത്യമായി ബലപ്പെടുത്തിയില്ല എങ്കിലും, ഉത്രയുടെ മൃതദേഹത്തിൽ മൂർഖൻ വിഷത്തിന്റെ അഭാവം ഉണ്ട് എന്നതിൽ ഊന്നി പ്രതിഭാഗം കെട്ടിപ്പടുത്തിയിരുന്ന പ്രതിരോധത്തെ അത് തീർച്ചയായും തകർത്തു. ഡോ. രാധാകൃഷ്ണന്റെ ക്രോസ് വിസ്താരം വെല്ലുവിളി നിറഞ്ഞതായിരുന്നു. എന്നാൽ അദ്ദേഹത്തിന് ഉറച്ചുനിൽക്കാൻ തക്ക ന്യായങ്ങൾ പ്രോസിക്യൂഷൻ നൽകിയിരുന്നു. ഈ സംഭവത്തിൽ കാലതാമസം നേരിട്ടു എന്നു സമ്മതിക്കുന്നതാണ്,

സംഗതി വഷളാകുന്നതിനേക്കാൾ ഫലപ്രദമായ മാർഗ്ഗമെന്ന് അവർക്കറിയാമായിരുന്നു.

തത്സമയ ഡെമോകളും, എസ്ഐടിയും പ്രോസിക്യൂഷനും ചേർന്നു ശേഖരിച്ച വിദഗ്ധരുടെ സാക്ഷിമൊഴികളും കൂടാതെ, ഉത്രയുടെ കുടുംബാംഗങ്ങളും പ്രോസിക്യൂഷൻ സാക്ഷികളായി നടന്ന സംഭവങ്ങളെക്കുറിച്ച് കോടതിയിൽ വിവരിച്ചു. അഗ്നിപരീക്ഷണം പോലുള്ള ക്രോസ് വിസ്താരങ്ങളെയും അവർ ശക്തമായി നേരിട്ടു. ഈഘട്ടത്തിൽ, പ്രതിഭാഗത്തിന് അവരുടെ തോൽവി ഏറെക്കുറെ ഉറപ്പായിട്ടുണ്ടാകണം. പക്ഷേ അപ്പോഴും പ്രോസിക്യൂഷന്റെ കൈയ്യിൽ കുറച്ചു തെളിവുകൾ കൂടി ബാക്കി ഉണ്ടായിരുന്നു.

നിരപരാധി ആകും വരെ...

പല ആളുകൾക്കും പല തരത്തിൽ അനുഭവപ്പെടുന്ന എന്ന ഒരു സന്ദിഗ്ധാവസ്ഥ എപ്പോഴും നിലനിൽക്കുന്ന മുഖമാണ് സത്യത്തിന്റേത്. യാതൊരു പഴുതുകളും ഇല്ലാത്തത് എന്ന് തോന്നുന്ന കേസുകൾ പോലും അടപടലം തകരുന്ന കാഴ്ചകൾ വിരളമല്ല. ഒരു നല്ല പ്രതിഭാഗം അഭിഭാഷകന്റെ പക്കൽ, കോടതിയിൽ ഹാജരാക്കാൻ എപ്പോഴും ഒരു ബദൽ പദ്ധതിയുണ്ടാവും. പ്രോസിക്യൂഷൻ സമഗ്രമായ കേസ് സമർപ്പിച്ചിട്ടും, സൂരജിന്റെ ശിക്ഷ തീർപ്പായിരുന്നില്ല. പ്രതിരോധം തീർച്ചയായും ആക്രമണത്തിലേക്ക് കടക്കുകയായിരുന്നു!

സാഹചര്യങ്ങളുടെയും വിദഗ്ധരുടെ അഭിപ്രായങ്ങളുടെയും അടിസ്ഥാനത്തിൽ തെളിവുകൾ ശേഖരിച്ച കേസുകളിൽ പ്രധാന സാക്ഷികളുടെ വിശ്വാസ്യത ചോദ്യം ചെയ്യുന്നത് ഒരു സ്ഥിരം തന്ത്രമാണ്. ഒരു ജഡ്ജിയുടെ മനസ്സിൽ സംശയത്തിന്റെ ഒരു നേർത്ത പൊട്ടു വീണാൽ പോലും, അത് ശിക്ഷയുടെ അളവിലും, കുറ്റകൃത്യത്തിന്റെ തെളിവിന്റെ കാര്യത്തിലും വലിയ വെല്ലുവിളികൾ ഉണ്ടാക്കും.

രണ്ട് പാമ്പുകൾ അബദ്ധത്തിൽ ഉത്രയെ കടിച്ചതിന്റെ സാധ്യത തള്ളിക്കളയുകയും, വിഷപ്പല്ലുകളുടെ വീതിയിലെ വ്യത്യാസത്തെക്കുറിച്ച് സമർഥിക്കുകയും ചെയ്ത വിദഗ്ധ സമിതിയുടെ റിപ്പോർട്ട് ഒരു പ്രധാന തെളിവാണ്. കമ്മിറ്റിയിലെ അംഗങ്ങളുടെ സ്വഭാവങ്ങളെയും യോഗ്യതകളെയും കുറിച്ചുള്ള ഏതൊരു ചോദ്യചിഹ്നവും പ്രോസിക്യൂഷന്റെ വാദങ്ങളെ സാരമായി ബാധിച്ചേക്കും.

'വിദഗ്ധൻ' എന്നത് പലപ്പോഴും അത്ര കൃത്യമായ ഒരു പദമായിട്ടല്ല ഉപയോഗിച്ചു വരാറ്. ഒരു കോടതിയിൽ ഒരാളെ

വിദഗ്ധനായി അവതരിപ്പിക്കുമ്പോൾ, ആ വ്യക്തിയുടെ യോഗ്യതകളും അനുഭവസമ്പത്തും ഈ ഉയർന്ന അവകാശവാദത്തിന് അനുസൃതമായിരിക്കണം. വിദഗ്ധരുടെ അഭിപ്രായങ്ങളുടെ നിയമസാധുത ഇല്ലാതാക്കുക എന്നത് പ്രതിഭാഗം അഭിഭാഷകരെ സംബന്ധിച്ചിടത്തോളം പയറ്റിത്തെളിഞ്ഞ ഒരു സമ്പ്രദായമാണ്. ഈ പ്രക്രിയയിൽ ഉൾപ്പെട്ടിരിക്കുന്ന ശരവർഷം പോലുള്ള വാക്കുതർക്കങ്ങൾ പലപ്പോഴും വഷളായി തീരാറുണ്ട്. എന്നാൽ ഈ മത്സരത്തിൽ ഒരു മുൻതൂക്കം നേടുക എന്നതാണ് എല്ലാറ്റിലും പ്രധാനം!

\\\\\\\\\\\\\\\\\\\\

ഉത്രയുടെ മരണം പരിശോധിച്ച സമിതിയിലെ ഏക ഹെർപ്പെറ്റോളജിസ്റ്റ് മാവിഷ് കുമാർ ആയിരുന്നു. സൂരജിന്റെ പൈശാചിക പദ്ധതിയുടെ സ്വഭാവം നിഗമനം ചെയ്യുമ്പോൾ അദ്ദേഹത്തിന്റെ നിരീക്ഷണങ്ങൾ ഒഴിച്ചുകൂടാനാവാത്തതായിരുന്നു. അതിനാൽ, പ്രതിരോധ ഉപദേശകന്റെ ചോദ്യങ്ങളെ അഭിമുഖീകരിക്കാൻ അദ്ദേഹം ബാധ്യസ്ഥനായിരുന്നു.

വിദഗ്ധ സമിതിയുടെ റിപ്പോർട്ടിലെ തെറ്റുകുറ്റങ്ങൾ കണ്ടുപിടിച്ച് സ്ഥാപിക്കാനുള്ള ശ്രമത്തിൽ, പ്രതിഭാഗം അഭിഭാഷകൻ മാവിഷ് കുമാറിന്റെ യോഗ്യതകൾ അന്വേഷിച്ചു കണ്ടെത്തി. തന്റെ വിദ്യാഭ്യാസ പശ്ചാത്തലത്തെക്കുറിച്ച് വലിയ അവകാശവാദങ്ങൾ ഉന്നയിച്ച മാവിഷ്, പാമ്പുകളെക്കുറിച്ചുള്ള വിഷയത്തിൽ സ്വയംപ്രഖ്യാപിത വിദഗ്ധനായിരുന്നു എന്നതായിരുന്നു അവരുടെ ആദ്യത്തെ വാദം. സസ്യശാസ്ത്രത്തിലും ഭൗമശാസ്ത്രത്തിലും ബിരുദം നേടിയെങ്കിലും ഹെർപ്പെറ്റോളജിയിൽ പ്രത്യേകമായി ബിരുദം ഒന്നും അദ്ദേഹം നേടിയിരുന്നില്ല. അദ്ദേഹത്തിന്റെ പേരിൽ ഗവേഷണ പ്രബന്ധങ്ങളൊന്നും ഉണ്ടായിരുന്നില്ല താനും. അദ്ദേഹം ഒരു പിഎച്ച്ഡി സ്കോളർ ആയിരുന്നില്ല. എംഫിൽ, എംഎസ്‌സി വിദ്യാർത്ഥികൾക്ക് മാവിഷ് നൽകിയ ഗൈഡൻസ് സാധുതയുള്ള ഒന്നല്ല എന്നും പ്രതിഭാഗം പറഞ്ഞു.

ജെ.സി.ഡാനിയൽ[1], വിവേക് മേനോൻ[2] എന്നിവർ എഴുതിയ

---

1 ബോംബെ നാച്വറൽ ഹിസ്റ്ററി സൊസൈറ്റിയിൽ ക്യൂറേറ്ററായാണ് ജെ.സി. ഡാനിയൽ തന്റെ കരിയർ ആരംഭിച്ചത്. തുടർന്ന് അദ്ദേഹം അതിന്റെ ആദ്യ ഡയറക്ടറായി മാറി. ഓണററി സെക്രട്ടറിയായി വിരമിച്ച ശേഷവും അദ്ദേഹം സൊസൈറ്റിയുമായുള്ള ബന്ധം തുടരുന്നു.

2 വിവേക് മേനോൻ ഒരു പ്രശസ്ത വന്യജീവി സംരക്ഷകനും, നോട്ട്-ഫോർ-പ്രോഫിറ്റ് മേഖലയിൽ ഒരുപാട് സംരംഭങ്ങൾ ആരംഭിച്ച വ്യക്തിയും, വൈൽഡ് ലൈഫ് ട്രസ്റ്റ് ഓഫ് ഇന്ത്യയുടെ സ്ഥാപകനുമാണ്.

പുസ്തകങ്ങളിൽ താൻ വായിച്ചതിന്റെ അടിസ്ഥാനത്തിൽ, മൂർഖൻ പാമ്പിന്, അതിന്റെ നീളത്തിന്റെ ഏകദേശം മൂന്നിലൊന്ന് ഭാഗം വരെ നിലത്തു നിന്നും ഉയർത്താനാവും എന്ന് മാവിഷ് സാക്ഷ്യപ്പെടുത്തി. രചയിതാക്കൾ എഴുതിയതിനെ പൂർണ്ണമായ അർത്ഥത്തിൽ മനസ്സിലാക്കാൻ സാക്ഷിക്ക് കഴിഞ്ഞിട്ടില്ല എന്ന് പ്രതിഭാഗം വാദിച്ചു. കൂടാതെ, മൂർഖൻ പാമ്പിന്റെ പൊതുവേയുള്ള വിഷപ്പല്ലിന്റെ വീതിയെക്കുറിച്ച് നടത്തിയ പരാമർശത്തിന് ആധാരമായി സാക്ഷി ഒരു പുസ്തകത്തെയും ആശ്രയിച്ചിട്ടില്ലെന്ന് പ്രതിഭാഗം പറഞ്ഞു. അതിനാൽ, അദ്ദേഹത്തിന്റെ സാക്ഷ്യം ഉപരിപ്ലവവും തെറ്റിദ്ധരിപ്പിക്കുന്നതുമായി കണക്കാക്കപ്പെട്ടു. വിദഗ്ധ സമിതി സമർപ്പിച്ച റിപ്പോർട്ടിലെ ഒരു പ്രധാന തെറ്റായാണ് ഇത് അവതരിപ്പിക്കപ്പെട്ടത്.

ദുബായ് ആസ്ഥാനമായുള്ള കമ്പനിയിൽ പ്രധാന ജന്തുശാസ്ത്രജ്ഞനാണ് താനെന്ന സാക്ഷിയുടെ വാദങ്ങൾ തെറ്റാണെന്നും പ്രതിഭാഗം അഭിഭാഷകൻ പറഞ്ഞു. ജന്തുശാസ്ത്രത്തിൽ വിദഗ്ധനായ ഒരാളെ നിയമിക്കേണ്ട യാതൊരു സാഹചര്യങ്ങളും ഇല്ലാത്ത, വാട്ടർ തീം പാർക്കുകൾ രൂപകൽപന ചെയ്യുന്ന കമ്പനിയാണതെന്നും അദ്ദേഹം കൂട്ടിച്ചേർത്തു. മാവിഷ് കുമാർ ചെയർമാനായിരുന്ന മഹീന്ദ്ര വൈൽഡ് ലൈഫ് ഫൗണ്ടേഷൻ 2016 മുതൽ പ്രവർത്തനരഹിതമായിരിക്കുകയാണെന്നും അദ്ദേഹം ചൂണ്ടിക്കാട്ടി.

ഡെറാഡൂണിലെ വൈൽഡ് ലൈഫ് ഇൻസ്റ്റിറ്റ്യൂട്ടിൽ[3] പരിശീലനം ലഭിച്ച ഹെർപ്പെറ്റോളജിസ്റ്റിനെ പ്രോസിക്യൂഷൻ പരിശോധിക്കേണ്ടതായിരുന്നുവെന്ന് പ്രതിഭാഗം അഭിഭാഷകൻ വാദിച്ചു. വിദഗ്ധനായ ഒരു പാമ്പ് പിടുത്തക്കാരന് പോലും പാമ്പിനെക്കൊണ്ട് നിർബന്ധിച്ച് കടിപ്പിക്കുന്നത് ബുദ്ധിമുട്ടാണെന്നിരിക്കെ, പ്രോസിക്യൂഷൻ കൊണ്ടുവന്ന ഈ വിദഗ്ധ സംഘം തീർത്തും കഴിവില്ലാത്തവരായിരുന്നു എന്നും അദ്ദേഹം അഭിപ്രായപ്പെട്ടു.

\\\\\\\\\\\\

3 ഡെറാഡൂൺ ആസ്ഥാനമായി പ്രവർത്തിക്കുന്ന വൈൽഡ് ലൈഫ് ഇൻസ്റ്റിറ്റ്യൂട്ട് ഓഫ് ഇന്ത്യ (WII), പരിസ്ഥിതി, വനം, കാലാവസ്ഥാ വ്യതിയാന മന്ത്രാലയത്തിന് കീഴിൽ 1982-ൽ സ്ഥാപിതമായ ഒരു സ്വയംഭരണ പ്രകൃതിവിഭവ സേവന സ്ഥാപനമാണ്. ജൈവവൈവിധ്യം, വംശനാശഭീഷണി നേരിടുന്ന ജീവികൾ, വന്യജീവി നയം, വന്യജീവി മാനേജ്മെന്റ്, വൈൽഡ് ലൈഫ് ഫോറൻസിക്സ്, സ്പേഷ്യൽ മോഡലിംഗ്, പരിസ്ഥിതി വികസനം, ഇക്കോടോക്സിക്കോളജി, ആവാസ വ്യവസ്ഥ, കാലാവസ്ഥാ വ്യതിയാനം തുടങ്ങിയ പഠന മേഖലകളിൽ ഇത് വന്യജീവി ഗവേഷണം നടത്തുന്നു.

പ്രതിഭാഗം അഭിഭാഷകന്റെ തന്ത്രം വ്യക്തമായിരുന്നു. വിദഗ്ധ സമിതിയുടെ റിപ്പോർട്ടിന് വേണ്ടത്ര ആധികാരികത ഇല്ല എന്ന് തെളിയിക്കാനായിരുന്നു അദ്ദേഹത്തിന്റെ ശ്രമം. ഇത്തരത്തിൽ തന്ത്രം ഉരുത്തിരിഞ്ഞു വരുന്നത് വ്യക്തമായിരുന്നു. പക്ഷേ അത് നിഷേധിക്കാനാവാത്തവിധം ഏറ്റവും ഫലപ്രദവും ആയിരുന്നു.

മൃഗസംരക്ഷണ വകുപ്പിലെ വെറ്ററിനറി സർജനും പ്രോസിക്യൂഷന്റെ വിദഗ്ധ സമിതി അംഗവുമായിരുന്ന ഡോ. കിഷോർ കുമാറാണ് പ്രതിഭാഗം അഭിഭാഷകൻ അടുത്തതായി സംശയത്തിന്റെ നിഴലിൽ കൊണ്ടുവന്ന സാക്ഷി. പുറത്തെടുത്ത മൂർഖൻ പാമ്പിന്റെ ശവപരിശോധന നടത്തിയത് അദ്ദേഹമായിരുന്നു.

പാമ്പിന്റെ ജഡത്തിന്റെ പോസ്റ്റ്മോർട്ടം നടത്തുന്നത് അവിശ്വസനീയമാംവിധം സൂക്ഷ്മമായ പ്രക്രിയയാണ്. പ്രോട്ടോക്കോളിൽ നിന്നും അണുവിടയെങ്കിലും വ്യതിയാനമുണ്ടായാലോ, അല്ലെങ്കിൽ അന്തിമ റിപ്പോർട്ടിൽ ഏതെങ്കിലും കണ്ണി വിട്ടുപോയതായി കാണപ്പെടുകയോ ചെയ്താൽ, കൃത്യമായി പൂർത്തിയാക്കി എന്ന് കരുതി വച്ചിരിക്കുന്ന അന്വേഷണത്തിനെ അത് അട്ടിമറിക്കുമെന്ന് തീർച്ച. ഒരു നല്ല കുറ്റാന്വേഷകൻ പോസ്റ്റ്മോർട്ടം പുറത്തുവിടുന്ന വിവരങ്ങളുടെ സമ്പന്നമായ സിരകളിൽ നിന്നും അന്വേഷണത്തിന്റെ ഊർജ്ജം കണ്ടെത്തുന്നു. പാമ്പുകളുടെ കാര്യത്തിലാണെങ്കിൽ, നെക്രോപ്സി പാമ്പിന്റെ രോഗാവസ്ഥയെയും മരണത്തെയും കുറിച്ചുള്ള നിർണ്ണായക വിവരങ്ങൾ നൽകുന്നു.

വ്യവസ്ഥാപിതമായി നടത്തുന്ന നെക്രോപ്സികൾക്ക് ചില പൊതുവായ സ്വഭാവ സവിശേഷതകൾ ഉണ്ട് – എല്ലാ പ്രസക്തമായ കോശങ്ങളും പരിശോധനയ്ക്കായി ശേഖരിക്കുകയും, അവയെ കേടുപാടുകൾ വരാതെ സൂക്ഷിക്കാൻ അണുവിമുക്തമായ അന്തരീക്ഷം സൃഷ്ടിക്കാൻ സാധ്യമായ എല്ലാ ശ്രമങ്ങളും നടത്തുകയും ചെയ്യുന്നു. കോശ സാമ്പിളുകളിൽ ഏതെങ്കിലും തരത്തിലുള്ള മലിനീകരണം ഉണ്ടായാൽ, അത് അന്തിമഫലത്തെ സാരമായി ബാധിക്കുകയും, ഫലത്തിൽ നീതി നിർവ്വഹണത്തിന് തടസ്സമാവുകയും ചെയ്യും. മിക്ക മൃഗങ്ങളിലെയും ശരീരത്തിലെ പ്രധാന അറയാണ് സീലം (coelom). അതിന്റെ ഉള്ളടക്കം വേർതിരിച്ചെടുത്ത ശേഷം, പാമ്പിനെ ഫോർമാലിനിൽ മുക്കിവയ്ക്കുന്നു. വിഷപ്പാമ്പാണെങ്കിൽ, ശരീരത്തിന്റെ ബാക്കി ഭാഗങ്ങൾ ഫോർമാലിൻ നിറച്ച പാത്രത്തിലേക്ക് മാറ്റുന്നതിന് മുമ്പ് അതിന്റെ തല ശ്രദ്ധാപൂർവ്വം മാറ്റുന്നു.

ഈ കേസിലെ പാമ്പിനെ കുഴിച്ചിട്ടിരുന്നിടത്തുനിന്നും പുറത്തെടുത്തതായത് കൊണ്ട് അതിന്റെ ജഡത്തിൽ നിന്നും നിരവധി വിവരങ്ങൾ അതിനകം തന്നെ നഷ്ടപ്പെട്ടിരുന്നു. ശരിയായ പോസ്റ്റ്മോർട്ടം റിപ്പോർട്ട് സൃഷ്ടിക്കുക എന്ന വെല്ലുവിളി, ഓരോ ശൽക്കങ്ങളിലായി എടുത്ത് ചേർത്തുവച്ച് അതിന്റെ ശരീരം വീണ്ടും സൃഷ്ടിക്കുന്നതിന് തുല്യമായിരുന്നു.

ഉത്രയെ അപായപ്പെടുത്താൻ ഉപയോഗിച്ച മൂർഖൻ പാമ്പിനെ സൂരജ് ബോധപൂർവ്വം പട്ടിണിയിട്ടിരിക്കുകയായിരുന്നു എന്ന് ഡോക്ടർ കുമാറിന്റെ മൊഴിയിൽ സ്ഥാപിച്ചിരുന്നു. സത്യത്തിന്റെ ഒരു ഭാഗം മാത്രം വെളിപ്പെടുത്താനുള്ള പ്രോസിക്യൂഷന്റെ ബോധപൂർവ്വമായ നീക്കമാണിതെന്ന് പ്രതിഭാഗം വ്യക്തമാക്കി. മൂർഖൻ പാമ്പിൽ ഉണ്ടായിരുന്ന ഭക്ഷണത്തിന്റെ അഭാവം പട്ടിണിയായി തെറ്റിദ്ധരിക്കാനാവില്ലെന്നും, പാമ്പുകൾക്ക് മാസങ്ങളോളം ഭക്ഷണം കഴിക്കാതെ അതിജീവിക്കാൻ കഴിയുമെന്നും അഭിഭാഷകൻ ഊന്നിപ്പറഞ്ഞു.

മാവിഷ് കുമാറിനെപ്പോലെ, മൃഗഡോക്ടറും രണ്ട് പാമ്പുകളും കുറ്റകൃത്യങ്ങൾ നടന്ന സ്ഥലത്തേക്ക് ആകസ്മികമായി വന്നെത്താനുള്ള സാധ്യതയില്ലെന്ന സിദ്ധാന്തത്തെ പിന്തുണച്ചിരുന്നു. എന്നിരുന്നാലും, പാമ്പുകളുടെ ചലനശേഷികളെക്കുറിച്ച് വിദഗ്ധർക്ക് അറിയില്ലായിരുന്നുവെന്നും ഉത്രയുടെ മുറിയിലെ കിഴക്കു ഭാഗത്തുള്ള ജനലുകളൊന്നിലൂടെ പാമ്പ് ഉള്ളിൽ പ്രവേശിക്കാനുള്ള സാധ്യത തള്ളിക്കളയാനാവില്ലെന്നും പ്രതിഭാഗം വാദിച്ചു.

കിഷോർ കുമാറിന്റെ ബലമില്ലാത്ത വിജ്ഞാന അടിത്തറയെ പ്രതിഭാഗം ആക്രമിക്കുകയും, പാമ്പുകളെക്കുറിച്ചുള്ള അദ്ദേഹത്തിന്റെ അറിവ് പ്രാഥമിക പാഠപുസ്തകങ്ങളിൽ വായിച്ചതിന്റെ അടിസ്ഥാനത്തിൽ മാത്രമാണെന്ന് പറയുകയും ചെയ്തു. ലോകമെമ്പാടും പ്രസിദ്ധീകരിച്ച ഹെർപ്പെറ്റോളജിയെക്കുറിച്ചുള്ള ചില പ്രശസ്തപുസ്തകങ്ങളിലെ പരാമർശങ്ങൾ അദ്ദേഹത്തിന്റെ കാഴ്ചപ്പാടുകളിൽ നിന്ന് വ്യത്യസ്തമായിരുന്നു. മൂർഖൻ പാമ്പിന്റെ തലയിൽ ബാഹ്യ സമ്മർദ്ദം ചെലുത്തുമ്പോൾ അതിന്റെ വിഷപ്പല്ലിന്റെ വീതി എങ്ങനെ മാറുമെന്ന് ഉറപ്പിച്ചു പറയാൻ സാക്ഷിക്ക് കഴിയുന്നില്ലെന്ന് ഈ വാദം വിശദമാക്കി.

വിദഗ്ധ സമിതിയ്ക്ക് മേലുള്ള വിശ്വാസ്യത തകർക്കാനുള്ള ശ്രമമാണ് പ്രതിഭാഗം നടത്തിയ പല നീക്കങ്ങളിൽ ആദ്യത്തേത്. മരിച്ചയാളുടെ പോസ്റ്റ്മോർട്ടം പരിശോധനയെ അപകീർത്തിപ്പെടുത്തുകയായിരുന്നു അടുത്ത നടപടി.

പോസ്റ്റ്മോർട്ടം നടത്തിയ ഡോ. രാഗേഷ് ആർ. എന്ന സാക്ഷി, പോസ്റ്റ്മോർട്ടം നടത്തുമ്പോൾ സ്റ്റാൻഡേർഡ് പ്രോട്ടോക്കോൾ ലംഘിച്ചുവെന്ന വാദത്തോടെയാണ് പ്രതിഭാഗം ആരംഭിച്ചത്. പ്രതിഭാഗം അഭിഭാഷകൻ പറയുന്നതനുസരിച്ച്, യഥാർത്ഥ റിപ്പോർട്ടിൽ പ്രസക്തമായ വിശദാംശങ്ങളുടെ അഭാവമുണ്ടായത് ഇത് ചൂണ്ടിക്കാട്ടുന്നു – പ്രത്യേകിച്ച്, പക്ഷാഘാതം സംഭവിച്ച ഡയഫ്രത്തിന്റെ പരാമർശം, ഉത്രയുടെ ശരീരദ്വാരങ്ങളെക്കുറിച്ചുള്ള വിശദാംശങ്ങൾ, കടിയേറ്റ സ്ഥലത്ത് എഡിമ (വീക്കം) ഇല്ലെന്ന നിരീക്ഷണം.

വിശദമായ പോസ്റ്റ്മോർട്ടം കുറിപ്പുകളിലെ വെട്ടലുകളും തിരുത്തലുകളും, പ്രോസിക്യൂഷൻ കെട്ടിപ്പടുക്കാൻ ആഗ്രഹിക്കുന്ന തരത്തിലുള്ള കേസിന് അനുകൂലമായി നിരവധി മാറ്റങ്ങൾ വരുത്തുന്നതിന് വേണ്ടിയുള്ള ശ്രമങ്ങളെ സൂചിപ്പിക്കുന്നതായി പ്രതിഭാഗം അഭിഭാഷകൻ വാദിച്ചു. പോസ്റ്റ്മോർട്ടത്തിലെ അബദ്ധങ്ങൾ മറയ്ക്കാനുള്ള സംശയാസ്പദമായ ശ്രമമായിരുന്നു ഇത്.

മറ്റ് പ്രധാന സാക്ഷികളെപ്പോലെ, ഡോ. രാഗേഷിന്റെ യോഗ്യതയും ചോദ്യം ചെയ്യപ്പെട്ടു. പോസ്റ്റ്മോർട്ടം സർട്ടിഫിക്കേറ്റ് നൽകുന്നത് മനഃപൂർവം വൈകിപ്പിച്ചത് പോലീസ് കെട്ടിച്ചമച്ച കേസിനെ അനുകൂലിക്കുന്നതിന് വേണ്ടിയാണ് എന്ന് പ്രതിഭാഗം ആരോപിച്ചു. ഉത്രയുടെ കൈമുട്ടിലെ കടികളുടെ അകലം 2.7 സെന്റീമീറ്ററിൽ കൂടുതലുള്ള വിഷപ്പല്ലിന്റെ വീതിയെ സൂചിപ്പിക്കുന്നു എന്നത്, ഏതൊരു പോസ്റ്റ്മോർട്ടം വിദഗ്ധനും, ഒന്നോടിച്ചു നോക്കിയാൽ പോലും കാണാൻ കഴിയുമെന്നും പ്രതിഭാഗം വാദിച്ചു.

ക്രോസ് വിസ്താരത്തിന്റെ സമ്മർദ്ദത്തിൽ തകർന്നുപോകാതിരിക്കാനുള്ള ഏറ്റവും നല്ല മാർഗ്ഗം വസ്തുതകളെ ആയുധമാക്കുക എന്നതാണ്. ഡോ. രാഗേഷ് ആർ. ആ കാര്യത്തിൽ മിടുക്കനായിരുന്നു.

ഫോറൻസിക് മെഡിസിൻ വകുപ്പിലെ ജൂനിയർ റസിഡന്റ് എന്ന നിലയിൽ ആശുപത്രിയിലെ തന്റെ സ്ഥാനത്തെക്കുറിച്ച് സംസാരിച്ചുകൊണ്ടാണ് അദ്ദേഹം ആരംഭിച്ചത്. തന്റെ

കരിയറിൽ 600-ഓളം പോസ്റ്റ്മോർട്ടം പരിശോധനകൾ അദ്ദേഹം നടത്തിയിട്ടുണ്ട്. ഉത്രയുടെ മൃതദേഹം പോസ്റ്റ്മോർട്ടം ചെയ്യുന്നതിന് മുമ്പ് അദ്ദേഹം മൂന്ന് പാമ്പുകടി കേസുകളിൽ പങ്കെടുക്കുകയോ സാക്ഷ്യം വഹിക്കുകയോ ചെയ്തിട്ടുണ്ട്. മൂന്ന് ദിവസത്തിനകം പോസ്റ്റ്മോർട്ടം റിപ്പോർട്ട് നൽകണമെന്ന് ചട്ടമില്ലെന്നും അദ്ദേഹം പറഞ്ഞു. ഉത്രയുടെ കേസിൽ പോസ്റ്റ്മോർട്ടം റിപ്പോർട്ട് നൽകുന്നതിൽ കാലതാമസമുണ്ടായത് പ്രോട്ടോക്കോൾ കർശനമായി പാലിച്ചതിനാലും, ജോലിത്തിരക്കുകൾ മൂലവുമാണെന്ന് അദ്ദേഹം അവകാശപ്പെട്ടു.

ന്യൂറോടോക്സിക് വിഷം ആദ്യം ഞരമ്പുകളെ തളർത്തുന്നത് എങ്ങനെയെന്നും, ഇത് ശ്വസന പക്ഷാഘാതത്തിലേക്ക് (respiratory paralysis) നയിക്കുന്നുവെന്നും, തുടർന്ന് ശ്വാസംമുട്ടലിന് കാരണമാകുന്നു എന്നും ഡോക്ടർ വിശദീകരിച്ചു. മരണശേഷം, ഇരയുടെ ശരീരത്തിലെ എല്ലാ പേശികളും തളർന്നുപോകുകയും തുടർന്ന് റിഗർ മോർട്ടിസ്[4] ഉണ്ടാകുന്നുവെന്നും അദ്ദേഹം പറഞ്ഞു. പേശികളുടെ ആന്റീ-മോർട്ടം (മരണത്തിന് മുമ്പ് സംഭവിച്ചതോ അല്ലെങ്കിൽ നടത്തിയതോ) പക്ഷാഘാതം പോസ്റ്റ്മോർട്ടം റിപ്പോർട്ടിൽ സ്ഥിരീകരിക്കാൻ കഴിയില്ലെന്ന് അദ്ദേഹം പറഞ്ഞു. ശരീരഘടനയുടെ കാര്യത്തിൽ നോക്കിയാൽ, ഉത്രയുടെ ഡയഫ്രത്തിന് കേടുപാടുകൾ ഒന്നും തന്നെ ഉണ്ടായിരുന്നില്ല. ഡയഫ്രം തളർന്നുപോയോ ഇല്ലയോ എന്നത് മരിച്ചയാളുടെ ദേഹത്തിൽ ഉണ്ടായിരുന്ന ലക്ഷണങ്ങളുടെ അടിസ്ഥാനത്തിൽ മാത്രമേ കണ്ടെത്താനാകൂ.

ഉത്രയുടെ കാര്യത്തിൽ, ശ്വാസംമുട്ടലിന്റെ വ്യക്തമായ ലക്ഷണങ്ങൾ ഉണ്ടായിരുന്നു; ആന്തരികാവയവങ്ങളിലെ രക്തക്കുഴലുകളുടെ ശൃംഖലയ്ക്കുള്ളിൽ രക്തത്തിന്റെ സാധാരണ ഒഴുക്ക് തടസ്സപ്പെടുകയും അവളുടെ മസ്തിഷ്കം വീർക്കുകയും ചെയ്തു. അദ്ദേഹം തയ്യാറാക്കിയ റിപ്പോർട്ടിൽ വ്യക്തമായി സൂചിപ്പിച്ചതുപോലെ അവളുടെ ശ്വാസകോശത്തിൽ എഡിമെറ്റസ് (oedematous; അസാധാരണമായ വീക്കം) ഉണ്ടായിരുന്നില്ല. നോട്ടപ്പിഴകളെ കുറിച്ചുള്ള പ്രതിഭാഗം അഭിഭാഷകന്റെ വാദങ്ങൾ അദ്ദേഹം തള്ളിക്കളഞ്ഞു. ഉത്രയുടെ ശ്വാസകോശം വീർത്തിരുന്നെങ്കിൽ ഈ

4 മരണത്തിന്റെ ഏറ്റവും തിരിച്ചറിയാവുന്ന അടയാളങ്ങളിലൊന്നാണ് റിഗോർ മോർട്ടിസ്. മരണശേഷം പേശികളിലെ രാസമാറ്റങ്ങൾ മൂലം മൃതശരീരത്തിന്റെ കൈകാലുകൾ ദൃഢമാകുന്നതാണ് ഇതിന്റെ സവിശേഷത.

വസ്തുത പോസ്റ്റ്മോർട്ടം റിപ്പോർട്ടിൽ ഇടംപിടിക്കുമായിരുന്നു വെന്ന് അദ്ദേഹം വ്യക്തമാക്കി. എൻവിനോമേഷനു (വിഷം തീണ്ടൽ) ശേഷം ഉണ്ടാവുന്ന ലങ് എഡിമ (lung oedema), ലങ് അറസ്റ്റിന്റെ (respiratory arrest; ശ്വാസോച്ഛ്വാസം പെട്ടെന്നു നിലയ്ക്കൽ) പതിവ് ലക്ഷണമല്ലെന്ന് അദ്ദേഹം പറഞ്ഞു.

ഹൈപ്പോക്സിയ, അഥവാ ശ്വസന പക്ഷാഘാതത്തെ മരണ കാരണമായി പരാമർശിക്കാത്തതിനെക്കുറിച്ച് പ്രതിഭാഗം വക്കീൽ, ഡോക്ടർ രാഗേഷിനോട് ആരാഞ്ഞു. ഇരയുടെ മരണ ത്തിലേക്ക് നയിച്ച സംഭവങ്ങളുടെ ശൃംഖലയിലെ ആദ്യ സംഭവ മാണ് മരണകാരണമായി കണക്കാക്കുക എന്നാണ് സാക്ഷി മറുപടി പറഞ്ഞത്. ഈ സാഹചര്യത്തിലാണെങ്കിൽ, പ്രാഥമിക സംഭവം പാമ്പിന്റെ കടിയായിരുന്നു.

ഉത്രയുടെ അയോർട്ടയിൽ ഉണ്ടായിരുന്ന ഫാറ്റി സ്ട്രീക്കുക ളുടെ സാന്നിദ്ധ്യം ഹൃദയ സംബന്ധമായ അസുഖത്തിന്റെ പ്രതിഫലനമാണെന്ന് പ്രതിഭാഗം അഭിപ്രായപ്പെട്ടു. ഉത്രയുടെ പ്രായത്തിൽ ഈ വരകൾ തികച്ചും സാധാരണമാണെന്ന് ചൂണ്ടിക്കാട്ടി സാക്ഷി ഈ വാദത്തെ എതിർത്തു. ചുറ്റുമുള്ള കോശ ങ്ങളിലേക്ക് രക്തം വ്യാപിക്കുന്നതിനെക്കുറിച്ചുള്ള റിപ്പോർട്ടിലെ ഒരു ഖണ്ഡിക പ്രതിഭാഗം അഭിഭാഷകൻ ഉദ്ധരിച്ചു. ഇത് ആന്തരിക രക്തസ്രാവത്തെ സൂചിപ്പിക്കുന്നു എന്ന ആശയം ഡോക്ടർ രാഗേഷ് ആർ. തള്ളിക്കളഞ്ഞു.

ഉത്രയുടെ മൃതദേഹം പെഡൽ എഡിമ (കാലിന്റെ താഴത്തെ ഭാഗങ്ങളിലും, പാദങ്ങളിലും ദ്രാവകം അടിഞ്ഞുകൂടുന്നത്) പ്രകട മാക്കിയിരിക്കണമെന്ന് പ്രതിഭാഗം പറഞ്ഞു. ഈ പ്രസ്താവന ഉടൻ തന്നെ ഡോക്ടർ നിരസിച്ചു. മൂർഖൻ പാമ്പിന്റെ കടിയേറ്റതിനെ തുടർന്നുണ്ടായ റെസ്പിറേറ്ററി പാരാലിസിസ് മൂലമാണ് ഉത്രയുടെ മരണം സംഭവിച്ചതെന്നും വിഷബാധയുള്ള സന്ദർഭങ്ങളിൽ പെഡൽ എഡിമ ഒരു പ്രധാന ലക്ഷണമല്ലെന്നും അദ്ദേഹം പറഞ്ഞു. ചേനത്തണ്ടന്റെ വിഷത്തിൽ നിന്ന് വ്യത്യസ്തമായി, മൂർഖന്റെ വിഷം പേശികളെ നേരിട്ട് ബാധിക്കില്ലെന്നും അദ്ദേഹം വിശദീകരിച്ചു.

ക്രോസ് വിസ്താരങ്ങൾ പൊതുവേ പിരിമുറുക്കമേറിയ അദ്ധ്യായങ്ങളാണെങ്കിലും, ചില സാക്ഷികൾ മറ്റുള്ളവരേക്കാൾ നന്നായി അവ കൈകാര്യം ചെയ്യുന്നു. പെട്ടെന്ന് ചിന്തിക്കാനും പ്രതികരിക്കാനും കഴിവുള്ള സാക്ഷികൾക്ക് ചിലപ്പോൾ

പ്രതിഭാഗം അഭിഭാഷകന്റെ ഉദ്ദേശ്യങ്ങളെ കീഴ്മേൽ മറിക്കാനാകും. തികഞ്ഞ അറിവുള്ള ഒരു മെഡിക്കൽ പ്രൊഫഷണൽ ഇരുതല മൂർച്ചയുള്ള വാളാണ്. അമിതമായി സംസാരിക്കാനും തെറ്റുകൾ വരുത്താനുമുള്ള പ്രവണത അവർ പ്രകടിപ്പിക്കും. മറുവശത്ത്, അന്തരീക്ഷം കൊടുമ്പിരി കൊള്ളുമ്പോൾ എങ്ങനെ ശാന്തതയോടെയിരിക്കണമെന്ന് ആ വ്യക്തിയ്ക്ക് അറിയാമെങ്കിൽ, ആ വ്യക്തിയുടെ ഓരോ പ്രസ്താവനയും ഏതെങ്കിലും തരത്തിലുള്ള തെളിവുകളുടെ മൂല്യത്തിലേക്ക് കണക്കാക്കാൻ കഴിയും. പ്രോസിക്യൂഷൻ നടത്തിയ എക്സാമിനേഷൻ-ഇൻ-ചീഫിൽ ഡോ. രാഗേഷ് ആർ. മികച്ച പ്രകടനമാണ് കാഴ്ച വെച്ചത്. അദ്ദേഹം പ്രതിഭാഗത്തെ സന്ദിഗ്ദ്ധാവസ്ഥയിൽ എത്തിച്ചിരുന്നു.

രാജീവ് ഗാന്ധി സെന്റർ ഫോർ ബയോടെക്നോളജിയിലെ ലബോറട്ടറി മെഡിസിൻ ആൻഡ് മോളിക്യൂലാർ ഡയഗ്നോസ്റ്റിക്സ് വിഭാഗം മേധാവി ഡോ. ആർ. രാധാകൃഷ്ണൻ നിരവധി ചോദ്യങ്ങൾക്ക് ഉത്തരം നൽകിയ സാക്ഷിയായിരുന്നു. ക്രോസ് വിസ്താരത്തിൽ ബുദ്ധിമുട്ടുള്ള ചോദ്യങ്ങൾക്ക് മുന്നിൽ പിടിച്ചു നിൽക്കാനുള്ള അദ്ദേഹത്തിന്റെ കഴിവിനെ ആശ്രയിച്ചാണ് കേസ് നിന്നിരുന്നത്.

വിഷത്തിന്റെ സാമ്പിളുകൾ അടിസ്ഥാനമാക്കി പാമ്പിനെ തിരിച്ചറിയാൻ ഉപയോഗിക്കുന്ന പോയിന്റ്-ഓഫ്-കെയർ ഉപകരണത്തെക്കുറിച്ച് ഡോ. രാധാകൃഷ്ണൻ കോടതിയെ അറിയിച്ചിരുന്നു. ലാറ്ററൽ ഫ്ലോ ടെസ്റ്റിന്റെ പ്രതികരണക്ഷമത, കൃത്യത, ആയുസ്സ് എന്നിവയെക്കുറിച്ചും പ്രോസിക്യൂഷൻ അദ്ദേഹത്തോട് ചോദിച്ചു. ഡോക്ടർ ശാന്തത കൈവെടിയാതെ ഉത്തരങ്ങൾ നൽകി. COVID-19 കണ്ടുപിടിക്കാൻ ഉപയോഗിക്കുന്ന ലാറ്ററൽ ഫ്ലോ ടെക്നിക്കിന് സമാനമാണിതെന്ന് അദ്ദേഹം വിവരിച്ചു. വൈറസ് വ്യാപനം ഉണ്ടായതിനാൽ, എല്ലാ ഘടകങ്ങളിലും ഇത്തരത്തിലുള്ള പരിശോധനകൾ വിലയിരുത്തുന്നതിന് ആവശ്യമായ വലിയ അളവിലുള്ള ഡാറ്റാ ലഭ്യമായെന്ന് അദ്ദേഹം പറഞ്ഞു. വിഷപരിശോധനയുടെ പ്രതികരണക്ഷമതയുടെയും കൃത്യതയുടെയും ഡാറ്റാ യഥാക്രമം 50 ശതമാനവും 80 ശതമാനവുമാണ്. തികച്ചും യുക്തമായ സാമ്പിളുകൾ ഉപയോഗിക്കുമ്പോൾ ഇതാണ് അവസ്ഥയെന്ന് അദ്ദേഹം തുടർന്നു പറഞ്ഞു. ഉത്രയുടെ കാര്യത്തിൽ, ലഭിച്ച സാമ്പിളുകൾ രണ്ട് മാസം പഴക്കമുള്ളതും, ഉയർന്ന പ്രതികരണക്ഷമതയ്ക്കുള്ള വ്യവസ്ഥകൾ പാലിക്കുന്ന തരത്തിലുള്ള സാമ്പിളിൽ നിന്ന് വളരെ അകലെയുമാണ്.

കെമിക്കൽ അനാലിസിസ് റിപ്പോർട്ടും, പാമ്പിന്റെ വിഷത്തിന്റെ നിർണ്ണയവും തമ്മിലുള്ള പൊരുത്തക്കേടിനെക്കുറിച്ചായിരുന്നു പിന്നീടുണ്ടായ ചോദ്യശരങ്ങൾ. പരിചയസമ്പന്നനായ ഒരു ഭിഷഗ്വരന്റെ ആത്മവിശ്വാസത്തോടെ, രണ്ട് ടെസ്റ്റുകളും വ്യത്യസ്തമായ രീതിശാസ്ത്രങ്ങളുള്ള പരസ്പരബന്ധമില്ലാത്ത നടപടിക്രമങ്ങളാണെന്ന് അദ്ദേഹം കോടതിയോട് പറഞ്ഞു. ലോകാരോഗ്യ സംഘടന (WHO) രാജീവ് ഗാന്ധി സെന്റർ ഫോർ ബയോടെക്നോളജി സ്വീകരിച്ച പരിശോധനാ രീതിയെ ഒരു പോയിന്റ്-ഓഫ്-കെയർ ഉപകരണമായി അംഗീകരിച്ചിട്ടുണ്ടായിരുന്നു.

വൃക്കകളുടെ നെഗറ്റീവ് ചാർജിൽ നിന്ന് വ്യത്യസ്തമായി പ്രോട്ടീനുകൾക്ക് പോസിറ്റീവ് ചാർജ് ഉള്ളതിനാൽ വിഷം സാധാരണയായി മൂത്രത്തിന്റെ സാമ്പിളുകളിലേക്ക് കടക്കില്ലെന്ന് അദ്ദേഹം പറഞ്ഞു. ഒരു വ്യക്തിയുടെ വൃക്ക തകരാറിലല്ലെങ്കിൽ, ഒരു പ്രോട്ടീൻ ആയ പാമ്പിന്റെ വിഷം, മൂത്രപരിശോധനയിൽ കണ്ടെത്തില്ല. അതിനാൽ, ഉത്രയുടെ മൂത്രത്തിലെ വിഷത്തിന്റെ അഭാവം പോസ്റ്റ്മോർട്ടത്തിലുള്ള മറ്റ് നിഗമനങ്ങളുമായി പൊരുത്തപ്പെടുന്നു.

പാമ്പിന്റെ വിഷം കണ്ടെത്തുന്നതിനുള്ള ഏക വാണിജ്യ ഡയഗ്നോസ്റ്റിക് പരിശോധനയായി അംഗീകരിക്കപ്പെട്ടിട്ടുള്ളത് ELISA ടെസ്റ്റ് ആണെന്നും അദ്ദേഹം രേഖപ്പെടുത്തി.

ചേനത്തണ്ടന്റെ കടിയേറ്റ ഉത്രയെ പരിചരിച്ച ഡോക്ടർമാരെയും ക്രോസ് വിസ്താരം ചെയ്തു. ഇതിലൂടെ ചില പ്രധാന വസ്തുതകൾ വെളിച്ചത്തു വന്നു.

കൊയാഗുലോപതിക് (coagulopathic) ആയ പാമ്പ് വിഷബാധയ്ക്കുള്ള ബെഡ്സൈഡ് ഡയഗ്നോസ്റ്റിക് ടെസ്റ്റായി ഉപയോഗിക്കുന്ന ട്വന്റി മിനിറ്റ് ഹോൾ ബ്ലഡ് ക്ളോട്ടിങ് ടെസ്റ്റ് (whole blood clotting test) ഉത്രയിൽ നടത്തിയിരുന്നു. വിഷബാധയുടെ എല്ലാ ലക്ഷണങ്ങളും ഉത്ര പ്രകടിപ്പിച്ചതിനാൽ എലിസ ടെസ്റ്റ് നടത്തേണ്ട ആവശ്യമുണ്ടായിരുന്നില്ല. ഈ ലക്ഷണങ്ങളിൽ കടിയേറ്റ സ്ഥലത്തെ വീക്കം, രക്തം കട്ടപിടിക്കുന്നതിലെ പ്രശ്നങ്ങൾ, വൃക്കകളുടെ പ്രവർത്തനത്തിനുണ്ടായ തകരാറുകൾ, വ്യക്തമായ കടി അടയാളങ്ങൾ എന്നിവ ഉൾപ്പെടുന്നു. ഉഗ്രവിഷമുള്ള പാമ്പാണ് രോഗിയെ കടിച്ചതെന്നും, ചികിത്സയിൽ

എന്തെങ്കിലും കാലതാമസം ഉണ്ടായാൽ മാരകമായേക്കാമെന്നതും വ്യക്തമായിരുന്നു.

\\\\\\\\\\\\\\\\\\

മൂർഖൻ പാമ്പിനെയും ചേനത്തണ്ടനെയും ഉപയോഗിച്ച് നടത്തിയ തത്സമയ ഡെമോകൾ കേവലം ത്രസിപ്പിക്കുന്ന കാഴ്ചകൾ മാത്രമായിരുന്നില്ല; മറിച്ച്, കൊലപാതകത്തിന് ഉപയോഗിച്ച ആയുധങ്ങളുടെ മാനസികാവസ്ഥ തുറന്നു കാട്ടുന്നവ കൂടിയായിരുന്നു. എന്നിരുന്നാലും, ഈ തെളിവ് തീർത്തും അസാധാരണമായതിനാൽ, അതിന്റെ സ്വീകാര്യതയെ പ്രതിഭാഗം ശക്തമായി വെല്ലുവിളിച്ചു. വിശ്വാസയോഗ്യമല്ലാത്തതിനാൽ ആ ഡെമോകൾ ഉപേക്ഷിക്കണമെന്ന് പ്രതിഭാഗം കോടതിയോട് അഭ്യർത്ഥിച്ചു. സൂരജിന്റെ അഭിഭാഷകരുടെ ഈ നീക്കം അന്തിമ വിധിയിൽ സുപ്രീം കോടതി പുറപ്പെടുവിച്ച നിരവധി സുപ്രധാന വിധികളുടെ ഉദ്ധരണിയിലേക്ക് നയിക്കും.

വിഷമിറക്കൽ

13 ഒക്ടോബർ 2021

'അബദ്ധവശാൽ മൂർഖന്റെ കടിയേറ്റ് മരണപ്പെട്ടു എന്ന് തെറ്റിദ്ധരിപ്പിച്ചുകൊണ്ട്, മൂർഖൻ പാമ്പിനെക്കൊണ്ട് രഹസ്യമായി കടിപ്പിച്ച് മാരകമായ വിഷബാധയുണ്ടാക്കി നടത്തിയ പൈശാചികവും ക്രൂരവുമായ ഭാര്യാവധമാണിത്.'

സ്റ്റേറ്റ് ഓഫ് കേരള VS സൂരജ് എസ് കുമാർ എന്ന കേസ് നമ്പർ 820/2020-ൽ, കൊല്ലം വിചാരണക്കോടതി പുറപ്പെടുവിച്ച വിധിയുടെ ശക്തമായ തുടക്കവചനങ്ങൾ ആയിരുന്നു ഇത്. ഈ കൊലപാതകം 'പൈശാചികവും, നിന്ദ്യവും, ക്രൂരവും, ഹീനവും' ആണെന്നും 'അസാധാരണമായ ദുഷ്ടതയോടെയും, ക്രൂരവുമായ രീതിയിലുമാണ് കുറ്റകൃത്യം ചെയ്തതെന്നും' കോടതി വിലയിരുത്തി.

ഐപിസി സെക്ഷൻ 302 (കൊലപാതകം), 307 (കൊലപാതക ശ്രമം), 328 (വിഷം ഉപയോഗിച്ച് അപകടമുണ്ടാക്കൽ), 201 (തെളിവ് നശിപ്പിക്കൽ) എന്നീ വകുപ്പുകൾ പ്രകാരമാണ് സൂരജ് കുറ്റക്കാരനാണെന്ന് വിധിയെഴുതിയത്. ആദ്യ രണ്ട് വകുപ്പുകളിൽ ഇരട്ട ജീവപര്യന്തവും അവസാന രണ്ട് വകുപ്പുകൾ പ്രകാരം പതിനേഴ് വർഷം തടവും വിധിച്ചു. സൂരജ് പതിനേഴ് വർഷം (ഭാര്യയെ വിഷം കൊടുത്തതിന് പത്തും തെളിവ് നശിപ്പിച്ചതിന് ഏഴും) ജയിലിൽ കഴിഞ്ഞതിന് ശേഷമേ കൊലപാതകത്തിനും കൊലപാതകശ്രമത്തിനുമുള്ള ജീവപര്യന്തം ആരംഭിക്കുകയുള്ളൂ. സൂരജ് 5,85,000 രൂപ പിഴയടക്കണമെന്നും കോടതി നിർദ്ദേശിച്ചു.

വധശിക്ഷ പ്രതീക്ഷിച്ചിരുന്നതിനാൽ വിധിയിൽ അതൃപ്തിയുണ്ടെന്ന് ഉത്രയുടെ മാതാപിതാക്കൾ മാധ്യമങ്ങളോട് പറഞ്ഞു.

'വധശിക്ഷ നൽകിയിരുന്നെങ്കിൽ, ഇത്തരം ക്രിമിനൽ മനസ്സുള്ള ആളുകൾക്ക് അത് വ്യക്തമായ സന്ദേശം നൽകുമായിരുന്നു,' മണിമേഖല *ഹിന്ദുസ്ഥാൻ ടൈംസ്*-നോട് പറഞ്ഞു.[1]

കൊല്ലം വിചാരണക്കോടതിയുടെ ഉത്തരവിനെതിരെ സൂരജ് കേരള ഹൈക്കോടതിയിൽ അപ്പീൽ നൽകി.

ഉത്രയുടെ കൊലപാതകവുമായി ബന്ധപ്പെട്ട അന്വേഷണത്തിനിടെ സൂരജിന് ലഭിച്ച സ്ത്രീധനത്തിന്റെ ഭാഗമായ മുപ്പത്തിയെട്ട് പവൻ സ്വർണ്ണം സൂരജിന്റെ വീടിന് കിഴക്കുള്ള റബ്ബർ തോട്ടത്തിൽ നിന്ന് അന്വേഷകർ കുഴിച്ചെടുത്തു. ഈ സ്വർണ്ണത്തിന്റെ വീണ്ടെടുപ്പിനെ തുടർന്നാണ് ഉത്രയുടെ ഭർതൃപിതാവ് സുരേന്ദ്രൻ പണിക്കർ അറസ്റ്റിലായത്. സൂരജ്, സുരേന്ദ്രൻ, എസ്. രേണുക (ഉത്രയുടെ അമ്മായിയമ്മ), ഉത്രയുടെ ഭാര്യാ സഹോദരി എന്നിവർ സ്ത്രീധന നിരോധന നിയമത്തിനും ഗാർഹിക പീഡന നിയമത്തിനും കീഴിൽ പ്രത്യേക വിചാരണ നേരിടുകയാണ്.[2]

ഉത്രയുടെയും സൂരജിന്റെയും മകൻ ധ്രുവിന്റെ സംരക്ഷണം അപ്പൂപ്പനായ വിജയസേനനും അമ്മൂമ്മയായ മണിമേഖലക്കും നൽകി. അവരുടെ സ്നേഹനിർഭരമായ പരിചരണത്തിൽ അവൻ വളരുമ്പോഴും, ജീവിതകാലം മുഴുവൻ അച്ഛന്റെ പ്രവൃത്തികളുടെ കരിനിഴൽ അവനെ വേട്ടയാടിക്കൊണ്ടിരിക്കും.

സുരേഷിനെ കേസിലെ മാപ്പുസാക്ഷിയാക്കിയതിനാൽ, പാമ്പുകളെ നൽകിയ കുറ്റത്തിന് ശിക്ഷയിൽ നിന്നും ഒഴിവാക്കപ്പെട്ടു. എന്നിരുന്നാലും, വന്യജീവി (സംരക്ഷണ) നിയമപ്രകാരം ഇയാൾക്കെതിരെ ചുമത്തിയ കേസ് ഇപ്പോഴും വിചാരണയിലാണ്. ജാമ്യത്തിലിറങ്ങിയ സുരേഷ് ഭാര്യയ്ക്കും മകൾക്കുമൊപ്പമാണ് താമസം.

---

1 'കേരള സ്നേക്ക് ബൈറ്റ് കേസ് : മാൻ ഗെറ്റ്സ് ഡബിൾ ലൈഫ് സെന്റെൻസ് ഫോർ മർഡറിങ് വൈഫ്,' *ദി ഹിന്ദുസ്ഥാൻ ടൈംസ്*.

2 'കേരള സ്നേക്ക് ബൈറ്റ് മർഡർ കേസ് : ടൂ മോർ അറസ്റ്റഡ്, പോലീസ് ഇന്റെറോഗേറ്റ്സ് വിക്റ്റിംസ് മദർ ഇൻ ലോ,' *മുംബൈ മിറർ*, www.indiatimes.com

കൗതുകകരമെന്നു പറയട്ടെ, ഉത്ര വധക്കേസിലെ തീരുമാനത്തിന് ദിവസങ്ങൾക്ക് മുമ്പ്, ഒക്ടോബർ 6-ന്, പാമ്പുകളെ കൊലയ്ക്കുള്ള ആയുധങ്ങളായി ഉപയോഗിക്കുന്ന പുതിയ പ്രവണത കാരണം സുപ്രീം കോടതിയിലെ മൂന്ന് ജഡ്ജിമാരടങ്ങുന്ന ബെഞ്ച് രണ്ട് പ്രതികൾക്ക് ജാമ്യം നിഷേധിച്ചിരുന്നു. പ്രസ്തുത കേസിൽ, ഒരു സ്ത്രീയും അവളുടെ കാമുകനും പാമ്പാട്ടിക്കാരനും ചേർന്ന് അവളുടെ അമ്മായിയമ്മയെ കൊലപ്പെടുത്താൻ ഗൂഢാലോചന നടത്തി എന്ന് ആരോപിക്കപ്പെട്ടിരുന്നു. അവിടെയും പാമ്പിനെ നൽകിയ പാമ്പാട്ടിയെ കേസിൽ മാപ്പുസാക്ഷിയാക്കി.[3]

3 'സ്നേക്ക് എ ഡെഡ്‌ലി മർഡർ വെപ്പൺ, എസ് സി ഡിനൈസ് ബെയിൽ ടു ടൂ,' *ദി ടൈംസ് ഓഫ് ഇന്ത്യ*.

സംശയാതീതമായി

ലോകമെമ്പാടുമുള്ള കോടതികളിൽ നടക്കപ്പെടുന്ന നാടകങ്ങൾ ശരിക്കും ആകർഷകങ്ങളാണ്. ഒരു കഥയ്ക്കിടയിലെ പ്രസ്താവനകൾ, വാക്കുകൾ, ചിഹ്നങ്ങൾ എന്നിവ എങ്ങനെയാണ് ആ കഥകളെ ആരും ചിന്തിച്ചിട്ടില്ലാത്ത അപ്രതീക്ഷിതമായ പാതകളിലൂടെ നയിച്ച്, മറ്റേതോ ലക്ഷ്യസ്ഥാനങ്ങളിലേക്ക് കൊണ്ടെത്തിക്കുന്നത് എന്നത് രസകരമാണ്. പെട്ടെന്നുണ്ടാകുന്ന വഴിത്തിരിവുകളാണ് ഒരു കഥയെ ആകർഷകമാക്കുന്നത്. പലതും കുഴപ്പിക്കുന്ന ഊരാക്കുടുക്കുകൾ മെല്ലെ അഴിച്ചെടുക്കുന്നത് പോലെയാണ് തോന്നാറ്. അവയിൽ നിന്ന് അമ്പരപ്പിക്കുന്ന ഘടകങ്ങൾ കണ്ടുപിടിക്കാനുള്ള അഭിഭാഷകരുടെ അസാദ്ധ്യമായ കഴിവ് തന്നെയാണ് അതിന് കാരണം.

കറുത്ത കുപ്പായവും, തലയിൽ വെളുത്ത ചുരുണ്ട വിഗ്ഗും വെച്ച്, ഉയർന്ന ഇരിപ്പിടത്തിൽ ഇരിക്കുന്ന വ്യക്തി എല്ലാ ജ്ഞാനത്തിന്റെയും ഉറവിടമാണെന്ന വസ്തുത കൊണ്ടാണ് പല രഹസ്യങ്ങളുടെയും ചുരുളുകളഴിയുന്നത് പോലും.

ഇന്ത്യയിലെ കോടതികളിൽ, ഒരു കേസിന്റെ ഏറ്റവും പ്രധാനപ്പെട്ട വശങ്ങളിലൊന്നായ തെളിവുകളുടെ സ്വീകാര്യതയെ നിയന്ത്രിക്കുന്ന നിയമം 1872-ൽ നിലവിൽ വന്ന ഇന്ത്യൻ എവിഡൻസ് ആക്ട് ആണ്. ഒന്നരനൂറ്റാണ്ടിലധികമായി നിലനിൽക്കുന്ന ഈ നിയമത്തിൽ ഇതുവരെ വളരെ ചെറിയ വ്യത്യാസങ്ങൾ മാത്രമേ വരുത്തിയിട്ടുള്ളൂ. മാത്രമല്ല അതിന്റെ അടിസ്ഥാന സ്വഭാവം ഏറെക്കുറെ അങ്ങനെതന്നെ നിലകൊള്ളുന്നുമുണ്ട്.

വസ്തുതകൾ വ്യത്യസ്ത ലേബലുകളുള്ള നിഗമനങ്ങളിലേക്ക് നയിക്കുന്നു. ഉദാഹരണത്തിന്, കോടതിയുടെ മുമ്പാകെ

കൊണ്ടുവന്ന തെളിവുകൾ പരിഗണിച്ച ശേഷം, 'ഒന്നുകിൽ അത് നിലവിലുണ്ടെന്ന് വിശ്വസിക്കുകയോ, അല്ലെങ്കിൽ അതിന്റെ നിലനിൽപ്പ് വളരെ സാധ്യതയുള്ളതാണെന്ന് കരുതുകയോ ചെയ്യുമ്പോൾ,ഒരുപ്രത്യേകകേസിന്റെസാഹചര്യത്തിൽ,വിവേക മുള്ള ഒരാൾ അത് നിലവിലുണ്ടെന്ന അനുമാനത്തിൽ പ്രവർ ത്തിക്കണം' എന്നതാണ് ഒരു കാര്യം 'തെളിയിക്കപ്പെടുന്നത്'.[1]

രണ്ടാമത്തെ ലേബൽ 'നിരസിച്ച' എന്നതാണ്. 'ഒരു വസ്തുത, കോടതിയുടെ മുമ്പാകെയുള്ള കാര്യങ്ങൾ പരിഗണിച്ച ശേഷം, അത് നിലവിലില്ല എന്ന് വിശ്വസിക്കുകയോ, അല്ലെങ്കിൽ അതിന്റെ നിലനിൽപ്പ് വളരെ സാധ്യതയുള്ളതാണെന്ന് കരുതു കയോ ചെയ്യുമ്പോൾ, ഒരു പ്രത്യേക കേസിന്റെ സാഹചര്യ ത്തിൽ, ഒരു വിവേകമുള്ള വ്യക്തി അത് നിലവിലില്ല എന്ന അനുമാനത്തിൽ പ്രവർത്തിക്കേണ്ടിവരുമ്പോൾ, അത് നിരാക രിക്കപ്പെട്ടതായി പറയപ്പെടുന്നു' എന്ന് എവിഡൻസ് ആക്ട് പറയുന്നു.

മൂന്നാമത്തെ വിഭാഗം 'തെളിയിക്കപ്പെട്ടിട്ടില്ല' എന്നതാണ്. ലളിതമായി പറഞ്ഞാൽ, 'ഒരു വസ്തുത തെളിയിക്കപ്പെട്ടിട്ടില്ലെ ങ്കിൽ അല്ലെങ്കിൽ നിരാകരിക്കപ്പെട്ടിട്ടില്ലെങ്കിൽ അത് തെളിയി ക്കപ്പെട്ടതായി പറയപ്പെടുന്നില്ല.'

പിന്നെ കോടതിക്ക് 'അനുമാനിക്കാവുന്ന' വസ്തുതകളുണ്ട്, ഉദാഹരണത്തിന് 'കോടതിക്ക് ഒരു വസ്തുത അനുമാനിക്കാം, ആ വസ്തുത തെളിയിക്കപ്പെടുന്നതുവരെ തെളിയിക്കപ്പെട്ടതായി കണക്കാക്കാം, അല്ലെങ്കിൽ അതിന് തെളിവ് ആവശ്യമായി വന്നേക്കാം.'

മറ്റൊരു വിഭാഗമാണ് 'ഷാൽ പ്രെസ്യൂം'. അതായത്, 'കോടതി ഒരു വസ്തുത അനുമാനിക്കണമെന്ന് ഈ നിയമം നിർദ്ദേശിക്കുമ്പോഴെല്ലാം, അത് തെളിയിക്കപ്പെട്ടിട്ടില്ലെങ്കിൽ, അത് തെളിഞ്ഞതായി കണക്കാക്കും.'

ഒടുവിൽ, 'നിർണ്ണായക തെളിവ്'—'ഈ നിയമപ്രകാരം ഒരു വസ്തുത മറ്റൊരു വസ്തുതയുടെ നിർണ്ണായക തെളിവായി പ്രഖ്യാ പിക്കപ്പെടുമ്പോൾ, ഒരു വസ്തുത തെളിയിക്കപ്പെട്ടുകഴിഞ്ഞാൽ, മറ്റൊന്ന് തെളിയിക്കപ്പെട്ടതായി കോടതി അനുമാനിക്കുകയും അത് തെറ്റാണെന്ന് തെളിയിക്കുന്നതിനായി തെളിവ് നൽകാൻ അനുവദിക്കുകയും ചെയ്യില്ല.'

1 ദി ഇന്ത്യൻ എവിഡൻസ് ആക്ട്, 1872.

നിരവധി വ്യാഖ്യാനങ്ങൾക്ക് നിദാനമായ ഈ സാധ്യതകളെല്ലാം, മികച്ച ഒരു ഇന്ദ്രജാലക്കാരന് തന്റെ അവതരണങ്ങളെ സമർത്ഥമായി കൈകാര്യം ചെയ്യാനുള്ള അവസരങ്ങൾ നൽകുന്നു. നിയമത്തിന്റെ ഈ നേർമ്മകളെ മുതലെടുക്കാൻ കഴിവുള്ളവരാണ് മികച്ച അഭിഭാഷകരാകുന്നത്.

ആരെങ്കിലും യഥാർത്ഥത്തിൽ എന്തെങ്കിലും സംഭവിക്കുന്നത് കണ്ടിട്ടുണ്ടോ, അല്ലെങ്കിൽ, അഭിഭാഷകർ കോടതിക്ക് മുമ്പാകെ ഹാജരാക്കിയ നിഗമനങ്ങൾ അംഗീകരിക്കാൻ കോടതിയെ പ്രേരിപ്പിക്കുന്ന സാഹചര്യങ്ങളുണ്ടോ എന്നതിനെയൊക്കെ അടിസ്ഥാനമാക്കി തെളിവുകൾക്ക് അതിന്റേതായ വ്യത്യാസങ്ങളുണ്ട്. സാഹചര്യത്തെളിവാണ് 'ഒരു ദിശാസൂചികയുടെ ഓരോ ബിന്ദുവിൽ നിന്നും ശേഖരിച്ച ഇഴകൾ കൊണ്ട് നെയ്തെടുത്തതും, ഒരു മനുഷ്യനെ തൂക്കിലേറ്റാൻ തക്ക കരുത്തുള്ളതുമായ ആ തുണിക്കീറ്.'[2]

എന്നിരുന്നാലും, നേരിട്ടുള്ള തെളിവുകളുടെ വകയിലുള്ള ഒരു ദരിദ്രബന്ധുവായിട്ടാണ് സാഹചര്യ തെളിവുകളെ പരിഗണിക്കാറ്. ഈ രണ്ടാംതരം തെളിവുകൾക്കാണ് കോടതികൾ കൂടുതൽ ഊന്നൽ നൽകുന്നത്. നേരിട്ടുള്ള തെളിവുകൾ വാക്കാലുള്ളതോ എഴുതിവയ്ക്കപ്പെട്ടതോ ആകാം. ഒരു കേസിലെ പ്രതി കൊലപാതകത്തിന്റെ ഇരയെ ആയുധം കൊണ്ട് ആക്രമിക്കുന്നത് യഥാർത്ഥത്തിൽ കണ്ട വ്യക്തി, എന്താണ് സംഭവിച്ചതെന്ന് അറിയാവുന്ന ഒരു വ്യക്തിയായി എളുപ്പത്തിൽ അംഗീകരിക്കപ്പെടും. ആ വ്യക്തിയുടെ സാക്ഷ്യം വിശ്വസനീയമല്ലെന്ന് പറഞ്ഞു തള്ളിക്കളയാനുള്ള സാധ്യത കുറവാണ്. അത്തരം നേരിട്ടുള്ള തെളിവുകൾ ഹാജരാക്കപ്പെടുന്ന സന്ദർഭങ്ങളിൽ പോലും, എതിർ അഭിഭാഷകൻ സാക്ഷിയുടെ വിശ്വാസ്യതയെ ചോദ്യം ചെയ്യാറുണ്ട്. സത്യം മാത്രമേ പറയൂ എന്ന് സത്യപ്രതിജ്ഞ ചെയ്തതിനു ശേഷവും കള്ളസാക്ഷ്യം പറയുന്ന ചില സാക്ഷികളുണ്ടെന്നതാണ് വാസ്തവം. അതുപോലെ, 'എഴുതിവയ്ക്കപ്പെട്ടവ' ജഡ്ജിയുടെ കൺമുമ്പാകെയുള്ളതും, അതിന്റെ ആധികാരികതയിൽ ഉയർന്നേക്കാവുന്ന ചില സംശയങ്ങൾ ഒഴിച്ചു നിർത്തിയാൽ, അപൂർവ്വമായി മാത്രം അവഗണിക്കപ്പെടുന്നതുമാണ്.

നേരിട്ടുള്ള തെളിവുകൾ, ഒരു കഥയെ അതിന്റെ പൂർണ്ണതയിൽ പറയാൻ അപര്യാപ്തമായേക്കാം. ഒരു കഥ തെറ്റാണെന്ന്

---

2 മേരി എലിസബത്ത് ബ്രാഡൻ എഴുതിയ *ലേഡി ഓഡ്‌ലീസ് സീക്രട്ട്*.

തെളിയിക്കാൻ പ്രതിപക്ഷം സാധ്യമായ എല്ലാ വഴികളും ഉപയോഗിക്കണം. പ്രോസിക്യൂഷനെ സംബന്ധിച്ചിടത്തോളം, ചെറിയ അപാകതകൾ പ്രതിഭാഗം കണ്ടെത്താനിടയില്ലാത്ത രീതിയിൽ ഒരു കഥ അവതരിപ്പിക്കുക എന്നത് എല്ലായ്പ്പോഴും വെല്ലുവിളി നിറഞ്ഞ കാര്യമാണ്. ദുർബ്ബലമായ ഒരു ഇഷ്ടിക പോലുമില്ലാത്തതും, അവയെ ചേർത്തു വയ്ക്കുന്ന മികച്ച സിമന്റും കൂടിച്ചേർന്ന അതിശക്തമായ ഒരു മതിൽ പോലെയായിരിക്കണം അത്. ഈ ഉപമയിൽ, മതിലിലെ സിമന്റിനുള്ള വലിയ പ്രാധാന്യത്തെ അഭിനന്ദിക്കാതിരിക്കാനാവില്ല. സാഹചര്യ തെളിവും ഇതുപോലെയാണ്. സാഹചര്യ തെളിവുകളാൽ ബലമാക്കപ്പെടാത്ത കഥ ഏതെങ്കിലും പ്രോസിക്യൂഷൻ അവതരിപ്പിച്ച് വിജയിച്ചതായി ചരിത്രമില്ല.

കേവലം സാഹചര്യത്തെളിവുകൾകൊണ്ട് മാത്രം ശിക്ഷിക്കപ്പെടാൻ ഇടയാക്കിയ നിരവധി കേസുകളുണ്ട് എന്നതാണ് രസകരം. എന്നിരുന്നാലും, സാഹചര്യത്തെളിവുകൾ സ്വീകാര്യവും വിശ്വസനീയവും ശിക്ഷിക്കപ്പെടാൻ പര്യാപ്തവും ആയി കണക്കാക്കുന്നതിന് സുപ്രീം കോടതി നിരവധി നിബന്ധനകൾ വെച്ചിട്ടുണ്ട്. ഈ വ്യവസ്ഥകൾ ഇവയാണ് :

(i) തെറ്റിന്റെ അനുമാനം എടുക്കേണ്ട സാഹചര്യങ്ങൾ പൂർണ്ണമായും സ്ഥാപിക്കപ്പെടണം. പ്രസക്തമായ സാഹചര്യങ്ങൾ 'ആയിരിക്കാം' എന്നല്ല, 'ആകണം' അല്ലെങ്കിൽ 'ആയിരിക്കണം' എന്നാകണം;

(ii) അങ്ങനെ സ്ഥാപിക്കപ്പെട്ട വസ്തുതകൾ കുറ്റാരോപിതന്റെ കുറ്റത്തിന്റെ അനുമാനവുമായി മാത്രം പൊരുത്തപ്പെടണം, അതായത്, കുറ്റാരോപിതൻ കുറ്റക്കാരനാണെന്നല്ലാതെ മറ്റൊരു സിദ്ധാന്തത്തിലും അവ വിശദീകരിക്കാൻ പാടില്ല;

(iii) സാഹചര്യങ്ങൾ നിർണ്ണായക സ്വഭാവത്തിന്റെയും പ്രവണതയുടെയും തരത്തിലായിരിക്കണം;

(iv) തെളിയിക്കപ്പെടേണ്ട ഒന്നൊഴികെ സാധ്യമായ എല്ലാ സിദ്ധാന്തങ്ങളും അവർ ഒഴിവാക്കണം; കൂടാതെ

(v) കുറ്റാരോപിതന്റെ നിരപരാധിത്വവുമായി പൊരുത്തപ്പെടുന്ന നിഗമനത്തിന് ന്യായമായ കാരണങ്ങളൊന്നും അവശേഷിപ്പിക്കാതിരിക്കാൻ പൂർണ്ണമായ തെളിവുകളുടെ ഒരു ശൃംഖല ഉണ്ടായിരിക്കണം. കൂടാതെ, എല്ലാ മാനുഷിക

സാധ്യതയിലും ആ പ്രവൃത്തി കുറ്റാരോപിതൻ ചെയ്തിരിക്കണമെന്ന് കാണിക്കുകയും വേണം.[3]

സാഹചര്യത്തെളിവുകൾ മാത്രമാണ് പക്കലുള്ളതെങ്കിൽ, ഒരു പ്രതിയുടെ കുറ്റം തെളിയിക്കാൻ പ്രോസിക്യൂഷൻ എടുക്കേണ്ടി വരുന്ന ഭീമമായ പരിശ്രമം ഏതൊരാൾക്കും ഊഹിക്കാം. അന്വേഷണ ഉദ്യോഗസ്ഥർക്ക് അവരുടെ കഴിവിന്റെ പരമാവധി ആയാസപ്പെടേണ്ടി വരും. അനിഷേധ്യമായ ഒരു നിഗമനത്തിലെത്താൻ നന്നേ കഠിനാധ്വാനം ചെയ്യണം. കാരണം, മാർക്ക് ട്വെയ്ൻ പറയുന്നതുപോലെ, 'ഏറ്റവും വ്യക്തവും പൂർണ്ണവുമായ സാഹചര്യ തെളിവുകൾ പോലും തെറ്റാകാൻ സാധ്യതയുണ്ട്. അതിനാൽ വളരെ ജാഗ്രതയോടെ വേണം അവയെ കണക്കിലെടുക്കാൻ. ഒരു സ്ത്രീ ഒരു പെൻസിൽ മൂർച്ച കൂട്ടുന്നു എന്ന് കരുതുക. നിങ്ങൾക്ക് സാക്ഷികളുണ്ടെങ്കിൽ, അവൾ മൂർച്ച കൂട്ടിയത് കത്തികൊണ്ടാണ് എന്ന് നിങ്ങൾ കണ്ടെത്തും; എന്നാൽ പെൻസിലിന്റെ മുകളിലുള്ള തെളിവുകൾ മാത്രമേ നിങ്ങളുടെ പക്കൽ ഉള്ളൂ എങ്കിൽ അവൾ പല്ലുകൊണ്ടാണ് അത് ചെയ്തതെന്ന് നിങ്ങൾക്ക് പറയേണ്ടി വന്നേക്കാം.'[4]

നിരവധി മഹത്തായ ക്രൈം ഫിക്ഷൻ കഥകളുടെ സ്രഷ്ടാവായ സർ ആർതർ കോനൻ ഡോയൽ, സാഹചര്യ തെളിവുകളുടെ വഴക്കൻ സ്വഭാവം വ്യത്യസ്ത ആളുകൾക്ക് വ്യത്യസ്തമായി വ്യാഖ്യാനിക്കാൻ കഴിവുള്ളതാണെന്ന് ചൂണ്ടിക്കാട്ടുന്നു. അദ്ദേഹം പറയുന്നു, 'സാഹചര്യതെളിവുകൾ വളരെ കൗശലകരമായ കാര്യമാണ്. ഇത് ഏതെങ്കിലും ഒരു കാര്യത്തിലേക്ക് നേരിട്ട് ചൂണ്ടിക്കാണിക്കുന്നതായി തോന്നാം. എന്നാൽ നിങ്ങൾ നിങ്ങളുടെ കാഴ്ചപ്പാട് അല്പം മാറ്റി നോക്കുകയാണെങ്കിൽ, അത് തികച്ചും വ്യത്യസ്തമായ ഒന്നിലേക്ക് അതേ കണിശതയോടെ വിരൽ ചൂണ്ടുന്നതായി നിങ്ങൾ കണ്ടെത്തിയേക്കാം.'[5]

സർ ആർതർ കോനൻ ഡോയൽ പറഞ്ഞതുപോലെ സാഹചര്യ തെളിവുകൾ തീർച്ചയായും ഒരു കൗശലകരമായ കാര്യമാണ്. ഈ പുസ്തകത്തിന്റെ സഹരചയിതാവായ അലോക് ലാൽ ജില്ലാ പോലീസ് സൂപ്രണ്ടായി പ്രവർത്തിച്ചിരുന്ന ഉത്തർ

3 ശരദ് ബിർധിച്ചന്ദ് ശാരദ vs സ്റ്റേറ്റ് ഓഫ് മഹാരാഷ്ട്ര, AIR 1984 SC 1622.

4 *Pudd'nhead Wilson* by Mark Twain.

5 ആർതർ കൊനാൻ ഡോയൽ, *ദി അഡ്വെഞ്ചേഴ്സ് ഓഫ് ഷെർലക്ക് ഹോംസ്.*

പ്രദേശിലെ ഷാജഹാൻപൂർ ജില്ലയിൽ നടന്ന ഒരു കൊലപാതക വിചാരണ ഇത് വ്യക്തമാക്കുന്നു. ആളുകൾ തിങ്ങിപ്പാർക്കുന്ന പ്രദേശത്തെ ഒരു താമസക്കാരനാണ് പുറത്തുനിന്ന് പൂട്ടിക്കിടക്കുന്ന ഒരു വീട്ടിൽ നിന്നും ദുർഗന്ധം വമിക്കുന്ന വിവരം പോലീസ് സ്റ്റേഷനിൽ അറിയിച്ചത്. അയൽവാസികൾക്ക് ശ്വസിക്കാൻ പോലും സാധ്യമല്ലാത്തത്ര രീതിയിൽ സ്ഥിതിഗതികൾ വഷളായിരിക്കുന്നു എന്നും അദ്ദേഹം പറഞ്ഞു.

അന്വേഷണത്തിനായി ഒരു ഉദ്യോഗസ്ഥൻ ഉടനടി സ്ഥലത്തെത്തി. അയൽപക്കത്തുള്ളവരോട് ആ വീട്ടിൽ താമസിച്ചിരുന്ന കുടുംബം ആരാണെന്ന് ചോദിച്ചെങ്കിലും ആർക്കും തൃപ്തികരമായ ഒരു മറുപടി തരാൻ ഉണ്ടായിരുന്നില്ല. എന്നിരുന്നാലും, വീടിന് എതിർവശത്തുള്ള പലചരക്ക് കടക്കാരനായ ഹനുമാൻ എന്നയാൾ പറഞ്ഞു, ‘ഇവിടെ താമസിക്കുന്ന ആളെ എനിക്കറിയാം. ഏതാനും ആഴ്ചകൾക്ക് മുമ്പ് അദ്ദേഹം ഈ വീട്ടിലേക്ക് താമസം മാറിയിരുന്നു. എന്റെ കടയിൽ നിന്നാണ് അയാൾ പലചരക്ക് സാധനങ്ങൾ വാങ്ങിയിരുന്നത്. ഞാൻ അയാളുമായി സംസാരിച്ചപ്പോൾ, അയാൾ ഒരു ഗൗരവക്കാരനാണ് എന്നാണ് എനിക്ക് തോന്നിയത്. നല്ല മൂഡിൽ ഇരിക്കുമ്പോൾ മാത്രം അയാൾ കുറച്ചൊക്കെ വർത്തമാനം പറയുമായിരുന്നു.’

‘അതെയോ?’ പോലീസ് ഉദ്യോഗസ്ഥൻ ചോദ്യഭാവത്തിൽ അയാളെ നോക്കി, ‘നല്ല മൂഡ് എന്ന് വെച്ചാൽ?’

‘വൈകുന്നേരം ലേശം മദ്യം സേവിക്കുന്നത് അയാൾക്ക് ഇഷ്ടമായിരുന്നു. കുടിക്കുന്ന ദിവസങ്ങളിൽ അയാൾ പുറത്തെ സോഫയിൽ വന്നിരിക്കും. ഇടയ്ക്കൊക്കെ അയാൾ അവിടെച്ചെന്നിരിക്കാൻ എന്നെയും വിളിക്കുമായിരുന്നു. ഞാൻ മദ്യപിക്കാറില്ല. പക്ഷേ അയാൾക്ക് എന്തൊക്കെയോ നിഗൂഢതകൾ ഉണ്ടായിരുന്നു. ആ ഏകാകിയായ മനുഷ്യന്റെ ഉറയ്ക്കാത്ത മിഴികൾക്ക് പിന്നിലുള്ള രഹസ്യങ്ങൾ എന്തായിരിക്കുമെന്ന് ഞാൻ ചിന്തിച്ചിട്ടുണ്ട്. അതുകൊണ്ട് ഞാൻ അയാൾ വിളിക്കുമ്പോൾ അടുത്ത് പോയി ഇരിക്കും. സംസാരിക്കുമ്പോൾ എന്തുകൊണ്ടായിരിക്കും കഴിയുന്നത്ര മുഖത്തു നോക്കാത്തത് എന്ന് ഞാൻ ആലോചിച്ചിട്ടുണ്ട്...’

‘അപ്പോൾ, ഈ മനുഷ്യൻ ആരാണെന്ന് നിങ്ങൾക്കറിയില്ലേ?’ പോലീസുകാരൻ ചോദിച്ചു.

‘ഇല്ല, യഥാർത്ഥ പേര് എന്നോട് പറഞ്ഞിട്ടില്ല. ഞാൻ

ചോദിച്ചപ്പോൾ, അയാൾ പറഞ്ഞത് : "ഞാൻ ആരാണെന്ന് അറിഞ്ഞിട്ട് നിങ്ങൾക്ക് എന്ത് ഗുണം? ഒരു പേര് വിളിക്കണം എങ്കിൽ എന്നെ മുന്ന എന്ന് വിളിക്കു". അത്രയേ എനിക്കയാളെക്കുറിച്ച് അറിയൂ.'

'ഉം... അയാൾ ഒറ്റയ്ക്കാണോ ഇവിടെ താമസിച്ചിരുന്നത് എന്നറിയാമോ?'

'അതെ സർ. ഇവിടേക്ക് താമസം മാറിയതിന് ശേഷമുള്ള ആദ്യ ആഴ്ചകളിൽ മുന്ന തനിച്ചാണ് താമസിച്ചിരുന്നതെങ്കിലും ദിവസങ്ങൾക്ക് മുമ്പ് ഒരു സ്ത്രീയുമായി ഇവിടെയെത്തി. അവൾ അയാളുടെ ഭാര്യയായിരിക്കുമെന്ന് ഞാൻ ഊഹിച്ചു.'

'അയാളെ കണ്ടുപിടിക്കാൻ എന്തെങ്കിലും മാർഗ്ഗമുണ്ടോ?'

'അവന്റേത് ഒരു പഴയ ബുള്ളറ്റ് മോട്ടോർസൈക്കിളാണ്. എനിക്കറിയാം. രജിസ്ട്രേഷൻ നമ്പർ ഞാൻ ഓർക്കുന്നു. അത് മതിയോ? നമ്പർ UPN 9753 ആണ്. അക്കങ്ങൾ അവരോഹണ ക്രമത്തിലുള്ള ഒറ്റ സംഖ്യകളാണ്, സർ. അതുകൊണ്ടാണ് ഞാൻ ഇത് ഓർത്തിരിക്കുന്നത്. എനിക്ക് അക്കങ്ങൾ വലിയ താൽപര്യമാണ്.'

പോലീസ് ഉദ്യോഗസ്ഥൻ തന്റെ കൂടെയുള്ള കോൺസ്റ്റബിളിനെ വിളിച്ച് ചില നിർദ്ദേശങ്ങൾ നൽകി. തുടർന്ന് വീടിന്റെ പൂട്ടിയ വാതിൽ തകർത്ത് തുറന്ന് പരിശോധിച്ചപ്പോൾ പ്രതീക്ഷിച്ചതുപോലെ അകത്ത് ഒരു മൃതദേഹം ഉണ്ടായിരുന്നു. മുപ്പതു വയസ്സിനു മുകളിൽ പ്രായം തോന്നിക്കുന്ന ഒരു സ്ത്രീയായിരുന്നു അത്.

യുവതിയുടെ മൃതദേഹം അവർ പോസ്റ്റ്മോർട്ടത്തിന് അയച്ചു. മറ്റ് ഭൗതിക തെളിവുകളും അന്വേഷണ ഉദ്യോഗസ്ഥൻ സംഭവസ്ഥലത്ത് നിന്ന് ശേഖരിച്ചു. മുന്നയല്ലാതെ മറ്റാരും വീട്ടിലേക്ക് വന്നതായി സൂചനയില്ല. യുവതിയെ ആ പരിസരത്തുള്ള ആരും അതുവരെ കണ്ടിട്ടുണ്ടായിരുന്നില്ല. മുന്ന അവളെ ബൈക്കിൽ വീട്ടിലേക്ക് കൊണ്ടുവന്നപ്പോൾ ഹനുമാൻ മാത്രമാണ് അവളെ കണ്ടത്. അതും തെല്ലിട മാത്രം. ആ വീട്ടിൽ താമസിച്ചിരുന്ന കാലമൊന്നും അവൾ പുറത്തിറങ്ങിയിട്ടില്ല.

അന്വേഷണ ഉദ്യോഗസ്ഥൻ അല്പം ഉറക്കെ പറഞ്ഞു, 'ഈ സ്ത്രീ ഇവിടെ വന്ന ദിവസം തന്നെ കൊല്ലപ്പെട്ടുവെന്നു തോന്നുന്നു.' ശരീരത്തിന്റെ ജീർണ്ണതയുടെ തോത് ഇതിനുള്ള സാധ്യത കൂടുതലാണെന്ന് കാണിച്ചു. പോസ്റ്റ്മോർട്ടം റിപ്പോർട്ട്

ഈ സാധ്യത സ്ഥിരീകരിച്ചു. റിപ്പോർട്ടിൽ മരണകാരണവും പറയുന്നുണ്ടായിരുന്നു : വിഷം ഉള്ളിൽ ചെന്ന്.

ഈ കേസ് തുടങ്ങിയ ഉടനെ തീർക്കാൻ സാധിച്ച, വളരെ എളുപ്പമുള്ള ഒന്നാണെന്നാണ് തോന്നിയത് : മുന്ന എന്നയാൾ മരിച്ച സ്ത്രീയെ തന്റെ വീട്ടിലേക്ക് കൊണ്ടുവന്നു. അവർക്ക് വിഷം നൽകിയ ശേഷം അയാൾ വീട് പുറത്തു നിന്ന് പൂട്ടി സംഭവസ്ഥലത്ത് നിന്ന് അപ്രത്യക്ഷനായി.

ഈ മുന്ന ആരാണ് എന്നുള്ളതിന് പലചരക്ക് വ്യാപാരി ഹനുമാൻ നൽകിയ ചില സൂചനകൾ മാത്രമേ അന്വേഷണ ഉദ്യോഗസ്ഥന് ഉണ്ടായിരുന്നുള്ളൂ. പ്രസ്തുത വ്യക്തിയുമായി സംസാരിക്കാൻ ആ പ്രദേശത്ത് നിന്ന് അയാൾക്ക് മാത്രമാണ് അവസരം ലഭിച്ചിരുന്നത്. മദ്യം തലയ്ക്ക് പിടിച്ച ഒരുദിവസം മുന്നയുമായിസംസാരിക്കുന്നതിനിടെ,വിശ്വാസവഞ്ചനകാണിക്കുന്നത് തനിക്ക് സഹിക്കാൻ കഴിയില്ലെന്ന് മുന്ന പറഞ്ഞതായി ഹനുമാൻ പോലീസിനോട് പറഞ്ഞു. പങ്കാളികളെ ചതിക്കുന്നവർക്ക് ജീവിക്കാനുള്ള അവകാശം ഇല്ല എന്നായിരുന്നു അദ്ദേഹത്തിന്റെ അഭിപ്രായം.

ഇതിനിടെ റീജണൽ ട്രാൻസ്പോർട്ട് ഓഫീസിൽ (ആർടിഒ) നിന്നുള്ള റിപ്പോർട്ട് ശേഖരിച്ചിരുന്നു. ഒരാളിൽ നിന്ന് പിടിച്ചെടുത്ത ഒരു ട്രക്കിന്റെ നമ്പരായിരുന്നു യുപിഎൻ 9753. അത് ഒരു മോട്ടോർ സൈക്കിളിന്റേതായിരുന്നില്ല. ആ വണ്ടിയുടെ ഉടമയുമായി ബന്ധപ്പെട്ടപ്പോൾ, പ്രസ്തുത നമ്പറിലുള്ള ട്രക്ക് അയാളുടേതാണെന്നും, മയക്കുമരുന്ന് കടത്തിയെന്നാരോപിച്ച് അത് പിടിച്ചെടുത്തിരിക്കുകയാണെന്നും അയാൾ പറഞ്ഞു. ആ ട്രക്കിന്റെ ഡ്രൈവറായി ജോലി ചെയ്തിരുന്ന കമലാ പ്രസാദ് എന്ന മുന്നയാണ് കുറ്റക്കാരനെന്ന് കണ്ടെത്തി. പോലീസ് കണ്ടെടുത്ത മയക്കുമരുന്ന് കേസിൽ മറ്റൊരു ജില്ലയിൽ അന്വേഷണം നേരിടുന്നയാളായിരുന്നു അയാൾ. ഹനുമാൻ പോലീസിന് നൽകിയ വിവരണം, വണ്ടി ഉടമ നൽകിയ വിവരണവുമായി പൊരുത്തപ്പെട്ടിരുന്നു. അന്വേഷണ ഉദ്യോഗസ്ഥൻ വണ്ടി ഉടമയിൽ നിന്ന് മുന്നയുടെ വിലാസം വാങ്ങി, ആളെ കണ്ടെത്താനുള്ള നടപടികൾ ആരംഭിച്ചു. പ്രതിയെ നേപ്പാൾ അതിർത്തിക്ക് സമീപം കണ്ടെത്തി. രാജ്യം വിടാൻ പദ്ധതിയിട്ടിരിക്കുകയായിരുന്നു അയാൾ. മൊഴി നൽകുമ്പോൾ കമലാ പ്രസാദ് ഒന്നും വിട്ടുപറയാൻ കൂട്ടാക്കിയിരുന്നില്ല. കൂടാതെ

സ്ത്രീയുടെ കൊലപാതകത്തിന് ഉത്തരവാദി താനാണെന്നത് അയാൾ നിഷേധിക്കുകയും ചെയ്തു.

കോടതിയിൽ, പ്രോസിക്യൂട്ടർ ശക്തമായി വാദിച്ചു. ആ കഥയുടെ എല്ലാ തലങ്ങളും പ്രോസിക്യൂഷൻ ഉൾപ്പെടുത്തി. അന്വേഷണ ഉദ്യോഗസ്ഥനും എസ്എച്ച്ഒയും അഹോരാത്രം പ്രയത്നിച്ച് ശക്തമായി കെട്ടിപ്പടുത്ത കേസിൽ മുന്നു ശിക്ഷിക്കപ്പെടും എന്ന അനുകൂലമായ വിധിക്കായി അവർ കാത്തിരുന്നു.

അതേസമയം, പ്രതിയും ഇരയും വീടിനുള്ളിൽ ഒരുമിച്ചിരുന്നപ്പോഴൊന്നും ആരും സംശയാസ്പദമായ ഒന്നും കാണുകയോ കേൾക്കുകയോ ചെയ്തിട്ടില്ലെന്ന് പ്രതിഭാഗം അഭിഭാഷകൻ പറഞ്ഞു. ആ സ്ത്രീ ആത്മഹത്യ ചെയ്തതായിക്കൂടെ? കുറ്റാരോപിതൻ ഒരു നിശ്ചിത ദിവസമാണ് വീടുവിട്ടതെങ്കിൽ, എന്തുകൊണ്ടാണ് അയാൾ വീട് പൂട്ടി പുറത്തിറങ്ങുന്നത് ആരും കാണാതിരുന്നത്? പ്രതി ഇല്ലാതിരുന്ന സമയത്ത് മറ്റാരെങ്കിലും വീട്ടിൽ കയറി കുറ്റം ചെയ്തിരിക്കുമോ?

അന്വേഷകർ എല്ലാ തെളിവുകളും കഷ്ടപ്പെട്ട് ശേഖരിച്ചപ്പോൾ, വെറും ഊഹാപോഹങ്ങൾ എന്നു തന്നെ പറയാവുന്ന വാദങ്ങൾ ഉന്നയിക്കുകയായിരുന്നു പ്രതിഭാഗം. എന്നിട്ടും സംശയങ്ങൾ നിലനിന്നു. പ്രതിഭാഗം വക്കീൽ ചൂണ്ടിക്കാണിച്ച സാധ്യതകൾ നിലവാരമില്ലാത്ത സാഹിത്യരചനകളിലെ സാങ്കൽപ്പിക കഥകൾ പോലുള്ളവയാണ്. അതുകൊണ്ടുതന്നെ, അവരുടെ വാദത്തെ എതിർക്കാനായി, നേരിട്ടുള്ള തെളിവുകളെ അടിസ്ഥാനമാക്കി ശക്തമായ തിരിച്ചുവരവ് ചെയ്യേണ്ടതുണ്ടായി. തികച്ചും വിരോധാഭാസം. എന്നാൽ സത്യമാണെന്ന് എല്ലാവർക്കും ഉറപ്പുണ്ടായിരുന്ന പ്രോസിക്യൂഷൻ കേസ്, പൂർണ്ണമായും സാഹചര്യത്തെളിവുകളെ അടിസ്ഥാനമാക്കിയുള്ളതായിരുന്നു. കൂടാതെ പ്രതിഭാഗം, സംശയത്തിന്റെ ഭൂതത്തെ വളരെ വിജയകരമായി കുപ്പിയിൽ നിന്നും ഇറക്കി വിടുകയും ചെയ്തു.

ഒരു വ്യക്തിയെ കൊല്ലുക എന്ന ഉദ്ദേശ്യത്തോടെ വിഷം നൽകുന്നതിന് ചുറ്റും സാക്ഷികൾ ഉണ്ടാകുക എന്നത് സംഭവ്യമായ ഒരു കാര്യമല്ലെന്ന് സുപ്രീം കോടതി അംഗീകരിച്ചു. 'വിഷം നൽകിയുള്ള കൊലപാതകം എപ്പോഴും രഹസ്യസ്വഭാവമുള്ളതാണ്. വിഷം നൽകുന്നയാൾ അപൂർവ്വമായി മാത്രമേ മറ്റൊരാളെ വിശ്വസിക്കുകയുള്ളൂ. കുറ്റം നടത്താനുള്ള ആ വ്യക്തിയുടെ തയ്യാറെടുപ്പുകളും രഹസ്യമായിരിക്കും. തന്റെ തക്കത്തിനായി കാത്തിരി

ക്കുന്ന ആ വ്യക്തി, അത് മറ്റാരും കണ്ടെത്താതിരിക്കാൻ വേണ്ട കണക്കുകൂട്ടലുകളും ചെയ്യുന്നു. വിഷങ്ങളെക്കുറിച്ചുള്ള ആ വ്യക്തിയുടെ അറിവ് കൂടുംതോറും സംഭവത്തിന്റെ രഹസ്യാത്മകത വർദ്ധിക്കുകയും,തൽഫലമായി അയാൾക്കെതിരായ കേസ് തെളിയിക്കാനുള്ള ബുദ്ധിമുട്ട് വർദ്ധിക്കുകയും ചെയ്യും."[6]

'വസ്തുതകൾ അവഗണിക്കപ്പെടുന്നു എന്നതുകൊണ്ട് അവ മാഞ്ഞുപോയി എന്നു കരുതാനാവില്ല' എന്ന് ആൽഡസ് ഹക്സ്‌ലി പറഞ്ഞത് സത്യമെന്നു തന്നെ കരുതണം. എന്നിരുന്നാലും,പൂർണ്ണമായും വിശ്വസനീയമായ കുറെ വസ്തുതകൾ ചേർത്തുവെച്ചാലും സത്യം പുറത്തു വന്നിട്ടില്ല എങ്കിൽ, അതിനർത്ഥം അതിൽ സത്യത്തിന്റെ അഭാവം ഉണ്ടെന്നല്ല. മറിച്ച്, അതിനെയൊക്കെ തകർത്തെറിയാൻ ശേഷിയുള്ള ഏതോ ഒരു വസ്തുതയുടെ നിഴൽ അതിനുള്ളിൽ ചുരുണ്ടുകൂടിക്കിടക്കുന്നുണ്ട് എന്നതാണ്. പ്രകാശം അതിൽ നിന്നും അകന്നുമാറുംതോറും നിഴലിന് നീളം കൂടും. പ്രകാശം ഉപയോഗിച്ച് എങ്ങനെ ഈ നിഴലുകൾ സൃഷ്ടിക്കാമെന്ന് പ്രതിഭാഗം അഭിഭാഷകന് അറിയാമായിരുന്നു.

സ്റ്റേറ്റ് vs കമലാ പ്രസാദ് @ മുന്ന, എന്ന കേസിൽ, അനുമാനിക്കാൻ തക്ക പര്യാപ്തത സാഹചര്യത്തെളിവുകൾക്കില്ലെന്ന് കോടതി വിലയിരുത്തി. പോലീസ് ഉദ്യോഗസ്ഥരും പ്രോസിക്യൂട്ടർമാരും തലകുനിച്ചു നിൽക്കുമ്പോൾ, പ്രതി അവർക്ക് മുന്നിലൂടെ സ്വതന്ത്രനായി നടന്നകന്നു.

ഇന്ത്യയിലെ കുറ്റകൃത്യങ്ങളുടെ സ്ഥിതിവിവരക്കണക്കുകൾ പരിശോധിച്ചാൽ, വിചാരണ ചെയ്യപ്പെടുന്ന പ്രതികൾക്ക് ശിക്ഷാവിധി നേടിക്കൊടുക്കുന്നതിന്റെ വിജയനിരക്ക് അത്ര തൃപ്തികരമല്ല. വിജയശതമാനം 57 ശതമാനം മാത്രമാണ്. 80 ശതമാനം എന്ന റെക്കോർഡുമായി ബ്രിട്ടനും പട്ടികയിലുണ്ട്. ജപ്പാനിൽ ഇത് 99 ശതമാനത്തിന് മുകളിലാണ്. ചൈനയിൽ സീറോ അക്വിറ്റൽ പോളിസി പ്രകാരം, ശിക്ഷാ നിരക്ക് 99.9 ശതമാനമാണ്. റഷ്യയിലും ശിക്ഷാനിരക്ക് 99 ശതമാനമാണ്. പ്രോസിക്യൂഷൻ അവതരിപ്പിക്കുന്ന കഥയിൽ ന്യായമായ ഒരു സംശയമെങ്കിലും ഉണ്ടെങ്കിൽ പ്രതി ശിക്ഷിക്കപ്പെടരുത് എന്ന

6 ഹരേന്ദ്ര സിങ് പാൽ vs സന്ദീപ് കുമാർ ആൻഡ് അതേഴ്സ്, ഓൺ 14 July 2017 (indiankanoon.org).

തത്വശാസ്ത്രമാണ് ഇന്ത്യയിലും, യുകെ, യുഎസ്എ തുടങ്ങിയ മറ്റ് ജനാധിപത്യ രാജ്യങ്ങളിലും നിയമശാസ്ത്രത്തെ നയിക്കുന്നത്. കുറ്റാരോപിതരായ വ്യക്തികളെ പ്രതിനിധീകരിക്കുന്ന അഭിഭാഷ കർ പലപ്പോഴും നിരത്തുന്ന അത്തരം സംശയങ്ങൾ അവരെ കുറ്റവിമുക്തരാക്കുന്നതിലേക്ക് നയിക്കുന്നു.

അതായത്, നേരിട്ടുള്ള തെളിവുകളുടെ ആവശ്യകതയി ലേക്കാണ് ഈ കണക്കുകൾ വിരൽ ചൂണ്ടുന്നത്. കേവലം സാഹചര്യത്തെളിവുകളെ മാത്രം ആശ്രയിച്ചാൽ മതി എന്നൊരു സ്ഥിതിവിശേഷമാണെങ്കിൽ, അത് പ്രോസിക്യൂട്ടർമാരുടെ ആത്മവിശ്വാസത്തെ വല്ലാതെ ബാധിക്കും. ചോദ്യം ചെയ്യലിൽ പല പോലീസുദ്യോഗസ്ഥരും പ്രതിയെ പീഡിപ്പിക്കുന്നതിൽ വിമുഖത കാണിക്കുന്നില്ല. മൂന്നാം മുറ എന്ന് അറിയപ്പെടുന്ന ഈ രീതി, പ്രോസിക്യൂഷന്റെ കേസ് ശക്തിപ്പെടുത്തുന്നതിനു വേണ്ടുന്ന ചില മൊഴികൾക്കു വേണ്ടിയാണ്. അന്വേഷണ വേളയിൽ ഒരു പോലീസ് ഉദ്യോഗസ്ഥന്റെ മുമ്പാകെ പറയുന്നതൊന്നും കോടതിയിൽ തെളിവായി ഹാജരാക്കാൻ യോഗ്യമല്ലെന്ന് പറയുന്ന ഒരു വ്യവസ്ഥ ഇന്ത്യൻ എവിഡൻസ് ആക്ടിൽ വരാൻ ഇത് കാരണമായി.

ഇന്ത്യൻ എവിഡൻസ് ആക്ടിലെ സെക്ഷൻ 27-ലാണ്, ഇതിൽ ഇളവ് വരുന്നത്. അന്വേഷണത്തിനിടെ ഒരു പോലീസ് ഉദ്യോഗസ്ഥനോട് നടത്തിയ ചില വെളിപ്പെടുത്തലുകൾ സ്വീകാര്യ മായ തെളിവായി യോഗ്യമാക്കാൻ ഈ വകുപ്പ് അനുവദിക്കുന്നു.[7] കൊലപാതക ആയുധം കണ്ടെത്തുന്നതിന് പോലീസ് ഉപയോഗി ക്കുന്ന സ്ഥിരം വ്യവസ്ഥയാണ് ഇത്. ഇരയുടെ മരണത്തിന് കാരണമായ തോക്ക്, കഠാര, അല്ലെങ്കിൽ മറ്റേതെങ്കിലും വസ്തു കണ്ടെത്തുക എന്നത് അന്വേഷണ ഉദ്യോഗസ്ഥനെ പലപ്പോഴും വലയ്ക്കാറുണ്ട്. കോടതികളും ഈ തെളിവിന് പ്രാധാന്യം കൽപ്പിക്കുന്നുണ്ട്. കൊലപാതകത്തിന് ഉപയോഗിച്ച ആയുധം എവിടെയാണെന്ന് അറിയാൻ ഏറ്റവും കൂടുതൽ സാധ്യതയുള്ള

7 ഇന്ത്യൻ എവിഡൻസ് ആക്ടിലെ സെക്ഷൻ 27 : കുറ്റാരോപിതനിൽ നിന്നും ലഭിച്ച എത്രത്തോളം വിവരങ്ങൾ തെളിയിക്കപ്പെടണം : ഒരു പോലീസ് ഉദ്യോഗസ്ഥന്റെ കസ്റ്റഡിയിൽ ഉള്ള കുറ്റാരോപിതനിൽ നിന്നും ലഭിച്ച വിവരങ്ങളുടെ അനന്തരഫലമായി ഏതെങ്കിലും വസ്തുത കണ്ടെത്തുമ്പോൾ, അത്തരം വിവരങ്ങൾ, അത് ഒരു കുറ്റസമ്മതം ആണെങ്കിലും അല്ലെങ്കിലും, അതുവഴി കണ്ടെത്തിയ വസ്തുതയോട് വ്യക്തമായി ബന്ധപ്പെട്ടിരിക്കുന്ന തിനാൽ, തെളിയിക്കപ്പെടാം.

ആളാണ് പ്രതി. ഇക്കാരണത്താൽ, കൊലപാതക ആയുധം കണ്ടെത്തുന്നതിലേക്ക് നയിക്കുന്ന മൊഴി ഇന്ത്യയിലെ കോടതിയിൽ സ്വീകാര്യമായ തെളിവായി കണക്കാക്കപ്പെടുന്നു. ഉത്രയുടെ കേസിൽ പ്ലാസ്റ്റിക് പാത്രം കണ്ടെടുത്തത് അന്വേഷണത്തിലെ പ്രധാന വഴിത്തിരിവായിരുന്നു. ഒരു മൂന്നാംമുറയും ഉപയോഗിക്കാതെയാണ് സൂരജിൽ നിന്ന് വിവരങ്ങൾ ശേഖരിച്ചത് എന്നത് ചോദ്യം ചെയ്യുന്നവരുടെ അറിവിനെയും വൈദഗ്ധ്യത്തെയും തിളക്കമുറ്റതാക്കുന്നു.

കൊലപാതക ആയുധം ജീവനുള്ളതും, ശ്വാസോച്ഛ്വാസം ചെയ്യുന്നതും, വഴുവഴുപ്പുള്ളതുമാണെന്ന് സങ്കൽപ്പിക്കുക. അതിന് സ്വന്തം ഇഷ്ടപ്രകാരം സഞ്ചരിക്കാനും, സ്ഥാനങ്ങൾ മാറ്റിക്കൊണ്ടിരിക്കാനും കഴിയും. ഉത്ര വധക്കേസിലെ അന്വേഷകർക്ക് ഈ യാഥാർത്ഥ്യമാണ് കൈകാര്യം ചെയ്യേണ്ടി വന്നത്. അതായത്, ഇവിടെ സാഹചര്യ തെളിവുകൾ മാത്രമായിരുന്നു ഉണ്ടായിരുന്നത്. വിചാരണക്കോടതിയിൽ ശിക്ഷാവിധിയോടെ കേസ് അവസാനിച്ചു എന്നത് അന്വേഷണത്തിന്റെ എല്ലാ വശങ്ങളിലും നൽകിയ അസാധാരണമായ ശ്രദ്ധയാണ് ചൂണ്ടിക്കാട്ടുന്നത്.

\\\\\\\\\\\\\\

ഒരു മനുഷ്യന്റെ മരണം പോലെ ദുഃഖകരമായ ഒരു സന്ദർഭത്തെ ഒരു ഇടപാടായി കരുതേണ്ടി വരുന്നത് തീർച്ചയായും ഹൃദയഭേദകമാണ്. എന്നിരുന്നാലും, നിയമപരമായ ഭാഷയിൽ, ഒരു കൊലപാതകത്തെപ്പോലും ഒരു ഇടപാടായി തരംതിരിക്കേണ്ടതുണ്ട്.

ഉത്ര വധക്കേസിൽ സമയവും സ്ഥലവും കൊണ്ട് വേർതിരിക്കപ്പെട്ട രണ്ട് വ്യക്തമായ ഭാഗങ്ങൾ ഉണ്ടായിരുന്നു. 2020 മാർച്ച് 2-ന് രാത്രിയിലായിരുന്നു അവളുടെ ജീവന് ഭീഷണിയായ ആദ്യ ശ്രമം നടന്നത്. 2020 മെയ് 6-ന് രാത്രിയാണ് ഉത്രയ്ക്ക് രണ്ടാമതായി പാമ്പുകടിയേറ്റത്. ആദ്യ സംഭവം നടന്നത് സൂരജിന്റെ വീടായ പത്തനംതിട്ട ജില്ലയിലെ പറക്കോടുള്ള ശ്രീസൂര്യയിലായിരുന്നു. കൊല്ലം ജില്ലയിലെ അഞ്ചലിൽ ഏറം എന്ന സ്ഥലത്ത് സ്ഥിതി ചെയ്യുന്ന വിഷു ഹൗസ് എന്ന ഉത്രയുടെ മാതാപിതാക്കളുടെ വീട്ടിലാണ് ജീവനെടുത്ത രണ്ടാമത്തെ സംഭവം നടന്നത്.

രണ്ട് വ്യത്യസ്ത ജില്ലകളിൽ സ്ഥിതി ചെയ്യുന്ന രണ്ട് വ്യത്യസ്ത സ്ഥലങ്ങളിൽ രണ്ട് വ്യത്യസ്ത തീയതികളിൽ നടന്ന രണ്ട് വ്യത്യസ്ത കുറ്റകൃത്യങ്ങളായി രണ്ട് സംഭവങ്ങളെയും കണക്കാക്കേണ്ടതായിരുന്നുവെന്ന് പ്രതിഭാഗം വാദിച്ചു. അതിനാൽ, രണ്ട് കുറ്റങ്ങൾക്കും രണ്ട് പ്രത്യേക എഫ്ഐആർ രജിസ്റ്റർ ചെയ്യേണ്ടത് നിർബന്ധമായിരുന്നുവെന്നും അവർ പറഞ്ഞു.

മറുവശത്ത്, പ്രതികളുടെ പ്രവർത്തനങ്ങളിൽ നൈരന്തര്യം ഉണ്ടായിരുന്നുവെന്നും, പ്രതിക്ക് ഒരേ ലക്ഷ്യങ്ങളും, ഘടനയും ആയിരുന്നുവെന്നും പ്രോസിക്യൂഷൻ വ്യക്തമായി പറഞ്ഞു. രണ്ട് അവസരങ്ങളിലും പ്രതിയുടെ ഉദ്ദേശ്യം ഉത്രയെ കൊല്ലുക എന്നതായിരുന്നു. ചേനത്തണ്ടനെ ഉപയോഗിച്ചുള്ള ആദ്യ ശ്രമം അവളുടെ ജീവന് ഭീഷണി ഉയർത്തി. അതിനെ അതിജീവിച്ച്, അധികം വൈകാതെ, മൂർഖൻ പാമ്പിനെ ഉപയോഗിച്ചുള്ള അടുത്ത ശ്രമത്തിന് അവൾ കീഴടങ്ങി.

വി. ചീമലപതി വെങ്കട്ട റാവു കേസിൽ[8] സുപ്രീം കോടതി ഇതുമായി ബന്ധപ്പെട്ട് നിയമനിർമ്മാണം നടത്തിയിരുന്നു. ഈ വിധിയിൽ നിന്നുള്ള പ്രസക്തമായ സംഗ്രഹം ഇതാണ്, '... സമയം, സ്ഥലം, ഉദ്ദേശ്യത്തിന്റെയും ഘടനയുടെയും സാമ്യത, പ്രവർത്തനങ്ങളുടെ ഒരു പരമ്പരയിൽ കാണപ്പെടുന്ന തുടർച്ച എന്നിവയോട് അടുത്തു നിൽക്കുന്ന ഘടകങ്ങളുണ്ടെങ്കിൽ, അവ ഒരേ ഇടപാടിന്റെ ഭാഗമാണെന്ന് അനുമാനിക്കാൻ കഴിഞ്ഞേക്കും. എന്നിരുന്നാലും, ഒരു ഇടപാട് നടന്നതായി കണക്കാക്കുന്നതിന് ഈ ഘടകങ്ങളെല്ലാം ഒരുമിച്ച് നിലനിൽക്കണമെന്നില്ല. എന്നാൽ ഒരു വ്യക്തി ചെയ്യുന്ന നിരവധി പ്രവൃത്തികൾ ഉദ്ദേശ്യത്തിലോ ഘടനയിലോ ഒരുപോലെ തോന്നുകയാണെങ്കിൽ, ആ പ്രവൃത്തികൾ ഒരേ ഇടപാടിന്റെ ഭാഗമാണെന്ന് സൂചനയുള്ള ശക്തമായ സാഹചര്യമായിരിക്കും അവ.'

സുപ്രീം കോടതിയുടെ മേൽപ്പറഞ്ഞ ഉദ്ധരണിയുടെ അടിസ്ഥാനത്തിൽ, ഉത്രയെ കൊല്ലാൻ സൂരജ് നടത്തിയ രണ്ട് ശ്രമങ്ങളും ഒരേ ഇടപാടായി കണക്കാക്കാൻ യോഗ്യമാണെന്ന നിഗമനത്തിലെത്തി. ഒരേയൊരു എഫ്ഐആർ മാത്രം രജിസ്റ്റർ ചെയ്തത് 'പ്രതിയ്ക്കെതിരെ നടത്തിയ അസാധാരണമോ, നിയമവിരുദ്ധമോ, വസ്തുതകൾക്ക് കേട്ടുപാടുകൾ വരുത്തുന്നതോ' ആയ നീക്കമല്ല എന്നും കോടതി പറഞ്ഞു.

---

8 സ്റ്റേറ്റ് ഓഫ് ആന്ധ്രാ പ്രദേശ് vs. ചീമലപതി വെങ്കട്ട റാവു, AIR 1963 SC 1850.

ഉത്തരാഖണ്ഡിൽ അടുത്തിടെ നടന്ന ഒരു കേസിൽ, ഋഷികേശിനടുത്തുള്ള ഒരു റിസോർട്ടിൽ റിസപ്ഷനിസ്റ്റായി സേവനമനുഷ്ഠിക്കുകയായിരുന്ന അങ്കിത ഭണ്ഡാരി എന്ന കൗമാരക്കാരിയെ, 2022 സെപ്റ്റംബർ 18-ന്, തൊഴിലുടമയും സുഹൃത്തുക്കളും ചേർന്ന് കൊലപ്പെടുത്തിയതായി കണ്ടെത്തി. ഈ സംഭവം നടന്ന് ആറ് ദിവസത്തിന് ശേഷം, ചില എന്ന് പേരുള്ള വനത്തിലെ ഒരു കനാലിൽ നിന്നും അവളുടെ മൃതദേഹം കണ്ടെത്തി. റിസോർട്ടിലെ ഒരു വിഐപി അതിഥിക്ക് 'പ്രത്യേക സേവനങ്ങൾ' (ലൈംഗിക സേവനങ്ങൾ എന്ന സൂചന) നൽകണമെന്ന ആവശ്യം അംഗീകരിക്കാൻ ആ പെൺകുട്ടി പലപ്പോഴും വിസമ്മതിച്ചതായി പറയപ്പെടുന്നു. ഇതോടെ പ്രതിയും ഇരയും തമ്മിൽ റിസോർട്ടിൽ വാക്കേറ്റമുണ്ടായി. പ്രശ്നം പരിഹരിക്കാൻ മറ്റൊരിടത്തേക്ക് തങ്ങളെ അനുഗമിക്കാൻ പ്രതികൾ അങ്കിതയോട് ആവശ്യപ്പെട്ടു. സമവായത്തിലെത്താൻ സാധിച്ചില്ലെന്നും യുവ റിസപ്ഷനിസ്റ്റിന് തന്റെ ജീവൻ വില നൽകേണ്ടി വന്നെന്നും പറയപ്പെടുന്നു.

ഏറെ ചർച്ച ചെയ്യപ്പെട്ട ഈ കേസിൽ, റിസോർട്ടിൽ ആരംഭിച്ച് മറ്റൊരിടത്ത് യുവതിയുടെ ജീവന്റെ ദൗർഭാഗ്യകരമായ അന്ത്യത്തിൽ കലാശിച്ച സംഭവങ്ങളെല്ലാം ഒരൊറ്റ ഇടപാടായി കാണുകയും, സമഗ്രമായ അന്വേഷണത്തിന് ശേഷം എസ്ഐടി കുറ്റപത്രം സമർപ്പിക്കുകയും ചെയ്തു.

\\\\\\\\\\\\\\\\

ഡയറക്ടർ ജനറൽ ഓഫ് പോലീസ് ലോക്നാഥ് ബെഹ്റ, പോലീസ് സൂപ്രണ്ട് ഹരിശങ്കർ, അന്വേഷണ ഉദ്യോഗസ്ഥൻ അശോകൻ, എസ്ഐടിയിലെ മറ്റ് അംഗങ്ങൾ എന്നിവരെല്ലാം മാതൃകാപരമായ പ്രവർത്തനത്തിന് ഏറെ പ്രശംസ അർഹിക്കുന്നു. നേരിട്ടുള്ള തെളിവുകളെ ചുറ്റിപ്പറ്റി നിർമ്മിക്കപ്പെട്ട അന്വേഷണത്തിൽ, പ്രോസിക്യൂഷന്റെ വാദങ്ങളെ അനിഷേധ്യമാക്കുന്ന ഘടകമായി സാഹചര്യത്തെളിവുകൾ പ്രവർത്തിക്കുന്നു. ഉത്ര വധക്കേസ് ഇതിനകം ഫോറൻസിക് സയൻസ് പാഠപുസ്തകങ്ങളിലെ വിഷയമാണ്. കാരണം ശാസ്ത്രത്തിന്റെ വിവിധ മേഖലകളിൽ നിന്ന് ശേഖരിച്ച വസ്തുതകളെ ചുറ്റിപ്പറ്റിയാണ് കേസ് മുഴുവൻ പടുത്തുയർത്തിയിരിക്കുന്നത്. നേരിട്ടുള്ള തെളിവുകളില്ലാത്ത കേസായിരുന്നു. എന്നിട്ടും പഴുതുകളില്ലാത്ത രീതിയിൽ

അത് അവതരിപ്പിക്കാൻ അന്വേഷണ സംഘത്തിന് സാധിച്ചു. അന്വേഷണം വ്യാപകമായ പ്രശംസ നേടിയതിൽ അതിശയമില്ല. 'കേരളത്തെ പിടിച്ചുകുലുക്കിയ സംഭവം ഇപ്പോൾ ക്രിമിനോളജി സിലബസിന്റെ ഭാഗമായി മാറിയിരിക്കുന്നു. "പാമ്പുകടിയാലുള്ള നരഹത്യ", ഒരു കൊലപാതകം നടത്താൻ പാമ്പിനെപ്പോലെയുള്ള പ്രകൃതിദത്തമായ ആയുധം ഉപയോഗിച്ചതിനെക്കുറിച്ചും, അത്തരമൊരു സംഭവം എങ്ങനെ അന്വേഷിക്കാമെന്നും വിശദീകരിക്കുന്നു. ഉത്ര വധക്കേസിന്റെ അന്വേഷണത്തിന്റെ ഓരോ ഘട്ടവും ക്രിമിനോളജിയിലെ ഒരു അധ്യായമായി മാറിയിരിക്കുകയാണ്,' *ഓൺമനോരമ* ഇ-പേപ്പർ ഇപ്രകാരം നിരീക്ഷിക്കുന്നു.[9]

മാതൃകാപരമായ പ്രവർത്തനത്തിന്, മൊത്തം ക്രൈംബ്രാഞ്ച് ടീമിനും, പോലീസ് ഡയറക്ടർ ജനറലിന്റെ അനുമോദനങ്ങളും കേരള സർക്കാരിന്റെ ബാഡ്ജ് ഓഫ് ഓണറും ഉൾപ്പടെയുള്ള നിരവധി അംഗീകാരങ്ങൾ ലഭിച്ചു. ഹരിശങ്കറിനും അശോകനും 2021-ലെ 'യൂണിയൻ ഹോം മിനിസ്റ്റേഴ്സ് മെഡൽ ഫോർ എക്സലൻസ് ഇൻ ഇൻവെസ്റ്റിഗേഷൻ' ലഭിച്ചു.[10]

---

9 'ഹൗ സ്മാർട്ട് ഇൻവെസ്റ്റിഗേഷൻ നെയിൽഡ് സൂരജ് കൺവിൻസിങ്‌ലി ഇൻ ഉത്ര കേസ്,' *OnManorama*.

10 കുറ്റകൃത്യങ്ങളുടെ അന്വേഷണത്തിൽ ഉയർന്ന പ്രൊഫഷണൽ നിലവാരം പ്രോത്സാഹിപ്പിക്കുന്നതിനും അന്വേഷണ ഉദ്യോഗസ്ഥരുടെ അന്വേഷണത്തിലെ അത്തരം മികവ് അംഗീകരിക്കുന്നതിനും ലക്ഷ്യമിട്ടാണ് 2018-ൽ ഈ മെഡൽ രൂപീകരിച്ചത്.

സ്ത്രീധന മരണങ്ങൾ

ഉത്രയുടെ അകാല മരണത്തിലേക്ക് നയിച്ച ഒരു പ്രധാന ഘടകം സ്ത്രീധനമായിരുന്നു. അനാവശ്യമായി ലഭിച്ച ഓരോ സാമ്പത്തിക ഗഡുവും സൂരജിന്റെ ഉള്ളിൽ ആളിക്കത്തുന്ന ക്രിമിനൽ ചിന്തകൾക്ക് ആക്കം കൂട്ടിക്കൊണ്ടിരുന്നു. ഈ വലിയ പ്രശ്നത്തെ ലളിതമായി മനസ്സിലാക്കാനുള്ള അവസരമാണ് ഈ പുസ്തകം.

ഇന്ത്യയിൽ പ്രതിദിനം 19 സ്ത്രീകളാണ്, സ്ത്രീധനവുമായി ബന്ധപ്പെട്ട കുറ്റകൃത്യങ്ങൾക്ക് കീഴടങ്ങേണ്ടി വരുന്നത്. സ്ത്രീധന നിരോധന നിയമത്തിന് (1961) ഇപ്പോൾ ആറ് പതിറ്റാണ്ട് പഴക്കമുണ്ട്. എന്നുതന്നെയായാലും, ഈ കാലഹരണപ്പെട്ട പാരമ്പര്യം ഗ്രാമങ്ങളെ മാത്രമല്ല, മറിച്ച്, വിദ്യാസമ്പന്നരായ ആളുകളുള്ള നഗരങ്ങളെയും വലിയ രീതിയിൽ ബാധിച്ചു കൊണ്ടിരിക്കുന്നു.

2022 ഡിസംബറിൽ കേന്ദ്ര ആഭ്യന്തര സഹമന്ത്രി അജയ് കുമാർ മിശ്ര രാജ്യസഭയിൽ അവതരിപ്പിച്ച ദേശീയ ക്രൈം റെക്കോർഡ്സ് ബ്യൂറോയിൽ (NCRB) നിന്നുള്ള ഡാറ്റാ, ഞെട്ടിപ്പിക്കുന്ന ചില കണക്കുകൾ വെളിപ്പെടുത്തി:2017-നും 2021-നും ഇടയിൽ ഇന്ത്യയിൽ 35,493 സ്ത്രീധന മരണങ്ങൾ റിപ്പോർട്ട് ചെയ്യപ്പെട്ടിട്ടുണ്ട്. 2017-ൽ 7,466 സ്ത്രീധന മരണങ്ങൾ റിപ്പോർട്ട് ചെയ്യപ്പെട്ടു. ഈ കണക്ക് 2018-ൽ 7,167, 2019-ൽ 7,141, 2020-ൽ 6,966, 2021-ൽ 6,753 എന്നിങ്ങനെയായിരുന്നു.[1] ഈ കണക്കുകൾ ഞെട്ടിപ്പിക്കുന്ന എന്നതിനൊപ്പം തന്നെ, ഈ കണക്കുകളിൽ

---

1 35493 ഡൗറി ഡെത്ത്സ് റിപ്പോർട്ടഡ് ബിറ്റ്വീൻ 2017-21; 20 ഡെത്ത്സ് ഡെയ്‌ലി : ഗവണ്മെന്റ് ഡാറ്റാ,' *ഔട്ട്ലുക്ക് ഇന്ത്യ*

ഉൾപ്പെടാത്ത സംഭവങ്ങളും ഉണ്ട് എന്നുള്ള സത്യം കൂടി മനസ്സിലാക്കേണ്ടതുണ്ട്. സ്ത്രീധന മരണങ്ങളുടെ പല കേസുകളിലും ഇരയുടെ കുടുംബം, അവരുടെ മുഖം രക്ഷിക്കുന്നതിനും, സാമൂഹിക അന്തസ്സ് നിലനിർത്തുന്നതിനുമായി പലതും അവർക്കുള്ളിൽ തന്നെ കുഴിച്ചുമൂടുന്നു എന്നത് രഹസ്യമല്ല.

സ്ത്രീധന നിരോധന നിയമം അനുസരിച്ച്, 'സ്ത്രീധനം എന്നാൽ നേരിട്ടോ അല്ലാതെയോ നൽകപ്പെട്ടതോ അല്ലെങ്കിൽ നൽകാൻ സമ്മതിച്ചതോ ആയ ഏതെങ്കിലും സ്വത്ത് അല്ലെങ്കിൽ വിലപ്പെട്ട വസ്തു എന്നാണ് അർത്ഥമാക്കുന്നത് :

എ. വിവാഹത്തിലെ ഒരു കക്ഷി വിവാഹത്തിലെ മറ്റൊരു കക്ഷിക്ക്; അഥവാ

ബി. വിവാഹത്തിലെ ഏതെങ്കിലും കക്ഷിയുടെ മാതാപിതാക്കളോ മറ്റേതെങ്കിലും വ്യക്തിയോ, വിവാഹത്തിലെ ഏതെങ്കിലും കക്ഷിയോ മറ്റേതെങ്കിലും വ്യക്തിയോ; പറഞ്ഞ കക്ഷികളുടെ വിവാഹവുമായി ബന്ധപ്പെട്ട് വിവാഹ സമയത്തോ അതിനു മുമ്പോ ശേഷമോ ഏത് സമയത്തോ, എന്നാൽ മുസ്ലീം വ്യക്തിനിയമം (*ശരീഅത്ത്*) ബാധകമാകുന്ന വ്യക്തികളുടെ കാര്യത്തിൽ സ്ത്രീധനമോ മഹറോ ഇതിൽ ഉൾപ്പെടുന്നില്ല.[2]

ഐപിസി സെക്ഷൻ 498-A പ്രകാരം ഗാർഹിക പീഡനം റിപ്പോർട്ട് ചെയ്യുന്ന കേസുകളിൽ അറസ്റ്റ് ചെയ്യാൻ പോലീസിന് അധികാരമുണ്ട്. ഐപിസി സെക്ഷൻ 304-B പ്രകാരം, സ്ത്രീധന മരണത്തിന് കാരണമാകുന്ന കുറ്റത്തിന് ഏഴ് വർഷം മുതൽ ജീവപര്യന്തം വരെ തടവ് ശിക്ഷ ലഭിക്കാം.

സ്ത്രീധനം ആവശ്യപ്പെടുന്നത് പോലും വർഷങ്ങളോളം തടവ് ലഭിക്കാവുന്ന ശിക്ഷയാണ്. നിയമത്തിൽ നിർദ്ദേശിച്ചിരിക്കുന്ന ശിക്ഷകൾക്ക് ദൈർഘ്യവും വ്യാപ്തിയും ഉണ്ടായിരുന്നിട്ടു പോലും, സ്ത്രീധനം എന്ന ആചാരം ഇപ്പോഴും ഇന്ത്യയിൽ വ്യാപകമാണ്. വാസ്തവത്തിൽ, നിയമപാലകരുടെ കുടുംബങ്ങൾ പോലും ഈ കുറ്റം ചെയ്യാറുണ്ടെന്ന് കണ്ടെത്തിയിട്ടുണ്ട്.

1960-നും 2008-നും ഇടയിൽ ഗ്രാമീണ ഇന്ത്യയിൽ നടന്ന 40,000 (സാമ്പിൾ സൈസ്) വിവാഹങ്ങളിൽ 95 ശതമാനവും സ്ത്രീധനം കൈമാറ്റം ചെയ്യപ്പെട്ടതായി, ലോക ബാങ്ക് നടത്തിയ

2 The Dowry Prohibition Act, 1961 (indiankanoon.org).

പഠനം കാണിക്കുന്നുണ്ട്. 2006-ലെ റൂറൽ എക്കൊണോമിക് ആൻഡ് ഡെമോഗ്രാഫിക് സർവേയാണ്, രാജ്യത്തെ പതിനേഴ് പ്രധാന സംസ്ഥാനങ്ങളെ ഉൾക്കൊള്ളുന്ന സ്ത്രീധന ഡാറ്റയുടെ ഏറ്റവും പുതിയ ഉറവിടം.[3]

കോടതികളിലെ കുറഞ്ഞ ശിക്ഷാ നിരക്കാണ് ഈ പ്രശ്നത്തിന്റെ പ്രധാന ഭാഗം. ഐപിസി സെക്ഷൻ 498-A പ്രകാരമുള്ള കേസുകളുടെ ശിക്ഷാ നിരക്ക് 2006-ൽ 21.9 ശതമാനം എന്നതിൽ നിന്ന്, 2018-ൽ 13 ശതമാനമായി കുറഞ്ഞു. 2018 മുതൽ 2020 വരെ, കേരളത്തിൽ മാത്രം സ്ത്രീധന മരണവുമായി ബന്ധപ്പെട്ട് മുപ്പത്തി നാല് കേസുകൾ രജിസ്റ്റർ ചെയ്തിട്ടുണ്ട്. 2021 ആഗസ്റ്റ് വരെ ആർക്കും ശിക്ഷ വിധിച്ചിട്ടില്ല. നീതി പലപ്പോഴും വൈകുകയും, അതിനാൽ നിഷേധിക്കപ്പെടുകയും ചെയ്യുന്ന എന്നത് വ്യക്തമാണ്. കോടതിക്ക് പുറത്ത് പല കേസുകളും ഒത്തുതീർപ്പിലെത്തുന്നു. വർഷങ്ങളോളം നീണ്ടുനിൽക്കുന്ന പല കേസുകളും ഒടുവിൽ ആളുകൾ വിട്ടുകളയുകയും ചെയ്യുന്നു.

\\\\\\\\\\\\\\\\

മിനിസ്ട്രി ഓഫ് വിമൻ ആൻഡ് ചൈൽഡ് ഡെവലപ്മെന്റ്, സ്ത്രീകളുടെ സുരക്ഷയ്ക്കും ഭദ്രതയ്ക്കും വേണ്ടിയുള്ള ബോധവൽക്കരണ പരിപാടികൾ നടത്താറുണ്ട്. കൂടാതെ, കേന്ദ്ര സർക്കാർ, ദേശീയ വനിതാ കമ്മീഷൻ പോലുള്ള സ്ഥാപനങ്ങളിലൂടെ, സ്ത്രീധന സമ്പ്രദായത്തിന്റെ ദൂഷ്യവശങ്ങളെക്കുറിച്ചും, ഈ പഴയ ആചാരത്തെ നിരോധിക്കുന്ന നിയമത്തിലെ വിവിധ വ്യവസ്ഥകളെക്കുറിച്ചും, ലിംഗഭേദമില്ലാതെ ജനങ്ങളെ ബോധവൽക്കരിക്കാൻ വേണ്ടി സെമിനാറുകളും ശിൽപശാലകളും സംഘടിപ്പിക്കുന്നു.

എന്നിരുന്നാലും, കർശനമായ നിയമങ്ങളും വർദ്ധിച്ചുവരുന്ന അവബോധവും വ്യക്തമായ ഫലങ്ങൾ നൽകിത്തുടങ്ങിയിട്ടില്ല. സ്ത്രീധനം നമ്മുടെ നാട്ടിലെ സ്ത്രീകൾ അവരുടെ ജീവിതകാലം മുഴുവൻ നേരിടുന്ന ഒരു പേടിസ്വപ്നമാണ്. നിയമത്തിൽ അന്തർലീനമായ യുക്തിയുടെയും സമൂഹം വഹിക്കുന്ന വൈകാരിക ബുദ്ധിയുടെയും ദുർബ്ബലമായ സന്ധിയിലാണ് ഇതിനുള്ള പരിഹാരമുള്ളത്.

3 'ഇന്ത്യ ഡൗറി ഡിസ്പ്യൂട്ട്സ് : ഫാമിലീസ് ഇൻ കേരള ആർ അറ്റ് വാർ ഓവർ എ വെഡിങ് ട്രെഡിഷൻ ബാൻട് ഡിക്കെഡ്സ് എഗോ,' സിഎൻഎൻ.

ഇവ രണ്ടും ഒന്നിച്ച ചില വിപ്ലവകരമായ സംഭവങ്ങളും ഉണ്ടായിട്ടുണ്ട്. സ്ത്രീധന മരണങ്ങൾ എന്ന വിപത്തിനെ തുടച്ചുനീക്കാൻ മറ്റൊരു വിപ്ലവം തന്നെ വേണ്ടിവരും. എങ്കിൽ മാത്രമേ ഈ ലോകത്തിലെ 'ഉത്ര'മാർക്ക് നല്ല ജീവിതം സാധ്യമാകുകയുള്ളൂ.

പ്രണയം, സ്നേഹം, കൂട്ടുകെട്ട് എന്നിവയുടെ ആശയങ്ങൾ ആളുകളെ തരം തിരിവില്ലാതെ ഉൾക്കൊള്ളാൻ തുടങ്ങിയിട്ടുള്ളതിനാൽ, നമ്മുടെ നിയമങ്ങൾ അതിനനുസരിച്ച് വികസിക്കേണ്ടതുണ്ട്. സ്ത്രീധനം നിരോധിക്കുന്നതുപോലുള്ള നിയമങ്ങളുടെ പുനർനിർമ്മാണം ഇനിയുള്ള കാലത്ത് അനിവാര്യമാണ്. എന്നാൽ ഈ പുനർനിർമ്മാണത്തിനുള്ള അടിത്തറ നിർമ്മാണം ഉടനടി തുടങ്ങേണ്ടതുണ്ട്!

മിഥ്യകൾക്കപ്പുറം

കേരളത്തെ പലപ്പോഴും 'ദൈവത്തിന്റെ സ്വന്തം നാട്' എന്ന് വിളിക്കാറുണ്ട്. ഈ നാടിന്റെ പ്രകൃതിഭംഗിയാണ് ഈ പേരിന് നിദാനം. സമൃദ്ധമായ വനങ്ങളും, നിറഞ്ഞൊഴുകുന്ന നദികളും, മൃഗങ്ങളുടെ ഒരിക്കലും നിലയ്ക്കാത്ത ശബ്ദങ്ങളും ഇവിടം സുന്ദരമാക്കുന്നു.

മുകൾപ്പറഞ്ഞ വാക്യത്തിലെ പ്രാസത്തിന്റെ അഭംഗി പോലെയാണ്, കേരളത്തെക്കുറിച്ചുള്ള വിവരണത്തിലും വരുന്ന ചില അപാകതകൾ. ആ വരികളുടെ സാരം അതിന്റെ അക്ഷരാർത്ഥത്തിൽ തന്നെ എടുക്കാം. ജൈവവൈവിധ്യത്തിന്റെ കലവറയാണ് കേരളം. പ്രകൃതിവിഭവങ്ങളാൽ സമ്പന്നമായൊരിടം. പ്രകൃതി ഉള്ളയിടങ്ങളിലെല്ലാം, അതിന്റെ പ്രഗത്ഭവും പരിണമിച്ചതുമായ സൃഷ്ടികളും ഉണ്ടാകുമെന്ന് തീർച്ച. അക്കൂട്ടത്തിൽ പാമ്പുകളുമുണ്ട്.

പാമ്പുകളെക്കുറിച്ചുള്ള സമഗ്രമായ ഒരു അധ്യായം ഈ പുസ്തകം എഴുതുന്നതിനിടയായ ലക്ഷ്യത്തെ അത്ര കണ്ട് സഹായിക്കണമെന്നില്ല. എന്നിരുന്നാലും, കേരളത്തിൽ കാണപ്പെടുന്ന വിഷപ്പാമ്പുകളുടെ ഒരു അവലോകനം മനുഷ്യരും മൃഗങ്ങളും തമ്മിലുള്ള സമ്പർക്കം മനസ്സിലാക്കാൻ അത്യാവശ്യമാണ്. ഇന്ത്യയിൽ കാണപ്പെടുന്ന മിക്കവാറും എല്ലാ വിഷപ്പാമ്പുകളും കേരളത്തിലും കാണപ്പെടുന്നുണ്ടെങ്കിലും, സംസ്ഥാനത്ത് കൂടുതലായി കാണപ്പെടുന്ന അഞ്ചെണ്ണം മനുഷ്യസമൂഹത്തിന് വലിയ തോതിലുള്ള ഭീഷണി ഉയർത്തുന്നു. ഇന്ത്യൻ മൂർഖൻ, ദി കിംഗ് കോബ്ര, റസ്സൽസ് വൈപ്പർ, സോ-സ്കെയിൽഡ് വൈപ്പർ, ക്രൈറ്റ് എന്നിവ ഇതിൽ ഉൾപ്പെടുന്നു.

ഇന്ത്യൻ കോബ്ര

ശാസ്ത്രീയ നാമം : *Naja naja*

മലയാളം പേര് : മൂർഖൻ

പുരാണ കാലഘട്ടം മുതലുള്ള കുപ്രസിദ്ധിയ്ക്ക് അനുസൃതമായി തന്നെ ഇന്നും ജീവിച്ച് വരുന്ന ഒന്നാണ് ഇന്ത്യൻ മൂർഖൻ. കഴുത്തിന്റെ ഇരുവശങ്ങളിലുമുള്ള ചർമ്മം ഉയർത്തി പാമ്പ് ഉണ്ടാക്കുന്ന പ്രസിദ്ധമായ 'പത്തിവിരിക്കൽ', പലർക്കും ഭയം എന്ന ആശയത്തിന്റെ പര്യായമാണ്. രാജ്യത്തുടനീളമുള്ള പരമ്പരാഗത കലാസൃഷ്ടികളിൽ ഉപയോഗിച്ച് വരാറുള്ള ഒന്നാണ് അതിന്റെ പത്തിയുടെ പിൻവശം. ഒരു കണ്ണട പോലെ കാണപ്പെടുന്ന ഈ പാട്, പൊതുവെ സാരി പ്രിന്റുകളിൽ ഉപയോഗിക്കാറുണ്ട്.

ഉഗ്രവിഷമുള്ള പാമ്പിന് പരമാവധി ആറടി വരെ നീളമുണ്ടാകും. തുറസ്സായ വനങ്ങളിലും കൃഷിയിടങ്ങളിലുമാണ് സാധാരണയായി ഇത് കാണപ്പെടുന്നത്. ഉപേക്ഷിക്കപ്പെട്ട എലിക്കുഴികളിലും ചിതൽപ്പുറ്റുകളിലും ഇത് പതിവായി കാണപ്പെടാറുണ്ട്. കോബ്രകൾ നല്ല നീന്തൽക്കാരാണ്. വളരെ അനായാസമായി അവർക്ക് വെള്ളത്തിൽ ഇറങ്ങാൻ കഴിയും. എലി, പല്ലി, തവള തുടങ്ങിയ ചെറിയ ഇരകളെയാണ് ഇവ ഭക്ഷിക്കുന്നത്.

മൂർഖന്റെ വിഷം ന്യൂറോടോക്സിക് ആണ്. ഇത് കേന്ദ്ര നാഡീവ്യവസ്ഥയെ നേരിട്ട് ബാധിക്കുന്നു. ഓറിയന്റൽ റാറ്റ് സ്നേക്ക് (*Ptyas mucosus*), പലപ്പോഴും മൂർഖനാണെന്ന് തെറ്റിദ്ധരിക്കപ്പെടുന്ന ഒന്നാണ്. എന്നിരുന്നാലും, നീളം കൂടിയ ശരീരവും, ശരീരത്തിന്റെ ബലിഷ്ഠതയും വച്ച് ഓറിയന്റൽ റാറ്റ് സ്നേക്കിനെ വേർതിരിച്ചറിയാൻ എളുപ്പമാണ്. *Naja naja*-യോട് സാമ്യമുള്ള മറ്റ് പാമ്പുകൾ ബാൻഡഡ് റേസർ അഥവാ *Argyrogena fasciolata*, ഇന്ത്യൻ സ്മൂത്ത് സ്നേക്ക് അഥവാ *Coronella brachyura* എന്നിവയാണ്.

കിംഗ് കോബ്ര

ശാസ്ത്രീയ നാമം : *Naja hannah*

മലയാളം പേര് : രാജവെമ്പാല

ഇന്ത്യൻ പാമ്പുവർഗ്ഗങ്ങളിലെ അനിഷേധ്യ രാജാവാണ് രാജവെമ്പാല എന്ന് പറയുന്നത് അതിശയോക്തിയാവില്ല.

ഈയൊരു പാമ്പിനെ സംബന്ധിക്കുന്നതെല്ലാം, അത് വാഴുന്ന പ്രദേശം ഉൾപ്പെടെ, രാജകീയതയുള്ളതാണ്.

രാജവെമ്പാല സാധാരണയായി നിബിഡ വനങ്ങളിൽ കാണപ്പെടുന്നു. ഇതിന് പതിനഞ്ചടി വരെ നീളമുണ്ടാകും. ഇന്ത്യൻ കോബ്രയിൽ നിന്ന് വ്യത്യസ്തമായി, രാജവെമ്പാലയുടെ പത്തിയ്ക്ക് പ്രത്യേക അടയാളങ്ങളൊന്നുമില്ല. ഇതിന്റെ വിഷം ന്യൂറോ ടോക്സിക് ആണ്. പാമ്പ് അതിന്റെ അര ഇഞ്ച് നീളമുള്ള വിഷ പല്ലുകൾ ഉപയോഗിച്ചാണ് ഇരയിൽ വിഷം കുത്തിവയ്ക്കുന്നത്. വിഷത്തിൽ അടങ്ങിയിരിക്കുന്ന വിഷ സംയുക്തങ്ങൾ കേന്ദ്ര നാഡീവ്യൂഹത്തെ ബാധിക്കുന്നു. കൂടാതെ ഇത് കടിച്ച മിക്ക സംഭവങ്ങളിലും കൊടിയ നാശം വരുകയോ, വ്യക്തി മരണപ്പെടുകയോ ചെയ്യുന്നു.

മുട്ടകൾക്കായി കൂടുണ്ടാക്കുന്ന ലോകത്തിലെ ഒരേയൊരു പാമ്പാണ് രാജവെമ്പാലകൾ. മുട്ടകൾ വിരിഞ്ഞ് കുഞ്ഞുങ്ങൾ പുറത്തുവരുന്നതുവരെ അവർ ശുഷ്കാന്തിയോടെ തങ്ങളുടെ കൂടുകൾ കാക്കുന്നു.

തണുത്ത രക്തമുള്ള മൃഗങ്ങൾ, പ്രത്യേകിച്ച് മറ്റ് പാമ്പുകൾ എന്നിവയെയാണ് രാജവെമ്പാലയുടെ മിക്കപ്പോഴും ആഹാരമാക്കുന്നത്. ചില പാമ്പുകൾ ഒരു ഇനം പാമ്പിനെ മാത്രം ഭക്ഷിക്കുന്ന, പ്രത്യേകമായ ഭക്ഷണരീതി വികസിപ്പിക്കുന്നു. രാജവെമ്പാലയുടെ പ്രിയപ്പെട്ട ഭക്ഷണം ചേരയാണ്. ഭക്ഷ്യക്ഷാമം നേരിടുന്ന അപൂർവ്വ സന്ദർഭങ്ങളിൽ രാജവെമ്പാലകൾ കശേരുക്കളെയും പല്ലികളെയും വേട്ടയാടുന്നു.

റസ്സൽസ് വൈപ്പർ (Russel's Viper)

ശാസ്ത്രീയ നാമം : *Vipera russelli*

മലയാളം പേര് : മണ്ഡലി, രക്തമണ്ഡലി, മൺചട്ടി

അപകടനിലയുടെ കാര്യത്തിൽ, റസ്സൽസ് വൈപ്പറാണ് ഇന്ത്യയിലെ ഏറ്റവും വിഷം കൂടിയ പാമ്പ്. മൂർഖൻ പാമ്പിന്റെ കുപ്രസിദ്ധിയൊന്നും അതിനില്ല എങ്കിലും, അത് ഒരുപാട് മനുഷ്യജീവനുകൾക്ക് ആപത്കരമാകുന്നു.[1] പാമ്പിന്റെ മുതുകിലെ കടും മഞ്ഞ, തവിട്ട്, ബ്രൗൺ നിറങ്ങൾക്കൊപ്പം, ശരീരമെമ്പാടും കടും ബ്രൗൺ നിറത്തിലുള്ള മൂന്ന് പുള്ളികളുടെ പരമ്പരകളും

1 'പോയിസണസ് സ്നേക്ക്സ്,' kerenvis.nic.in

ഉണ്ട്. എപ്പോഴും ചീറ്റിക്കൊണ്ടിരിക്കുന്ന പ്രകൃതമാണ് ഈ പാമ്പിന്. ഇതിന് സാധാരണയായി നാല് മുതൽ അഞ്ച് അടി വരെ നീളമുണ്ട്. കുഞ്ഞുങ്ങളെ പ്രസവിക്കുന്ന പാമ്പാണിത്.

റസ്സൽസ് അണലിയുടെ ആവാസവ്യവസ്ഥ വൈവിധ്യ പൂർണ്ണമാണ്. പക്ഷേ ഇടതൂർന്ന വനങ്ങളും ചതുപ്പുനിലങ്ങൾ പോലുള്ള ഈർപ്പമുള്ള ചുറ്റുപാടുകളും ഇവ ഒഴിവാക്കുന്നു. ഇത് വളരെ നഗരവൽക്കരിക്കപ്പെട്ട ഇനമാണ്. എലികൾ ധാരാളമായി ഉള്ള മനുഷ്യവാസ കേന്ദ്രങ്ങൾക്ക് സമീപമാണ് ഇത് പലപ്പോഴും കാണപ്പെടുന്നത്.

റസ്സൽസ് അണലിയുടെ വിഷം ഹീമോടോക്സിക് ആണ്. കാരണം, ഇത് രക്തക്കുഴലുകളെ ബാധിക്കുകയും രക്തകോശങ്ങളെയും രക്തക്കുഴലുകളെയും നശിപ്പിക്കുകയും ആന്തരിക രക്തസ്രാവത്തിന് കാരണമാവുകയും ചെയ്യുന്നു. ഇത് രാത്രിയിൽ ഇരതേടുന്ന ജീവിയാണ്. പ്രധാനമായും അവ വേട്ടയാടുന്നത് എലികളെയാണ്. ഇര അടുത്തെത്തുന്നതുവരെ പമ്മിപ്പതുങ്ങി കാത്തിരുന്നാണ് ഇവ മാരകമായ വിഷം ഇരയുടെ ശരീരത്തിൽ കുത്തിയിറക്കുന്നത്. ഇര ചത്തശേഷം അതിനെ മുഴുവനായി വിഴുങ്ങുന്നു. ഈ പാമ്പ് ഭക്ഷണം തേടി ഇടയ്ക്കിടെ മാളങ്ങളിൽ നിന്നും പുറത്തിറങ്ങുകയും, എലികളെ തുരത്തുന്ന സമയങ്ങളിൽ വീടുകളിൽ കയറുകയും ചെയ്യും.

സോ-സ്കെയിൽഡ് വൈപ്പർ (Saw-scaled Viper)

ശാസ്ത്രീയ നാമം : *Echis carinatus*

മലയാളം പേര് : അണലി

വൈപ്പർ എന്നതിന്റെ ഗ്രീക്ക് പദത്തിന്റെ ലാറ്റിൻ ലിപ്യന്തരണം ആണ് *Echis* എന്ന പേര്. ഈ പാമ്പ് രണ്ടോ മൂന്നോ അടി നീളത്തിൽ വരെ വളരുന്നു. സോ-സ്കെൽഡ് വൈപ്പറിന് ഇളം ബ്രൗൺ, ചാരനിറം, ചുവപ്പ്, ഒലിവ് അല്ലെങ്കിൽ മണ്ണിന്റെ ഇളം തവിട്ട് നിറമാണ്. മുതുകിന്റെ നടുക്കായി പല നിറങ്ങളിലുള്ള ഒരാവരണമുണ്ട്. അതിൽ പലതും, ഡാർക്ക് ബ്രൗൺ അരികുകളുള്ള വെള്ള പുള്ളികളാണ്. നേരിയ ബഹുവർണ്ണത്തിലുള്ള പാടുകൾ കൊണ്ടാണ് ഇവ വേർതിരിക്കപ്പെട്ടിരിക്കുന്നത്.[2] ഇതിന്റെ തല

2 'ഇന്ത്യൻ സോ-സ്കെയിൽഡ് വൈപ്പർ – ഫാക്ട്സ്, ഡയറ്റ്, ഹാബിറ്റാറ്റ് & പിക്ചർസ്,' Animalia.bio

ത്രികോണാകൃതിയിലുള്ളതും, കഴുത്തിൽ നിന്ന് കൃത്യമായി വേർതിരിച്ച കാണപ്പെടുന്നതും ആണ്. അതിൽ വെളുത്ത അമ്പടയാളം ഉണ്ട്. ഈ പാമ്പിന് ഭീഷണിപ്പെടുത്തുന്ന വിധത്തിൽ ഒരു സവിശേഷതയുണ്ട് – അത് തന്റെ ശരീരഭാഗങ്ങൾ ഒന്നിച്ച് ഉരസി ഒരു ശബ്ദമുണ്ടാക്കുന്നു.

ഇതിന്റെ വിഷം ഹീമോടോക്സിക് ആണ്. വിഷത്തിന് വലിയ ഔഷധമൂല്യവും ഉണ്ട്. രക്തം കട്ടപിടിക്കാതിരിക്കാനുള്ള ചില ആന്റികോയാഗുലന്റ് മരുന്നുകളുടെ നിർമ്മാണത്തിൽ ഇത് വ്യാപകമായി ഉപയോഗിക്കുന്നു. സോ-സ്കെൽഡ് വൈപ്പറുകൾ, അവരുടെ പല ബന്ധുക്കളുമായി താരതമ്യപ്പെടുത്തുമ്പോൾ, വളരെ ആക്രമണകാരികളാണ്. അവ സാധാരണയായി കൊത്തുന്നത് തന്നെ കടിക്കാൻ വേണ്ടിയാണ്.

വെട്ടുക്കിളികൾ, വണ്ടുകൾ, പുഴുക്കൾ, ഒച്ചുകൾ, ചിലന്തികൾ, തേളുകൾ, പഴുതാരകൾ, ഒട്ടക ചിലന്തികൾ, തവളകൾ, വിഷത്തവളകൾ, ഉരഗങ്ങൾ (മറ്റ് പാമ്പുകൾ ഉൾപ്പെടെ), ചെറിയ സസ്തനികൾ, പക്ഷികൾ എന്നിവ ഉൾപ്പെടുന്നതാണ് ഇതിന്റെ ഭക്ഷണക്രമം.

ക്രൈറ്റ് (Krait)

ശാസ്ത്രീയ നാമം : *Bungarus caeruleus*

മലയാളം പേര് : വെള്ളിക്കെട്ടൻ, മോതിരവളയൻ, എട്ടടി വീരൻ, എട്ടടി മൂർഖൻ, ശംഖുവരയൻ

നിരവധി ഇനങ്ങളുള്ള ഉഗ്രവിഷമുള്ള പാമ്പാണ് ക്രൈറ്റ്. നീലയോ കടും നീലകലർന്ന ചാരനിറമോ വെളുത്ത ക്രോസ്ബാറുകളോ ഉള്ള *Bungarus caeruleus* ആണ് കേരളത്തിൽ കാണപ്പെടുന്ന ഏറ്റവും സാധാരണമായ ഇനം. വയലുകളും താഴ്ന്ന കുറ്റിക്കാടുകളും മുതൽ ജനവാസ പ്രദേശങ്ങൾ വരെ വൈവിധ്യമാർന്ന ആവാസ വ്യവസ്ഥകളിലാണ് ഇത് ജീവിക്കുന്നത്. ചിതൽപ്പുറ്റുകളിലും, ഇഷ്ടികക്കൂമ്പാരങ്ങളിലും, എലിപ്പൊത്തുകളിലും, വീടുകൾക്കുള്ളിൽ പോലും ഇത് കാണപ്പെടുന്നു.[3]

ക്രൈറ്റ് വിഷം ന്യൂറോടോക്സിക് ആണ്. പാമ്പിന്റെ ഭക്ഷണത്തിൽ ചെറിയ സസ്തനികൾ, തവളകൾ, പല്ലികൾ എന്നിവ

3 http://www.toxinology.com/fusebox.cfm?fuseaction=main.snakes.display&id=SN0015

ഉൾപ്പെടുന്നു. ശല്യപ്പെടുത്തിക്കഴിഞ്ഞാൽ, അത് തല മറച്ചും ശരീരം പരന്നതുമാക്കി ചുരുളുകയും, അതിനൊപ്പം ചലനങ്ങൾ ഉണ്ടാക്കുകയും ചെയ്യുന്നു. വാൽ പൊക്കിയേക്കാം. ഇത് കടിക്കാൻ വിമുഖത കാണിക്കാറുണ്ട്. പക്ഷേ അത് കടിച്ചു കഴിഞ്ഞാൽ, കുറച്ച് സമയത്തേക്ക് മുറുകെ കടിച്ചു പിടിക്കുന്നു. ഇത് ഇരയുടെ ശരീരത്തിലേക്ക് ഗണ്യമായ അളവിൽ വിഷം കുത്തിവയ്ക്കാൻ പ്രാപ്തമാക്കുന്നു. മറ്റ് പാമ്പുകളോടുള്ള കൊതിയുടെ കാര്യത്തിൽ ഇത് കുപ്രസിദ്ധമാണ്. കൂടാതെ *Bungarus* ജനുസ്സിലെ മറ്റ് അംഗങ്ങൾ ഉൾപ്പെടെ ബ്ലൈൻഡ് സ്നേക്കുകളെയും, മറ്റ് ഇനങ്ങളെയും പതിവായി ഭക്ഷണമാക്കുന്നു. എലികളെ പിന്തുടർന്ന് ഇവ പലപ്പോഴും മനുഷ്യ വാസസ്ഥലങ്ങളിൽ എത്തിപ്പെടാറുണ്ട്.[4]

ഇന്ത്യൻ ഉപഭൂഖണ്ഡത്തിൽ (പ്രധാനമായും ഇന്ത്യയിൽ) മനുഷ്യർക്ക് മാരകമായേക്കാവുന്ന പാമ്പുകടികൾക്ക് പ്രധാനമായും കാരണമാകുന്ന നാല് വിഷപ്പാമ്പുകൾ റസ്സൽസ് വൈപ്പർ, കോമൺ ക്രെയ്റ്റ്, ഇന്ത്യൻ കോബ്ര, സോ-സ്കെൽഡ് വൈപ്പർ എന്നിവയാണ്. ഈ പാമ്പുകളെ മൊത്തത്തിൽ ബിഗ് ഫോർ എന്ന് വിളിക്കുന്നു.

\\\\\\\\\\\\\\\\

ആരോഗ്യ-കുടുംബക്ഷേമ മന്ത്രാലയത്തിന്റെ കണക്കനുസരിച്ച്, നേരിട്ടുള്ള സർവേകളിൽ റിപ്പോർട്ട് ചെയ്യപ്പെട്ട പാമ്പുകടിയേറ്റ മരണങ്ങളുടെ എണ്ണവും ഔദ്യോഗിക വിവരങ്ങളും തമ്മിൽ വലിയ അന്തരമുണ്ട്. പാമ്പുകടിയേറ്റ മരണങ്ങളിൽ7 ശതമാനം മാത്രമാണ് ഔദ്യോഗികമായി റിപ്പോർട്ട് ചെയ്യപ്പെട്ടിട്ടുള്ളത്. ഉത്തർപ്രദേശ്, ആന്ധ്രാപ്രദേശ്, ബിഹാർ എന്നീ സംസ്ഥാനങ്ങളിലാണ് വർഷംതോറുമുള്ള പാമ്പുകടിയേറ്റുള്ള മരണങ്ങൾ ഏറ്റവും കൂടുതൽ. സമാനമായ കേസുകളുള്ള മറ്റ് ഇന്ത്യൻ സംസ്ഥാനങ്ങൾ തമിഴ്നാട്, പശ്ചിമ ബംഗാൾ, മഹാരാഷ്ട്ര, കേരളം എന്നിവയാണ്.

മരണനിരക്ക് കുറയ്ക്കുന്നതിന് പാമ്പുകടിയെക്കുറിച്ചുള്ള പൊതുവായ അവബോധം അത്യന്താപേക്ഷിതമാണ്. 2004-ൽ, പാമ്പുവിഷബാധ മൂലമുള്ള മരണങ്ങൾ കുറയ്ക്കുന്നതിന് ലോകാരോഗ്യ സംഘടന നിർദ്ദേശങ്ങൾ നൽകി. പ്രഥമ ശുശ്രൂഷയ്ക്കും ചികിത്സയ്ക്കുമായി ഒരൊറ്റ പ്രോട്ടോക്കോൾ സ്ഥാപിക്കാൻ വേണ്ടി,

4 പോയിസണസ് സ്നേക്ക്സ് (kerenvis.nic.in).

പ്രത്യക്ഷത്തിൽ ഉള്ള തെളിവുകൾ അടിസ്ഥാനമാക്കിയുള്ള ചികിത്സാക്രമത്തെ ആശ്രയിക്കുന്ന തരത്തിലുള്ള ഒരു പ്രാഥമിക ശുപാർശ ആയിരുന്നു അത്. ഇന്ത്യൻ സാഹചര്യത്തിലും അത് പ്രസക്തമാണ്.

നിലവിൽ ലോകാരോഗ്യ സംഘടന ശുപാർശ ചെയ്യുന്ന പ്രഥമശുശ്രൂഷാ പ്രോട്ടോക്കോൾ, **CARRY NO R.I.G.H.T**[5] എന്ന ചുരുക്കെഴുത്ത് കൊണ്ട് ഓർമ്മിക്കാൻ സാധിക്കും.

CARRY: ഇരയെ കുറച്ച് ദൂരം പോലും നടക്കാൻ അനുവദിക്കരുത്. ഇരയെ വാഹനത്തിൽ കൊണ്ടുപോകുകയോ ചുമക്കുകയോ ചെയ്യണം; പ്രത്യേകിച്ച് കാലുകളിൽ കടിയേറ്റാൽ.

NO:

NO ടൂർണിക്കറ്റ് (ധമനിയെ അമർത്തി രക്തനഷ്ടം ഒഴിവാക്കാനുള്ള സംവിധാനം).

NO കട്ടിംഗ് (മുറിവിൽ വീണ്ടും മുറിവുണ്ടാക്കരുത്).

NO ഇലക്ട്രോതെറാപ്പി (Electrotherapy).

NO പ്രഷർ ഇമോബിലൈസേഷൻ അഥവാ നൈട്രിക് ഓക്സൈഡ് ഡോണർ (നൈട്രോഗ്ലിസറിൻ തൈലം/നൈട്രേറ്റ് സ്പ്രേ).

R.I.G.H.T:

R: Reassure the patient: രോഗിയെ ആശ്വസിപ്പിക്കുക. ആശ്വസിപ്പിക്കുമ്പോൾ, അവരുടെ ഭയവും ആവേശവും അകലുകയും, അതുമൂലം രോഗിയുടെ ഹൃദയമിടിപ്പ് കുറയുകയും, അങ്ങനെ വിഷത്തിന്റെ വ്യാപനം കുറയുകയും ചെയ്യും. പാമ്പുകടികളിൽ 70 ശതമാനവും വിഷമില്ലാത്ത ഇനങ്ങളുടെ കടിയേറ്റ കേസുകളാണ്. വിഷപ്പാമ്പുകളുടെ കടിയേറ്റവരിലാകട്ടെ, 50 ശതമാനം കേസുകളിൽ മാത്രമാണ് ശരിക്കും ഇരകളിൽ വിഷം എത്തുന്നത്.

I: Immobilise: സൗകര്യപ്രദവും സുരക്ഷിതവുമായ ഒരു ശരീര വിന്യാസത്തിൽ അവരെ കിടത്തിയതിന് ശേഷം, രോഗിയുടെ മുഴുവൻ ശരീരത്തെയും നിശ്ചലമാക്കുക. (ഛർദ്ദിക്കാൻ തോന്നുന്ന സാഹചര്യങ്ങളിൽ ഇടതുവശം ചരിഞ്ഞു കിടന്നാൽ ആസ്പിറേഷൻ ഉണ്ടാവാൻ സാധ്യതയുണ്ട്). കടിയേറ്റ കൈകാലുകൾ ഇരുമ്പിന്റെയോ തടിയുടെയോ ചെറിയൊരു കഷണം ചേർത്തുവച്ചോ,

5 'ഫസ്റ്റ് എയ്ഡ്', നാഷണൽ ഹെൽത്ത് പോർട്ടൽ ഓഫ് ഇന്ത്യ (nhp.gov.in).

അല്ലെങ്കിൽ തുണി തൊട്ടിൽപോലെയാക്കി അതിൽ തൂക്കിയിട്ടോ അനക്കാതെ വയ്ക്കുക. ഏതെങ്കിലും തരത്തിൽ ചലനമോ പേശി കളുടെ സങ്കോചമോ ഉണ്ടായാൽ, സിരകളെയും ലസികായെയും ഞെരുക്കുന്നതിലൂടെ വിഷത്തിന്റെ ആഗിരണവും വ്യാപനവും വർദ്ധിപ്പിക്കും. ആ വ്യക്തിയുടെ വസ്ത്രം അഴിക്കാൻ ശ്രമിക്കുകയോ, നടക്കാൻ പ്രേരിപ്പിക്കുകയോ ചെയ്യരുത്. യാതൊരു തരത്തിലുള്ള സമ്മർദ്ദവും ചെലുത്തരുത്. തടസ്സമില്ലാത്ത രക്തപ്രവാഹം ഉണ്ടെന്ന് ഉറപ്പാക്കുക. തുണികൾ കൊണ്ട് ഇറുക്കിക്കെട്ടുന്നത് ഗുണകരമല്ല, മറിച്ച്, അത് അപകടകരമായേക്കാം.

GH (Government Hospital): രോഗിയെ വൈദ്യസഹായം (ഡിസ്പെൻസറി അല്ലെങ്കിൽ ഹോസ്പിറ്റൽ) ലഭിക്കാൻ കഴിയുന്ന സ്ഥലത്തേക്ക്, കഴിയുന്നത്ര സുരക്ഷിതമായും സൗകര്യപ്രദമായും കൊണ്ടുപോകണം. കൊണ്ടുപോകുന്ന സമയത്ത് രോഗി ഛർദ്ദിച്ചാൽ, തല ഉയർത്തിവച്ച രീതിയിൽ അവരെ കിടത്താൻ ശ്രമിക്കണം (റിക്കവറി പൊസിഷൻ).

T: Try: ആശുപത്രിയിലേക്കുള്ള യാത്രാമധ്യേ, കടിയേറ്റ സാഹ ചര്യങ്ങളുടെയും രോഗലക്ഷണങ്ങളുടെ പുരോഗതിയുടെയും കൃത്യ മായ വിവരങ്ങൾ ചോദിച്ചറിഞ്ഞ് ശേഖരിക്കാൻ ശ്രമിക്കണം.

സഹായകമായ നാല് പ്രാരംഭ ചോദ്യങ്ങൾ ഇവയാണ് :

1. 'നിങ്ങളുടെ ശരീരത്തിന്റെ ഏത് ഭാഗത്താണ് കടിയേറ്റത്? ആ ഭാഗം ഒന്ന് ചൂണ്ടിക്കാണിക്കൂ'.

   മുറിവേറ്റ സ്ഥലത്തിന് ചുറ്റുമുള്ള ഏതെങ്കിലും അടയാളങ്ങൾ നിരീക്ഷിക്കുക. അതായത് വിഷപ്പല്ലിന്റെ അടയാളങ്ങൾ, വീക്കം, ചതവ്, നിരന്തരമായ രക്തസ്രാവം, ആശുപത്രിക്ക് മുൻപ് പരമ്പരാഗത ചികിത്സകൾ എന്തെങ്കിലും കിട്ടിയി ട്ടുണ്ടെങ്കിൽ അവ, മുതലായ കാര്യങ്ങൾ.

2. 'എപ്പോഴാണ് നിങ്ങൾക്ക് കടിയേറ്റത്. അപ്പോൾ നിങ്ങൾ എന്ത് ചെയ്യുകയായിരുന്നു?'

   രാത്രിയിൽ ഉറങ്ങുമ്പോഴാണ് രോഗിയ്ക്ക് കടിയേറ്റതെങ്കിൽ, അത് ഒരു ക്രെയ്റ്റ ആയിരിക്കാനാണ് സാധ്യത. നെൽവയലിൽ വച്ചാണ് രോഗിക്ക് കടിയേറ്റതെങ്കിൽ, അത് മൂർഖനോ, റസ്സൽസ് വൈപ്പറോ ആയിരിക്കാം. ഫലവൃക്ഷങ്ങൾ പരിപാലിക്കുമ്പോഴാണെങ്കിൽ അതൊരു

ഗ്രീൻ പിറ്റ് വൈപ്പർ ആവാം. നീന്തുമ്പോഴോ വെള്ളത്തിൽ നീങ്ങുമ്പോഴോ ആണെങ്കിൽ, ഒരു മൂർഖൻ (ശുദ്ധജലം) അല്ലെങ്കിൽ കടൽ പാമ്പ് (കടൽ അല്ലെങ്കിൽ അഴിമുഖം) ആയിരിക്കും.

3. 'നിങ്ങളെ കടിച്ച പാമ്പ് എവിടെയുണ്ട്?' അല്ലെങ്കിൽ 'അത് കാണാൻ എങ്ങനെയുണ്ടായിരുന്നു? ആരെങ്കിലും അതിന്റെ ചിത്രം എടുത്തോ?'

പാമ്പിനെ കൊന്ന് കൂടെ കൊണ്ടുവന്നാലോ, അല്ലെങ്കിൽ മതിയായ വ്യക്തമായ ഫോട്ടോ ലഭ്യമാണെങ്കിലോ (കടിയേറ്റ സ്ഥലത്തു തന്നെയുള്ള ഏതെങ്കിലും മൊബൈൽ ഫോൺ ക്യാമറയിൽ എടുത്തത്), അതിന്റെ ശരിയായ തിരിച്ചറിയലിന് വളരെയധികം സഹായിക്കും. പ്രത്യക്ഷത്തിൽ നിരുപദ്രവകാരിയല്ലാത്ത ഇനമാണെങ്കിൽ (ഒരു പക്ഷേ അത് ഒരു പാമ്പല്ല എങ്കിലും!), രോഗിയെ പെട്ടെന്ന് ആശ്വസിപ്പിക്കുകയും ആശുപത്രിയിൽ നിന്ന് ഡിസ്ചാർജ് ചെയ്യുകയും ചെയ്യാം. പാമ്പിനെ വീട്ടിൽ വച്ച് കൊന്നിട്ടുണ്ടെങ്കിൽ, അത് ഏത് അവസ്ഥയിലായാലും കൊണ്ടുവരാൻ വേണ്ടി ആളെ അയയ്ക്കുക!

4. 'നിങ്ങൾക്ക് ഇപ്പോൾ എങ്ങനെയുണ്ട്? വിഷബാധയുടെ എന്തെങ്കിലും ലക്ഷണങ്ങൾ കൂടുന്നതായി തോന്നുന്നുണ്ടോ?'

വിഷബാധയുടെ ഒരു സാധാരണ ആദ്യ ലക്ഷണം ഛർദ്ദിയാണ്. ചില പ്രത്യേക ഇനങ്ങൾ കടിച്ചാൽ, ക്ഷണികമായ അബോധാവസ്ഥയും, അനാഫൈലക്സിസിന്റെ ലക്ഷണങ്ങൾക്കൊപ്പം, മോഹാലസ്യം ഉണ്ടാവുകയും, തളർന്നു വീഴുകയും ചെയ്യുന്നു (ഇത് മൂലം ചിലപ്പോൾ പരിക്കുകൾ ഉണ്ടാവുന്നു). ഡിഫിബ്രിനോജെനേറ്റഡ് അല്ലെങ്കിൽ ത്രോംബോസൈറ്റോപെനിക് ആയിത്തീരുന്ന രോഗികൾക്ക് പഴയതും, ഭാഗികമായി ഉണങ്ങിയതുമായ മുറിവുകളിൽ നിന്ന് രക്തസ്രാവം ഉണ്ടാകാം. അതേസമയം വിഷപ്പല്ലുകളുടെ പാടുകളിൽ നിന്നും തുടർച്ചയായി രക്തസ്രാവം ഉണ്ടാകാം. കടിയേറ്റതിനുശേഷം അവർ എത്രമാത്രം മൂത്രമൊഴിച്ചുവെന്നും, അതിന് സാധാരണ നിറമാണോ അതോ വളരെ ഇരുണ്ടതാണോ (ഹീമോഗ്ലോബിൻ/മയോഗ്ലോബിനൂറിയ എന്നിവയെ സൂചിപ്പിക്കുന്നു) എന്നും രോഗിയോട് ചോദിക്കണം. ഉറക്കക്കുറവ്,

ളുങ്ങിക്കിടക്കുന്ന കൺപോളകൾ, മങ്ങിയ കാഴ്ച അല്ലെങ്കിൽ ഇരട്ടക്കാഴ്ച എന്നിവയെക്കുറിച്ച് പരാതിപ്പെടുന്ന രോഗികൾക്ക് ന്യൂറോടോക്സിക് വിഷബാധയായിരിക്കും ഉണ്ടായിട്ടുണ്ടാവുക. കടൽ പാമ്പു കടിച്ച് 30 മിനിറ്റിനുള്ളിൽ കാണപ്പെടാവുന്ന ഒരു പ്രധാന ലക്ഷണം പേശികളിൽ പൊതുവായി തോന്നാവുന്ന വേദന, ബലക്ഷയം, മുറുക്കം എന്നിവയും, താടിയിലെ പേശികൾ കോച്ചുന്ന അവസ്ഥയുമാണ് (trismus).

കുറിപ്പ് : ഫലപ്രദമായ ചികിത്സയുടെ ലഭ്യതയ്ക്ക് കാലതാമസം വരുത്തിയേക്കാവുന്ന തരത്തിൽ പരമ്പരാഗത പ്രഥമശുശ്രൂഷകൾ നടത്തി സമയം പാഴാക്കരുത്. ബാൻഡുകളോ ടൂർണിക്കറ്റുകളോ ഉപയോഗിച്ച് മുറുക്കിക്കെട്ടിയാൽ, അത് വിഷബാധയെ സൂചിപ്പിക്കുന്ന വേദന, വീക്കം, രക്തം കട്ടപിടിക്കൽ എന്നിവയ്ക്ക് കാരണമാകാം. പച്ചമരുന്നുകൾ ഛർദ്ദിക്ക് കാരണമായേക്കും. കണ്ണുകളിൽ എരിച്ചിലുണ്ടാക്കുന്ന സസ്യനീരുകൾ ഇറ്റിക്കുന്നത് ചെങ്കണ്ണിന് കാരണമായേക്കാം. ശ്വാസനാളത്തിലേക്ക് എണ്ണകൾ നിർബന്ധിതമായി കടത്തുന്നത് ആസ്പിറേഷൻ ന്യൂമോണിയ, ബ്രോങ്കോസ്പാസം, ഇയർ ഡ്രമ്മിന്റെ തകർച്ച, ന്യൂമോത്തോറാക്സ് എന്നിവയിലേക്ക് നയിച്ചേക്കാം. മുറിവുകൾ ഉണ്ടാക്കുന്നതും, പൊള്ളിക്കുന്നതും (cauterisation), ചുട്ടുപൊള്ളുന്ന ദ്രാവകത്തിൽ മുക്കുന്നതും, തീയ്ക്ക് മുകളിൽ വച്ച് ചൂടാക്കുന്നതും വിനാശകരമായ പരിക്കുകൾക്ക് കാരണമാകും.

ദൗർഭാഗ്യവശാൽ, കടിയേറ്റവരിൽ ചെറിയൊരു വിഭാഗം മാത്രമാണ് ആശുപത്രിയിലോ ഡിസ്പെൻസറിയിലോ പോയി പരിശീലനം ലഭിച്ച ഒരു ഡോക്ടറുടെ സഹായം തേടുന്നത്. വലിയൊരു വിഭാഗം ആളുകളും ഗ്രാമീണ വൈദ്യരിൽ നിന്ന് സഹായം തേടുന്നു. മിക്കവരും ഇപ്പോഴും പരമ്പരാഗത ഓജസിന്റെ സേവനം ഉപയോഗിക്കുന്നു.[6]

പാമ്പുകടിയേറ്റവർ പൊതുവെ, ദഹനക്കേട്, അപ്പെൻഡിസൈറ്റിസ്, പക്ഷാഘാതം, തലയ്ക്ക് ക്ഷതം, അസ്കെമിക് ഹൃദ്രോഗം (ischemic heart disease), ഭക്ഷ്യവിഷബാധ, ടൈറ്റ്മസ്, ഹിസ്റ്റീരിയ,

6 ഗൈഡൻസ് ഫോർ ദി മാനേജ്മെന്റ് ഓഫ് സ്നേക്ക്ബൈറ്റ്സ്, WHO (2016).

ഗില്ലെയ്ൻ-ബാരെ സിൻഡ്രോം തുടങ്ങിയ വിവിധ രോഗങ്ങളാൽ ബുദ്ധിമുട്ടുന്നവരായി തെറ്റിദ്ധരിക്കപ്പെടുന്നു. എംആർഐ സ്കാനുകൾ ഉൾപ്പെടെയുള്ള അന്വേഷണങ്ങൾ ചെയ്യുന്നത് വഴി, ആന്റീ-വെനം നൽകുന്നതിൽ അനാവശ്യ കാലതാമസമുണ്ടാകാൻ കാരണമാകുന്നു.[7]

ഇന്ത്യയിൽ ആന്റീ-വെനം നിർമ്മിക്കാൻ വേണ്ടിയുള്ള നൂറ്റാണ്ടുകൾ പഴക്കമുള്ള പ്രോട്ടോക്കോളുകൾ, പ്രശ്നം കൂടുതൽ സങ്കീർണ്ണമാക്കുന്നു. ബിഗ് ഫോർ പാമ്പുകളിൽ – ഇന്ത്യൻ മൂർഖൻ, കോമൺ ക്രൈറ്റ്, റസ്സൽസ് വൈപ്പർ, സോ-സ്കെയിൽഡ് വൈപ്പർ – നിന്നുള്ള സംരക്ഷണത്തിനായി ഒരു പോളിവാലന്റ് ആന്റീ-വെനം ഉത്പാദിപ്പിക്കപ്പെടുന്നു. എന്നിരുന്നാലും, ഈ പാമ്പുകളെ കൂടാതെ, മാരകമായ കടിയേൽപ്പിക്കാൻ ശേഷിയുള്ള മറ്റ് നിരവധി വിഷ പാമ്പുകളുടെ ആവാസ കേന്ദ്രമാണ് ഇന്ത്യ. 270 ഇനം ഇന്ത്യൻ പാമ്പുകളിൽ അറുപതോളം പാമ്പുകളെ വൈദ്യശാസ്ത്രപരമായി പ്രാധാന്യമുള്ളതായി കണക്കാക്കുന്നു. എന്നാൽ ഈ ഇനങ്ങൾക്കെതിരെ പ്രത്യേക ആന്റീ-വെനങ്ങൾ ഉൽപ്പാദിപ്പിക്കപ്പെടുന്നില്ല. പകരം, എല്ലാ പാമ്പുകടികൾക്കും ചികിത്സിക്കാൻ ബിഗ് ഫോർ ആന്റീ-വെനം പതിവായി ഉപയോഗിക്കുന്നു.

ഇന്ത്യൻ ഇൻസ്റ്റിറ്റ്യൂട്ട് ഓഫ് സയൻസിലെ ഒരു സംഘം ശാസ്ത്രജ്ഞർ അടുത്തിടെ തയ്യാറാക്കിയ ഒരു പ്രബന്ധത്തിൽ, അവഗണിക്കപ്പെട്ട പാമ്പുകളുടെ വിഷത്തിലെ വിഷവസ്തുക്കളുടെ ഫലങ്ങളെ മറികടക്കാൻ പോളിവാലന്റ് ആന്റീ-വെനം തീർത്തും കാര്യക്ഷമമല്ലെന്ന് കണ്ടെത്തി. നിർമ്മാതാക്കൾ, പൊതുജനാരോഗ്യ ഉദ്യോഗസ്ഥർ, നയരൂപകർത്താക്കൾ എന്നിവർക്ക് പ്രദേശത്തിനനുസരിച്ചുള്ള പാമ്പുകടി ചികിത്സകൾ വികസിപ്പിക്കേണ്ടതിന്റെ ആവശ്യകതയെക്കുറിച്ച്, പഠനം അടിവരയിടുന്നു.[8]

പോപ്പ് സംസ്കാരം ഇന്ത്യയിലെ പാമ്പുകളെക്കുറിച്ചുള്ള ധാരണയോട് വലിയ അനീതിയാണ് കാണിച്ചിരിക്കുന്നത്. മുഖ്യധാരാ

---

7 മാനേജ്മെന്റ് ഓഫ് സ്നേക്ക്ബൈറ്റ്, മിനിസ്ട്രി ഓഫ് ഹെൽത്ത് & ഫാമിലി വെൽഫെയർ (2016).

8 'സ്നേക്ക് വെനം സ്റ്റഡി റിവീൽസ് ട്രബിളിങ് ഷോർട്ട്കമിങ്സ് ഇൻ ആൻറി-വെനം തെറാപ്പി ഇൻ ഇന്ത്യ', ഇന്ത്യൻ ഇൻസ്റ്റിറ്റ്യൂട്ട് ഓഫ് സയൻസ്.

സിനിമയിൽ നിന്ന് ഒരാൾക്ക് ലഭിക്കുന്ന പൊതുബോധം *നാഗിൻ* പോലുള്ള സിനിമയുടെ തരത്തിലുള്ളതാണ്. എല്ലാ സർപ്പങ്ങളെയും ഒന്നുകിൽ സംശയത്തോടെയോ, അല്ലെങ്കിൽ അന്ധവിശ്വാസത്തോടെയോ ആണ് ആളുകൾ സമീപിക്കുന്നത്. സൂരജ് സർപ്പദോഷ വിശ്വാസം മുതലെടുക്കാൻ ശ്രമിച്ചു. കുറച്ചുകാലം അയാൾ അതിൽ വിജയിക്കുകയും ചെയ്തു.

പാമ്പുകളെ കൊലപാതക ആയുധമായി ഉപയോഗിക്കുന്നത് ഈ കുറ്റകൃത്യങ്ങളിലെ നമ്മുടെ പങ്ക് തിരിച്ചറിയുന്നതിൽ നിന്ന് നമ്മെ അകറ്റുന്നു. നമ്മുടെ വിദ്യാഭ്യാസ പാഠ്യപദ്ധതികളിലൂടെ പാമ്പുകളെക്കുറിച്ച് ഒരാൾക്ക് ലഭിക്കുന്ന അവബോധം വളരെ കുറവാണ്. പാമ്പുകളെ അപകടകാരികളായാണ് കാണുന്നത്. അവവീടുകളിൽകയറിയാൽപലപ്പോഴുംകൊല്ലപ്പെടും.മനുഷ്യനും പാമ്പും തമ്മിലുള്ള സമ്പർക്കം എങ്ങനെ നമ്മുടെ അതിജീവന ത്തിന്റെ അവിഭാജ്യ ഘടകമാണെന്ന് ജനങ്ങളെ ബോധവത്ക രിക്കേണ്ടത് കാലഘട്ടത്തിന്റെ ആവശ്യമാണ്. വിദ്യാഭ്യാസം അവതരണങ്ങളിൽ മാത്രമായി പരിമിതപ്പെടുത്തരുത്; മറിച്ച് ഇനങ്ങളുമായുള്ള യഥാർത്ഥ സമ്പർക്കം ഉൾപ്പെടുത്തുന്ന തരത്തിൽ വിപുലീകരിക്കണം. മനുഷ്യരിൽ നിന്നും വളരെയധികം ദ്രോഹം ഏറ്റുവാങ്ങേണ്ടി വന്ന മനോഹരമായ ശൽക്കങ്ങളുള്ള ഈ ജീവിയ്ക്ക് അർഹിക്കുന്ന പരിഗണന ലഭിക്കേണ്ടതുണ്ട്. സംരക്ഷ ണവും ബോധവൽക്കരണവും നടത്താമെന്ന വാഗ്ദാനങ്ങൾ പാലിക്കപ്പെടേണ്ടതുണ്ട്!

ഉപസംഹാരം

റൊണാൾഡ് റീഗൻ പറഞ്ഞത് പോലെ, 'കുറ്റകൃത്യത്തിന്റെ ഇരകൾ നമ്മുടെ ക്രിമിനൽ നീതിന്യായ വ്യവസ്ഥയുടെ വിസ്മരിക്കപ്പെട്ട വ്യക്തികളായിട്ട് കാലം കുറേയായി.'

കുറ്റകൃത്യം എന്നത് ഒരു കള്ളനും പോലീസും കളിയല്ല. ഒറ്റനോട്ടത്തിലോ, ഒന്നുകൂടി നോക്കുമ്പോഴോ കാണുന്നതിനപ്പുറമുള്ള തലങ്ങൾ ഇതിനുണ്ട്.

തലക്കെട്ടുകളിൽ നിറഞ്ഞു നിൽക്കുന്ന ഉദ്വേഗജനകമായ കേസുകൾ പോലും, മെല്ലെ മാഞ്ഞു തുടങ്ങുകയും, ഒടുവിൽ ജനങ്ങളുടെ ഓർമ്മയിൽ നിന്ന് വഴുതിപ്പോവുകയും ചെയ്യുന്നു. പുറമേ കാണുന്നതിനപ്പുറം നമ്മൾ പോകാറില്ല എന്നതാണ് വസ്തുത.

ഉത്രയുടെ ദാരുണമായ അന്ത്യത്തിൽ, ഇരകൾ ആരാണെന്ന് നമുക്കറിയാം എന്ന ന്യായീകരണത്തോടെ നമുക്ക് അവസാനിപ്പിക്കാം. തീർച്ചയായും, ആ പട്ടികയിലെ ആദ്യത്തെ പേര് ഉത്രയുടേത് തന്നെയാവും. ജീവിതകാലം മുഴുവൻ അവളെ സംരക്ഷിക്കുമെന്നും എല്ലാ വിജയങ്ങളിലും കഷ്ടപ്പാടുകളിലും അവളുടെ കൂട്ടാളിയാകുമെന്നും പ്രതിജ്ഞയെടുത്ത പുരുഷന്റെ കൈകളാൽ, നീണ്ട പീഡനത്തിന് ശേഷം ജീവൻ നഷ്ടപ്പെട്ടവൾ.

ഉത്രയുടെ ദുഃഖിതരായ മാതാപിതാക്കളായ മണിമേഖലയുടെയും വിജയസേനന്റെയും പേരുകൾ അടുത്തതായി വരും. അവളുടെ സഹോദരൻ വിഷുവും പട്ടികയിൽ മുൻപന്തിയിൽ തന്നെ ഉണ്ടാകും.

പക്ഷേ, ദുരന്തമുണ്ടായ സമയത്ത് ഒരു ശിശുവായിരുന്ന

കൊച്ചു ധ്രുവിനെ പലരും മറക്കാൻ സാധ്യതയുണ്ട്. വർഷങ്ങൾ കടന്നുപോകുമ്പോൾ, ഒരു അമ്മയ്ക്ക് മാത്രം നൽകാൻ കഴിയുന്ന സ്നേഹം അവനു നഷ്ടമാകും. തന്റെ മറ്റൊരു രക്ഷിതാവായ സൂരജിന്റെ സംരക്ഷണവും സ്നേഹവും അവന് ഒരിക്കലും ലഭിച്ചേക്കില്ല. വൈകാരികമായി സമാധാനമുള്ള ഒരു വ്യക്തിയായി അവൻ വളരുമോ? അതിനുള്ള സാധ്യത തുലോം കുറവാണെന്ന് തോന്നുന്നു. ലോകത്തിന്റെ ക്രൂരമായ രീതികൾ തന്റെ ജീവിതത്തിലേക്ക് കൊണ്ടുവന്ന ദൗർഭാഗ്യത്തെക്കുറിച്ചുള്ള കയ്പേറിയ അനുഭവങ്ങളായിരിക്കും അവനുണ്ടാവുക. സുപ്രധാന മാനുഷിക മൂല്യങ്ങളായ ദയയെക്കുറിച്ചും സ്നേഹത്തെക്കുറിച്ചും അവൻ പഠിക്കുമോ? താൻ അംഗമായിരിക്കുന്ന സമൂഹത്തെ അവൻ ബഹുമാനിക്കുമോ? അവന്റെ പേര് അർത്ഥമാക്കുന്നപോലെ ഒരു ധ്രുവനക്ഷത്രമായി അവൻ തിളങ്ങുമോ? അതോ അവൻ ഒരു നിഷേധിയായി മാറുമോ? കാലത്തിന് മാത്രം ഉത്തരം നൽകാനാവുന്ന ചോദ്യങ്ങൾ.

ഇരകൾക്ക് അപൂർവ്വമായി മാത്രമേ യഥാർത്ഥ നീതി ലഭിക്കൂ. ഇത് മാറേണ്ടതുണ്ട്. എന്നാൽ ഈ മാറ്റം എങ്ങനെ, ഏത് രൂപത്തിലായിരിക്കും, ആരായിരിക്കും ഈ മാറ്റത്തിന് തുടക്കമിടുക എന്നത് പ്രവചനാതീതമായ കാര്യങ്ങളാണ്. സമീപഭാവിയിൽ സംഭവിക്കാനുള്ള സാധ്യത വളരെ വിദൂരമാണെന്ന് തോന്നുന്നു.

ഈ ചിന്തകൾ നമ്മെ വല്ലാതെ അലട്ടുന്നവയാണ്. എന്നാൽ, ഇന്ത്യൻ ക്രിമിനൽ നീതിന്യായ വ്യവസ്ഥയുടെ ചക്രങ്ങൾക്കിടയിൽ പെട്ട് ഞെരിഞ്ഞമരാതെ രക്ഷപ്പെട്ട ഭാഗ്യശാലികളിൽ ഒരാളായിരുന്നു ധ്രുവിന്റെ അമ്മ എന്നതിൽ നമുക്ക് ആശ്വാസം കണ്ടെത്താം! മറിച്ച്, നിയമവ്യവസ്ഥ അവളെ വിജയിയാക്കി.

പ്രധാന വ്യക്തികൾ

	**ഹരി ശങ്കർ** 2020: സൂപ്രണ്ട് ഓഫ് പോലീസ്, കൊല്ലം റൂറൽ ഇപ്പോൾ: അസിസ്റ്റന്റ് ഇൻസ്പെക്ടർ ജനറൽ, പോലീസ് ഹെഡ് ക്വാർട്ടേഴ്സ്
	**എസ് മധുസൂദനൻ** 2020: അഡീഷണൽ എസ് പി, കൊല്ലം റൂറൽ ഇപ്പോൾ: സൂപ്രണ്ട് ഓഫ് പോലീസ്, ക്രൈം ബ്രാഞ്ച്
	**എ അശോകൻ** 2020: ഡെപ്യൂട്ടി എസ് പി, ഡിസ്ട്രിക്ട് ക്രൈം ബ്രാഞ്ച്, കൊല്ലം റൂറൽ ഇപ്പോൾ: റിട്ടയേർഡ്
	**അന്യൂപ് കൃഷ്ണ ആർ പി** 2020: ഇൻസ്പെക്ടർ ഓഫ് പോലീസ് ഇപ്പോൾ: ഇൻസ്പെക്ടർ ഓഫ് പോലീസ്
	**അഡ്വക്കേറ്റ് മോഹൻ രാജ്** സ്പെഷ്യൽ പ്രോസിക്യൂട്ടർ

കൃതജ്ഞത

ഉദ്വേഗജനകമായ ഈ കേസ് മാധ്യമങ്ങളിൽ, പ്രത്യേകിച്ച് മലയാളം ഇലക്ട്രോണിക്, അച്ചടി മാധ്യമങ്ങളിൽ, വ്യാപകമായി ചർച്ച ചെയ്യപ്പെട്ടിരുന്നു. ഇത് പിന്നീട് ജില്ലാ കോടതിയിൽ വിചാരണ ചെയ്യപ്പെടുകയും കുറ്റവാളിക്ക് തക്കതായ ശിക്ഷ നൽകുകയും ചെയ്തു.

ഈ ക്രൂരമായ കൊലപാതകം അന്വേഷിക്കുന്നതിൽ കേരള പോലീസ് നടത്തിയ ചരിത്രപരമായ ശ്രമത്തിനും കുറ്റവാളിയെ പിടികൂടുന്നതിൽ വിദഗ്ധരുടെയും ഫോറൻസിക് ശാസ്ത്രജ്ഞരുടെയും മികച്ച സംഭാവനയ്ക്കും യഥാർത്ഥ വിലമതിപ്പ് ലഭിച്ചില്ലെന്ന് ഞങ്ങൾ രണ്ടുപേർക്കും തോന്നി. അതുകൊണ്ടാണ് *'മരണത്തിന്റെ വിഷപ്പല്ലുകൾ'* എഴുതിയത്.

ഞങ്ങളുടെ സാഹിത്യ ഏജന്റായ ദി ബുക്ക് ബേക്കേഴ്സിലെ സുഹൈൽ മാത്തൂർ ഈ പുസ്തകത്തിന്റെ യഥാർത്ഥ ഇംഗ്ലീഷ് പതിപ്പ് പ്രസിദ്ധീകരിച്ച മഞ്ജുൾ പബ്ലിഷിംഗ് ഹൗസിന്റെ ഒരു മുദ്രണമായ അമറില്ലിസ് കണ്ടെത്തുന്നതിൽ നിർണ്ണായക പങ്കുവഹിച്ചു. അമറില്ലിസിന്റെ എഡിറ്ററായ ബിദിഷ ശ്രീവാസ്തവ ഞങ്ങളുടെ കൈയെഴുത്തുപ്രതിക്ക് ഗണ്യമായ സംഭാവനകൾ നൽകി. അവർ രണ്ടുപേരോടും ഞങ്ങൾ നന്ദിയുള്ളവരാണ്.

കേരളാ പോലീസിലെ ഉദ്യോഗസ്ഥർ, പ്രത്യേകിച്ച് AIG ഹരിശങ്കർ IPS, അഡീഷണൽ എസ് പി (റിട്ടയേർഡ്) എ. അശോകൻ എന്നിവർ, ഞങ്ങൾക്ക് നൽകിയ സഹായത്തെ അംഗീകരിച്ചേ തീരൂ. ഡിജിപി (റിട്ടയേർഡ്) ലോക്നാഥ് ബെഹ്റ നൽകിയ സഹായത്തിന് ഞങ്ങൾ അദ്ദേഹത്തിനും നന്ദി പറയുന്നു.

രചയിതാക്കളെക്കുറിച്ച്

കലാ വിഭാഗങ്ങളിൽ മികച്ച പ്രശസ്തി നേടിയിട്ടുള്ള വ്യക്തിയാണ് **മാനസ് ലാൽ.** പ്രിന്റ് മീഡിയയിൽ നൂറുകണക്കിന് കോളങ്ങൾ എഴുതിയതിനു പുറമേ, *മർഡർ ഇൻ ദി ബൈലെയ്ൻസ് : ലൈഫ് ആൻഡ് ഡെത്ത് ഇൻ എ ഡിവൈഡഡ് സിറ്റി, ഓൺ ദി ട്രെയിൽ ഓഫ് തഗ്സ് ആൻഡ് തീവ്സ് : ട്രൂ അക്കൌണ്ട്സ് ഓഫ് ക്രൈം ഫ്രം ദി ഹിന്ദി ഹാർട്ട്ലാൻഡ്* എന്നിവയുടെ സഹരചയിതാവാണ്. പെയിന്റിംഗ്, ഫോട്ടോഗ്രാഫി, ഡിജിറ്റൽ ആർട്ട് എന്നീ മേഖലകളിലെ അദ്ദേഹത്തിന്റെ പ്രവർത്തനങ്ങൾ ലോകമെമ്പാടും ആസ്വാദകരെ നേടിയിട്ടുണ്ട്. ഒരു സോഫ്റ്റ്‌വെയർ എഞ്ചിനീയറായ അദ്ദേഹം സാങ്കേതിക വിദ്യയിലെ തന്റെ വൈദഗ്ദ്ധ്യം ഉപയോഗിച്ച് ഡിജിറ്റൽ പെയിന്റിംഗിൽ തനതായ ഒരു ശൈലി വികസിപ്പിക്കാൻ ശ്രമിച്ചിട്ടുണ്ട്. ഇന്ത്യയിലെ പ്രമുഖ സ്കൂളുകളിലും പ്രൊഫഷണൽ സ്ഥാപനങ്ങളിലും സോഫ്റ്റ് സ്കിൽ വർക്ക്ഷോപ്പുകൾ നടത്തുന്നുണ്ട്. അദ്ദേഹം ഒരു TEDx സ്പീക്കറാണ്. ഡൂൺ കൾച്ചറൽ ആൻഡ് ലിറ്റററി സൊസൈറ്റിയുടെ സെക്രട്ടറി കൂടിയാണ് അദ്ദേഹം.

ഐഐടിയിൽ സ്വർണമെഡൽ ജേതാവായ **അലോക് ലാൽ** 1975-ലാണ് ഐപിഎസിൽ ചേർന്നത്. മുപ്പത്തിയേഴ് വർഷത്തോളം കാക്കിയണിഞ്ഞ് സേവനമനുഷ്ഠിച്ച അദ്ദേഹം, ഡയറക്ടർ ജനറൽ പദവിയിലേക്ക് ഉയർന്നു. ഇന്ത്യൻ പ്രസിഡന്റിൽ നിന്ന് അദ്ദേഹത്തിന് രണ്ട് മെഡലുകൾ ലഭിച്ചു— ഒന്ന് 'ദീർഘവും സ്തുത്യർഹവുമായ സേവനങ്ങൾക്കും' മറ്റൊന്ന്

'വിശിഷ്ട സേവനങ്ങൾക്കും.' *ദി ബരാബങ്കി നാർക്കോസ് : ബസ്റ്റിംഗ് ഇന്ത്യാസ് മോസ്റ്റ് നൊട്ടോറിയസ് ഡ്രഗ് കാർട്ടൽ* എന്ന പുസ്തകത്തിന്റെ രചയിതാവും, *മർഡർ ഇൻ ദി ബൈലെയ്ൻസ് : ലൈഫ് ആൻഡ് ഡെത്ത് ഇൻ എ ഡിവൈഡഡ് സിറ്റി, ഓൺ ദി ടയൽ ഓഫ് തഗ്സ് ആൻഡ് തീവ്സ് : ട്ടൂ അക്കൌണ്ട്സ് ഓഫ് ക്രൈം ഫ്രം ദി ഹിന്ദി ഹാർട്ട്ലാൻഡ്* എന്നിവയുടെ സഹരചയിതാവുമാണ്. TEDx സ്പീക്കറായ അലോക്, ക്രൈം ലിറ്ററേച്ചർ ഫെസ്റ്റിവൽ ഓഫ് ഇന്ത്യയുടെ ഫെസ്റ്റിവൽ ഡയറക്ടറാണ്.

ഹരിത സി കെ

harithahuman@gmail.com

കൊല്ലം ജില്ലയിലെ ചാത്തന്നൂരിൽ ജനനം. കൊല്ലം ഫാത്തിമാ കോളേജിൽ നിന്നും ഇംഗ്ലീഷ് സാഹിത്യത്തിൽ ബിരുദം. കൊച്ചി രാജഗിരി കോളേജിൽ നിന്നും സോഷ്യൽവർക്കിൽ ബിരുദാനന്തരബിരുദം. കോയമ്പത്തൂരിൽ 'സിരുതുളി' എന്ന സംഘടനയിൽ അഞ്ചു വർഷത്തോളം പ്രവർത്തിച്ചു. ഇപ്പോൾ, യുഎഇയിലും ഇന്ത്യയിലുമായി കുട്ടികൾക്കായുള്ള സ്കിൽ ഡെവലപ്മെന്റ് പ്രോഗ്രാമുകളുടെ കോർഡിനേറ്റർ ആയും, കണ്ടെന്റ് റൈറ്റർ ആയും, സോഷ്യൽ മീഡിയ മാനേജർ ആയും ജോലി ചെയ്തുവരുന്നു.

സ്കൂൾ കാലം മുതൽ ആനുകാലികങ്ങളിലും മറ്റും ലേഖനങ്ങളും കഥകളും എഴുതാറുണ്ട്. ഷാർജാ ഇന്റർനാഷണൽ ബുക്ക് ഫെസ്റ്റിവലിൽ, മാതൃഭൂമി-ക്ലബ് എഫ്എം പ്രസിദ്ധീകരിച്ച *കിതാബ്* എന്ന സമാഹാരത്തിൽ, *ജലം പോലൊരുത്തി, പ്രണയത്തിന്റെ ഭസ്മപ്പൊട്ടുകാർ* എന്നീ ചെറുകഥകൾ, തുടർച്ചയായി രണ്ടു വർഷങ്ങൾ പ്രസിദ്ധീകരിച്ചു. *അരുന്ധതിയുടെ നാലാം വിവാഹം, Be With You* എന്നീ ഷോർട്ട്ഫിലിമുകൾക്ക് സബ്ടൈറ്റിൽ ഒരുക്കിയിട്ടുണ്ട്. ആനന്ദ് നീലകണ്ഠന്റെ *നളന്റെ ദമയന്തി* എന്ന ഓഡിയോഡ്രാമ, സുഹൃത്തുക്കൾക്കൊപ്പം ചേർന്ന് വിവർത്തനം ചെയ്തു. പ്രസിദ്ധീകരിച്ചിട്ടുള്ള മറ്റ് വിവർത്തനങ്ങൾ : *തീവണ്ടിയിലെ പെൺകുട്ടി, വാറൻ ബഫറ്റിന്റെ മാനേജ്മെന്റ് രഹസ്യങ്ങൾ, ദി ബെൽബോയ്, ദി ഹിഡൻ ഹിന്ദു.*

മാതാപിതാക്കൾ : ചന്ദ്രശേഖരൻ നായർ, കാഞ്ചനവല്ലി.